अँटीकॅन्सर हे अतिशय उत्कट आणि विचारप्रवर्तक पुस्तक आहे. ते बुद्धी आणि मन, दोघांशीही संवाद साधतं. वाचा आणि कॅन्सरसोबत जगलेल्या आणि त्याच्याशी उभा दावा मांडलेल्या चित्तथरारक आयुष्याचा अनुभव घ्या!

– डेव्हिड स्पिगेल, एम.डी, 'विल्सन प्राध्यापक', सायकिॲट्री व वर्तणूकशास्त्र विषयातील अध्यासन भूषविणारे, स्टॅनफोर्ड युनिव्हर्सिटी –स्कूल ऑफ मेडिसिन

माझ्या मते अँटीकॅन्सर हे 'वाचावेच असे' आणि संशोधनपर पुस्तक आहे. कॅन्सर-प्रतिबंधात्मक उपायांचा शोध घेणाऱ्यांसाठी तसेच रुग्णांकरिता औषधांबरोबरच पूरक उपायांचा सचोटीने अवलंब करण्यास उत्सुक असणाऱ्यांसाठी मी या पुस्तकाची शिफारस करीन.

– जॉन मेन्डेलसॉन, अध्यक्ष, एम. डी. ॲन्डरसन कॅन्सर सेंटर

अगदी सहज बाळगता येईल असे आणि कायम सोबत असावे असे हे पुस्तक म्हणजे निरोगी आयुष्याची गुरूकिल्लीच!

– द शिकागो ट्रिब्यून

खाली दिलेल्या तीन प्रकारच्या माणसांनी तरी हे पुस्तक वाचावेच –

– ज्यांना कॅन्सर झाला आहे

– ज्यांना कॅन्सर झाला होता

– आणि इतर प्रत्येक जण

– डेली न्यूज सेंट्रल

एका डॉक्टरच्या कॅन्सरसोबत झगडण्याच्या संघर्षमय कहाणीचे आणि त्याच वेळी रोगाशी प्रतिकार करण्याच्या त्याने केलेल्या संशोधनाचे अजब रसायन म्हणजे अँटीकॅन्सर ! वाचावेच असे प्रेरक!

— बॉडी अॅन्ड सोल मॅगझीन

वाचावेच असे आणि अत्यंत संशोधनपूर्ण असे हे डॉ. डेव्हिड सर्व्हन-श्रायबरचे पुस्तक आपल्याला समृद्ध करते. मी वाचनासाठी याची आग्रहपूर्वक शिफारस करीन!

— लायब्ररी जर्नल

कॅन्सर आणि त्याच्यामागच्या कारणांची सुस्पष्ट कल्पना देणारे हे पुस्तक म्हणजे उत्तम वैद्यकीय ज्ञानाचे, उपायकारक सूचनांचे आणि पर्यायी औषधाचे प्रेरक मिश्रण आहे.

— पब्लिशर्स वीकली

डॉ. डेव्हिड सर्व्हन-श्रायबर यांनी कॅन्सरवरील उपाययोजनांच्या विशदीकरणासाठी अद्ययावत वैज्ञानिक दाखले दिले आहेत. ते आजारी असताना त्यांना अपेक्षित असणारं आणि या इच्छेतून साकारलेलं पुस्तक!

— द डेली टेलिग्राफ (यूके)

आपल्या चुकीच्या सवयींबद्दल पुनर्विचार करायला लावणारं एक प्रेरणादायी पुस्तक!

आपल्या स्नेहीजनांना पुस्तके भेट द्या

'अँटीकॅन्सर, अ न्यू वे ऑफ लाइफ' या पुस्तकाचा मराठी अनुवाद

कॅन्सर रोखू या

एका सजग जीवनशैलीसह

निरोगी पेशी कॅन्सरग्रस्त होतात कशा? आणि कोणामध्ये?

लेखक

डॉ. डेव्हिड सर्व्हन-श्रायबर

अनुवाद

वन्दना अत्रे

डॉ. चंद्रकांत संकलेचा

मेहता पब्लिशिंग हाऊस

✆ +91 020-24476924 / 24460313 / Mob. No. 9545000513
Email : production@mehtapublishinghouse.com
Website : www.mehtapublishinghouse.com

ANTICANCER, A NEW WAY OF LIFE
by **DR. DAVID SERVAN–SCHREIBER**

Translated into Marathi Language by Vandana Atre / Dr. Chandrkant Sankalecha

कॅन्सर रोखू या एका सजग जीवनशैलीसह / अनुवादित आत्मकथन

अनुवाद : वन्दना अत्रे / डॉ. चंद्रकांत संकलेचा

Email : author@mehtapublishinghouse.com

मराठी अनुवादाचे व प्रकाशनाचे हक्क : मेहता पब्लिशिंग हाऊस, पुणे ३०.

प्रकाशक : सुनील अनिल मेहता, मेहता पब्लिशिंग हाऊस,
१९४१ सदाशिव पेठ, माडीवाले कॉलनी, पुणे – ४११०३०.

मुद्रक : ट्रिनिटी ॲकॅडमी फॉर कॉर्पोरेट ट्रेनिंग लिमिटेड

मुखपृष्ठ : चंद्रमोहन कुलकर्णी

प्रकाशनकाल : सप्टेंबर, २०११ / पुनर्मुद्रण : मार्च, २०१५

किंमत : ₹ १९५

P Book ISBN 9788184982831
E Book ISBN 9788184986884
E Books available on : amazonkindle Apple Books Google Play Books

---

माझे सहाध्यायी डॉक्टर, जे अथकपणे दुःख आणि भीती यावरती उपचार करीत असतात, कधी कधी तर त्यांच्या रुग्णांएवढे धैर्य बाळगून उपचार करीत असतात. त्यांना मी हे पुस्तक अर्पण करतो. त्याहीपेक्षा, त्यांना हे पुस्तक उपयुक्त वाटेल आणि माझ्याप्रमाणेच त्यांना आपल्या व्यवसायात माझ्या दृष्टीकोनांचा वापर करण्याची इच्छा होईल, अशी मी आशा करतो.

माझा मुलगा साचा याचा जन्म या बदलाच्या काळात झाला. त्याचा जीवनाबद्दलचा उत्साह पाहून मला रोज स्फूर्ती मिळते. त्या माझ्या मुलालाही हे पुस्तक मी अर्पण करीत आहे.

“मला नेहमी असे वाटत आलेले आहे की, शास्त्रीय औषधे ही पुरेशी शास्त्रीय नाहीत. बरे करण्याच्या निसर्गाच्या शक्तीद्वारे शरीरातील जोर व मनाचे बळ हे कसे हाताळावे, हे जेव्हा डॉक्टर व त्यांचे रुग्ण यांना कळेल तेव्हा आधुनिक औषधे ही खरीखुरी शास्त्रीय बनतील.”

प्राध्यापक रेने ड्युबॉस, रॉकफेलर विद्यापीठ, न्यूयॉर्क, यूएसए व्यापारीदृष्ट्या १९३९ मध्ये निर्माण केलेल्या प्रतिजैविकाचा जनक आणि युनायटेड नेशन्सची १९७२ मधली पहिली ‘अर्थ समिट’ भरविण्यात पुढाकार घेतलेला.

प्रस्तावना

सतरा वर्षांपूर्वी माझ्याच मेंदूचे स्कॅनिंग करण्याचा प्रयोग सुरू असताना मला मेंदूचा कॅन्सर झाल्याचे समजले. मला आठवतेय, कॅन्सर हॉस्पिटलच्या दहाव्या मजल्यावरून रस्त्यावरील वर्दळीकडे, लोकांकडे मी तटस्थपणे, बधिर झाल्यासारखा बघत होतो. मृत्यूला अकाली सामोरे जावे लागण्याच्या शक्यतेमुळे विशिष्ट ध्येयासाठी धडपडणाऱ्या, त्यातून आनंद देणाऱ्या आयुष्यापासून मी दूर फेकला गेलो होतो. फिजिशियन आणि शास्त्रज्ञ अशा अतिशय सुखावणाऱ्या भूमिकेतून मी एकदम 'कॅन्सर रुग्ण' या भूमिकेत गेलो होतो. त्यानंतर पुढे काय घडले याची कहाणी म्हणजे हे पुस्तक. कॅन्सर आहे हे जाणूनही आरोग्यदायी आयुष्याकडे, किंबहुना यापूर्वी कधीही न अनुभवलेल्या अशा आरोग्यसंपन्न आयुष्याकडे माझा झालेला प्रवास या कहाणीतून उलगडतो. माझ्या भोवतीची विपरीत परिस्थिती बदलण्यास मदत करेल असे जे जे वैद्यक शास्त्रात, साहित्यात लिहिले गेले आहे, ते शोधून काढण्यासाठी फिजिशियन आणि शास्त्रज्ञ म्हणून माझ्यात असलेल्या कौशल्यांचा वापर मी कसा केला, हेही या कहाणीतून तुमच्या समोर येईल. सर्वांत महत्त्वाचे म्हणजे आपल्या सर्वांना या रोगापासून बचाव करण्याची संधी देणारा कॅन्सरबाबतचा एक नवा शास्त्रीय दृष्टिकोन यामधून मिळेल.

दोन वर्षांपूर्वी प्रकाशित झालेल्या माझ्या 'अँटीकॅन्सर, ए न्यू वे ऑफ लाईफ' या पुस्तकामुळे या कहाणीत एक नवा अध्याय सुरू झाला. माझ्या आजाराबद्दल चौदा वर्षं गुप्तता पाळल्यानंतर, या काळात मला मिळालेले ज्ञान एकत्र करून मी अशा लोकांसमोर आणू शकलो, जे खूप घाबरलेले होते. निराश आणि वैफल्यग्रस्त झाले होते. मी माझ्या कल्पना डॉक्टर्स, शास्त्रज्ञ, राजकीय नेते, कार्यकर्ते यांच्याशी बोलून त्यांच्या प्रत्यक्ष अनुभवांशी ताडून बघू शकत होतो. या पुस्तकात जे सल्ले

दिले आहेत त्यामुळे ज्यांच्या आजाराचे स्वरूप पालटले, अशा रुग्णांना मी प्रत्यक्ष भेटलो. आजही संख्या लक्षणीय होती. सुमारे पन्नास देशांतील पस्तीस भाषांमध्ये अनुवादित झाल्यावर आणि दहा लाखाहून अधिक प्रतींची विक्री झाल्यानंतर माझी आता पूर्ण खात्री पटली आहे की कॅन्सरशी लढण्यासाठी आपण आपल्या शरीरातील नैसर्गिक प्रतिकारशक्ती सशक्त, सक्षम करू शकतो. कॅन्सर रोखण्यासाठी किंवा त्यावर उपचार करण्यासाठी ह्या मार्गाचाही वापर केला जावा यावर माझा पूर्ण विश्वास बसला आहे. आरोग्य संवर्धन करून, शरीरांतर्गत कॅन्सरविरोधी प्रतिकारशक्ती निर्माण करून 'स्व-भूमी' सशक्त करता येते, हे सिद्ध करणारे पुरावे गेल्या दोन वर्षांत संशोधकांनी सादर केले आहेत. कॅन्सरच्या प्रवासावर आपल्या भावना परिणाम करीत असल्याने, त्यांच्याकडे लक्ष देणे हे महत्त्वाचे आहे, हेही या संशोधनातून अधोरेखित झाले आहे.

वैद्यकीय क्षेत्रातील माझे सहकारी, कॅन्सरतज्ज्ञ, मानसशास्त्रज्ञ, आणि सर्वसामान्य नागरिक यांच्याबरोबर झालेल्या चर्चेतून एक गोष्ट जाणवली, की पोषक आहाराबाबतचा जो संदेश पुस्तकातून दिला गेला आहे तो वाचकांना सहज समजला, पण शरीर आणि मनाच्या नात्याचे विश्लेषण आणि कॅन्सर पसरवण्यात महत्त्वाची भूमिका निभावणारी असहायतेची भावना, याकडे मात्र पुरेशा गांभीर्याने बघितले गेलेले नाही. या सुधारीत आवृत्तीद्वारे मला एकच सुस्पष्ट आणि निश्चित संदेश द्यायचा आहे आणि तो म्हणजे शरीर-मनाच्या नात्याकडे आपण बारकाईने लक्ष दिले पाहिजे, विशेषत: प्रदीर्घ काळ टिकून राहिलेल्या असहायतेच्या आणि निराशेच्या भावनांच्या होणाऱ्या नकारात्मक परिणामांकडे नक्कीच! आयुष्यातील ताणतणावांपेक्षा, या भावनांकडे दुर्लक्ष केल्यास, त्या कॅन्सर वाढीस हातभार लावणाऱ्या सूज आणण्याच्या प्रक्रियेला हातभार लावतात. या भावना निपटून काढण्याचे प्रभावी व सोपे मार्ग आहेत. त्यामुळे आयुष्यात समाधानाची भावना निर्माण होऊन सूज येण्याच्या प्रक्रियेला आळा बसू शकतो. नुकत्याच झालेल्या पाहण्यांमधून सिद्ध झाले आहे की केवळ नवरा बायको वा मुलांचे प्रेमच कणखर राहण्यास आणि पर्यायाने आजाराची वाढ रोखण्यास उपयुक्त ठरते असे नाही, तर जुन्या-नव्या मित्रांचा निखळ स्नेह आणि आस्थाही तेवढीच उपयोगी ठरते. आणि आहाराच्या बाबतीत बोलायचे तर, नुकत्याच झालेल्या काही पाहण्यांमधून अनेक प्रकारचे अन्न कॅन्सर प्रतिबंधक म्हणून सिद्ध झाले आहे. प्लम-पीचसारखी फळे या गटात सामील करता येतील. काही विशिष्ट प्रकारच्या कॅन्सरला प्रतिबंध करणारे ऑलिव्ह ऑईल तर अत्यंत उपयुक्त कॅन्सर प्रतिबंधक आहे. स्तनांचा वा प्रोस्टेट ग्रंथीचा कॅन्सर पुन्हा उलटण्याच्या शक्यता कमी करण्यासाठी रोज किती कप 'ग्रीन टी' प्यावा, हे नेमकेपणाने सुचवणाऱ्या पाहण्याही नुकत्याच झाल्या आहेत. अकॅशियाचा मध आणि नारळाची साखर हे

दोन नैसर्गिक मधुर पदार्थ ज्यांचा glycemic index कमी आहे, बाजारात आले आहेत. व्हिटॅमिन डी-३ हे कॅन्सर प्रतिबंधक म्हणून प्रभावी आहे, असे संशोधनाअंती सिद्ध झाले आहे. विशेषत: हिवाळ्यामध्ये ज्या देशातील नागरिकांना पुरेसा सूर्यप्रकाश मिळू शकत नाही, त्या देशात तर हे विशेष गरजेचे आहे. याखेरीज कॅन्सर प्रतिबंधक अन्न कशा तऱ्हेने शिजवावे वा शिजवू नये, याबाबतही काही माहिती आता उपलब्ध झाली आहे.

मी ज्या-ज्या वेळी या विषयावर व्याख्याने द्यायला जातो, त्या प्रत्येक वेळी 'आपण मोबाइल फोनमुळे कॅन्सरला आमंत्रण देतो का?' असा प्रश्न मला विचारला जातो. या प्रश्नांना उत्तर देण्यासाठी २००८ साली मी कॅन्सरतज्ज्ञ, टॉक्सिकॉलॉजिस्ट (toxicologists), एपिडेमिओलॉजिस्ट (epidemiologists) आणि फिजिसिस्ट (physicyst) अशा तज्ज्ञ लोकांना एकत्र आणले आणि मोबाइल वापरणाऱ्यांनी काय काळजी घ्यावी याबाबत काही शिफारसी करण्याचे आवाहन केले. जगभरात त्याची दखल घेतली गेली. किंबहुना या विषयावरील ते महत्त्वाचे शास्त्रीय साहित्य ठरले आहे. यावर अमेरिकेत सप्टेंबर २००८ मध्ये लोकप्रतिनिधींच्या सदनात (संसदेत) सुनावणी झाली. तसेच एप्रिल २००९ मध्ये फ्रान्समधील आरोग्य आणि पर्यावरण खात्यातर्फे आयोजित एक खुल्या गोलमेज परिषदेतही त्याचा वापर केला गेला.

आपल्या सभोवतालच्या वातावरणात असणारे विविध रासायनिक घटक आणि ट्यूमरची वाढ याचा परस्पर संबंध असल्याचे, प्राण्यांवर केलेल्या विविध अभ्यासाद्वारे सिद्ध झाले आहे. यामध्ये 'बिसफेनॉल ए' या पॉलिकार्बोनेट प्लॅस्टिकमध्ये असलेल्या घटकाचा समावेश आहे. आपल्या दैनंदिन वापरातल्या पुनर्वापरास योग्य अशा प्लॅस्टिक बाटल्या, मुलांच्या वापरात असलेल्या बाटल्या, मायक्रोवेव्हमध्ये वापरली जाणारी प्लॅस्टिक भांडी, हे सर्व पॉलिकार्बोनेट प्लॅस्टिकपासून बनलेले असते. 'बिसफेनॉल' हा पदार्थ प्रयोगशाळेत गरम केला असता तो विरघळून द्रवरूपात येतो. सर्वसामान्यत: माणसाच्या रक्तात बिसफेनॉल ए (BPA) या घटकाची जी पातळी असते, तेवढ्याच पातळीवर जर त्याची गाठ स्तनाच्या कॅन्सरच्या पेशींशी पडली, तर या पेशी केमोथेरपीला दाद देत नाहीत असे आढळून आले आहे. गोड सोडा, प्रक्रिया केलेले बेकरीतील पदार्थ अशासारख्या ज्या पदार्थांमध्ये असेंद्रिय फॉस्फेटचा समावेश असलेल्या घटकांचा वापर केलेला, असतो त्यामुळे नॉन स्मॉल सेल लंग कॅन्सरची वाढ होते असेही आढळले आहे.

फ्रेंच राष्ट्रीय कॅन्सर संस्थेने २००९ साली प्रसिद्ध केलेले एक परिपत्रक आणि ब्रिटनमधील ऑक्सफर्ड विद्यापीठाने केलेली एक पाहणी यांनी निष्कर्ष काढला की दारू, मग ती कितीही प्रमाणात घेतली अगदी एक ग्लास रेड वाईनसुद्धा, तरी कॅन्सरच्या धोक्याला आमंत्रण देते. पण मॉन्ट्रियल येथील प्रोफेसर बेलीव्यू, हृदयरोगतज्ज्ञ,

पोषक आहारतज्ज्ञ, मेडिटरिनिअल आहाराचा जनक असलेला संशोधक मायकेल डी लॉरिग्रेल आणि मी, आम्हा तिघांनाही हा निष्कर्ष नामंजूर असून ती भूमिका येथे मांडली आहे.

या पुस्तकाची पहिली आवृत्ती प्रसिद्ध झाल्यापासून जे अनेक अभ्यास केले गेले, त्याद्वारे वारंवार हेच अधोरेखित झाले आहे की, कॅन्सर रोखण्यासाठी अथवा त्यापासून बचाव करण्यासाठी 'स्व-भूमी' (terrain) ही फार महत्त्वाची कामगिरी बजावते. हा संदेश हे या पुस्तकाचे प्राणतत्त्व आहे. उदाहरणार्थ, 'नेचर' या नियतकालिकाच्या २००७ साली प्रकाशित झालेल्या अंकात एक अभ्यास प्रसिद्ध करण्यात आला आहे. त्याच्या निष्कर्षात त्यांनी असे म्हटले आहे की शरीरात नेहमी निद्रिस्त अवस्थेत असणाऱ्या कॅन्सरपेशी आणि या पेशींना दूर ठेवणारी शरीराची नैसर्गिक प्रतिकारक्षमता, यांच्यामधील संतुलन ढासळले की कॅन्सर शरीराचा ताबा घेऊ लागतो. अशा प्रकारच्या अभ्यासातून वारंवार 'स्व-भूमी' अधिकाधिक सुदृढ करण्याचा आणि त्याचे पोषण करण्याचा संदेश दिला जातो. त्यामुळे या गोष्टीकडे पुस्तकात वारंवार लक्ष वेधण्यात आले आहे. अर्थात, 'स्व-भूमी' सशक्त करण्यासाठी जे प्रयत्न केले जातात त्यात पारंपरिक उपचारपद्धतीचा वापर अपरिहार्य आहे, याबाबत माझ्या मनात बिलकूल संदेह नाही.

२००७ साली जागतिक कॅन्सर संशोधन निधीतर्फे ५१७ पानांचा एक अहवाल प्रसिद्ध करण्यात आला आहे. त्यात हजारो अभ्यासांचे, पाहण्यांचे निष्कर्ष समाविष्ट करण्यात आले आहेत. आहार आणि शारीरिक कामे, यांच्यामध्ये काही साधे बदल केल्यास, किमान ४० टक्के कॅन्सरपासून बचाव करता येईल. या 'अँटीकॅन्सर' मध्ये मांडलेल्या निष्कर्षास या अहवालाने सहमती दर्शवली आहे. यामध्ये पर्यावरणातील घटकांचा समावेश नाही. फ्रेंच राष्ट्रीय कॅन्सर संस्थेतर्फे २००९ साली प्रसिद्ध करण्यात आलेल्या अहवालात हाच निष्कर्ष काढण्यात आला आहे. दोन महत्त्वाच्या एपिडेमिओलॉजिकल (epidemiological) अभ्यासांमध्ये, एक अकरा युरोपियन देशांमध्ये केला गेलेला आणि ज्याचा कालावधी बारा वर्षं एवढा मोठा होता (द हाफ स्टडी) आणि दुसरा, इंग्लंडमध्ये केलेला, (चोवीस हजार माणसे आणि अकरा वर्षं चाललेला) यामध्ये काढण्यात आलेले निष्कर्ष अधिक नाट्यपूर्ण होते आणि ते म्हणजे या अभ्यासाच्या काळात ज्यांनी अधिक निरोगी जीवनशैलीचा स्वीकार केला, त्या कॅन्सर रुग्णांचा मृत्यूदर साठ टक्क्यांपेक्षा अधिक घटला होता. त्यांना अधिक आयुष्यमानाचे आश्वासन मिळाले हा एकमेव लाभ झाला असे नाही, तर ज्यांनी निरोगी जीवनशैलीचा स्वीकार केला, त्यांचे जीवशास्त्रीय वय या संपूर्ण पाहणीच्या काळात त्यांच्या प्रत्यक्ष वयापेक्षा १४ वर्षांनी तरुण होते. त्यामुळे त्यांना त्यांच्या कामासाठी, कुटुंबासाठी अधिक उर्जा मिळू

शकली, त्यांची एकाग्र होण्याची क्षमता वाढली, स्मरणशक्ती सुधारली आणि शारीरिक अस्वास्थ्य कमी झाले. आपल्या निष्कर्षात या केंब्रिज संशोधकांनी म्हटलेय की, 'आहार, धूम्रपान आणि शारीरिक काम या वर्तनातील घटकांचा आरोग्यावर होणारा परिणाम अक्षरश: आश्चर्यात टाकणारा आहे.'

प्रक्रिया केलेली साखर आणि मैदा याचा आहारातील वापर मर्यादित करण्याचे महत्त्व 'अमेरिकन वुमन्स हेल्थ इनशिएटिव्ह' तर्फे करण्यात आलेल्या पाहणीतही स्पष्ट झाले आहे. स्थूलपणा आणि स्तनाचा कॅन्सर याचे नाते हे रक्तातील इन्शुलिनच्या प्रमाणावर, म्हणजे आहारातील साखरेच्या पातळीवर अवलंबून असते. साखर ही हार्मोन रिप्लेसमेंट थेरपी म्हणून काम करण्याऐवजी कॅन्सर वाढीस हातभार लावते असेही या अभ्यासाने निदर्शनास आणले आहे.

'कॅन्सर' या शास्त्रीय नियतकालिकात नोव्हेंबर २००८ साली जो संशोधनपर लेख प्रसिद्ध झाला आहे, तो 'अँटीकॅन्सर' पुस्तकातील सल्ल्याला पाठिंबा देणारा आहे. लिम्फ नोड्सपर्यंत ज्यांचा स्तनाचा कॅन्सर पसरला आहे आणि ज्यांनी पारंपरिक उपचार घेतले आहे, अशा स्त्रियांचा उपचारानंतर अकरा वर्षं पाठपुरावा करण्यात आला. त्यात असे आढळून आले की, ज्या स्त्रियांनी वैद्यकीय उपचारांबरोबरच आहाराची तत्त्वे, शारीरिक व्यायाम/काम आणि ताणतणावांचे नियोजन या त्रिसूत्रीचा अवलंब केला, त्यांचा मृत्यूचा धोका फक्त पारंपरिक उपचार घेतलेल्या स्त्रियांपेक्षा तब्बल ६८ टक्क्यांनी घटला. (प्रकरण नववे पहा)

सॅन फ्रान्सिस्को येथील कॅलिफोर्निया विद्यापीठात प्रोफेसर डीन ऑर्निश यांनी २००८ साली जी एक शास्त्रशुद्ध काटेकोर पाहणी केली, त्यातही असे आढळून आले की आहार, व्यायाम आणि तणावमुक्ती या संदर्भातील जीवनशैलीत बदल हा कॅन्सर पेशीमधली जीन्सची संरचनाच बदलून टाकतो.

'अँटीकॅन्सर' हे पुस्तक प्रसिद्ध झाल्यापासून आजवर मी पंधरा देशांमध्ये शंभराहून अधिक व्याख्याने दिली. माझ्या भाषणांना येणाऱ्या श्रोत्यांशी संवाद करीत असताना मी एक गोष्ट शिकलो आणि ती म्हणजे कॅन्सरची भीती आपण कशी अनुभवतो? लोकांना या पुस्तकातले काय भावले ते आता मला समजले आहे असे मला वाटते. सोप्या शब्दात सांगायचे तर निराशेचा एक संदेश स्वीकारण्याला आपण सरावतो. 'पेशींच्या एका मोठ्या लॉटरीतील काही दुर्दैवी पेशी' अशा दृष्टिकोनातून कॅन्सरकडे बघितले जाते. हा एक असा आजार आहे, जो औषधोपचारांना नीटसा प्रतिसाद देत नाही आणि एखाद्या नव्या जादूप्रमाणे कामगिरी करणाऱ्या आधुनिक औषधोपचारामुळेच जो बरा होण्याची शक्यता आहे, अशी याबाबतची धारणा असते. पण असे औषधोपचार संशोधन एखाद्या मोठ्या प्रयोगशाळेलाच हाती घेणे शक्य आहे.

मग अशा परिस्थितीत, पारंपरिक उपचार पद्धतीवर ज्यामध्ये लक्ष केंद्रित केलेले नाही असा कोणताही दृष्टिकोन स्वीकारल्यास, 'खोटी आशा' लावल्याचा आरोप होण्याची शक्यता खूप असते. आणि मला माझ्या कॅन्सरच्या अनुभवातून हेही कळून चुकले आहे की या विचारसरणीमुळे पेशंटला आपण एका खऱ्या-खऱ्या शक्तीपासून, ते म्हणजे कृती करण्याच्या शक्तीपासून वंचित करतो. असहायतेच्या ह्या मनोधारणेला प्रोत्साहित करणे मानसिकरित्या दुबळे करणारे तर असतेच, पण महत्त्वाचे म्हणजे वैद्यकीय दृष्ट्याही फार धोकादायक असते. चांगल्या शास्त्राला हे मंजूर होणारे नाही. गेल्या तीस वर्षांत शास्त्राने जे अद्‌भुत शोध लावले आहेत, त्यातून असे सिद्ध झाले आहे की, स्वत:ला कॅन्सरपासून वाचवण्याची आणि आपापल्या मार्गाने स्वत:ला बरे करण्याची क्षमता आपल्यापैकी प्रत्येकात असते.

या पुस्तकाने जो संदेश दिला आहे त्याचे प्रथितयश संस्थांमधून काम करणाऱ्या अनेक कॅन्सर तज्ज्ञांनी स्वागत केले आहे, ही घटना माझ्यासाठी खूप आनंददायी आहे. युरोपमधील जॉर्जेस वॉम्पिडू युरोपियन हॉस्पिटलचे प्रोफेसर जीन मेरी अँन्ड्रीयू यांनी 'ल मॉन्द' या वृत्तपत्राशी बोलताना अशी प्रतिक्रिया दिली की, या पुस्तकाकडून भरपूर शिकायला मिळाले आणि ते शिक्षण काय आहे? तर, मी माझा आहार बदलला आणि त्यामुळे मी सहा किलो वजन कमी करू शकलो.

इटलीत, राष्ट्रीय कॅन्सर विरोधी लीगने या पुस्तकाची शिफारस तर केलीच पण आपले बोधचिन्ह पुस्तकाच्या मुखपृष्ठाच्या आतील बाजूस छापले आणि ऑक्टोबर २००८ मध्ये रोममध्ये या पुस्तकाच्या उद्‌घाटनानिमित्त पत्रकारांना आमंत्रित केले. कॅन्सरपासून बचाव करण्यासाठी, पारंपरिक उपचार पद्धतीचे फायदे अधोरेखित करण्यासाठी आणि कॅन्सर उलटण्याची शक्यता कमीत कमी व्हावी यासाठी हे पुस्तक अत्यंत उपयुक्त असल्याचे लीगने म्हटले आहे.

अमेरिकेतील सर्वांत मोठ्या कॅन्सर उपचार संशोधन केंद्र, एम.डी. अँडरसन कॅन्सर सेंटरचे अध्यक्ष प्रोफेसर जॉन मेंडलसन यांनी या पुस्तकाबद्दल लिहिताना असे म्हटले आहे– हे पुस्तक अत्यंत वाचनीय आणि उत्तम संशोधनावर आधारित आहे. कॅन्सरतज्ज्ञ म्हणून काम करताना तो रोखण्यासाठी, त्यातील धोका कमी करण्यासाठी जी एक पुरावाधिष्ठीत बैठक लागते ती या पुस्तकातून मिळते. पारंपरिक उपचार पद्धतीला पूरक अशी काळजी घेण्यात रुग्ण कसा हातभार लावू शकतात, याविषयी ज्या ज्ञानाची कमतरता होती, ती भरून काढण्याचे काम या पुस्तकाने केले आहे.

हे पुस्तक प्रथम प्रकाशित झाल्यानंतर मी माझे काही मित्र गमावले. त्यापैकी काही लोकांनी या पुस्तकातील तत्त्वे प्रत्यक्ष अमलात आणली होती. दुर्दैवाने, या पुस्तकात वर्णन केलेल्या पद्धती आणि तत्त्व हे कॅन्सरविरोधी लढ्यात हमखास

यशाची खात्री देत नाहीत. पण तरीही या पद्धती अमलात आणल्याबद्दल

या मंडळींना वा त्यांच्या कुटुंबीयांना कधीही खेद वाटला नाही हे जेव्हा मला समजले, तेव्हा मला गहिवरून आले. यापैकी एका पेशंटच्या कुटुंबीयाने लिहिले होते, 'आपले आयुष्य आपल्या हातात आहे अशी भावना अखेरपर्यंत तिच्या मनात होती.' लोकांच्या मनात मी खोट्या आशा निर्माण केल्या नाहीत हे समजल्यामुळे मला बरे वाटले. 'अँटीकॅन्सर' पुस्तकात दिलेल्या सूचनांमुळे प्रत्येकाला कॅन्सर दूर राखणे शक्य नाही, पण it does help sustain life, त्याचा परिणाम काहीही होवो, ही माझी समजूत त्यामुळे दृढ झाली.

'अँटीकॅन्सर' पुस्तक वाचून त्यातील सल्ला प्रत्यक्षात आणल्यामुळे होणारे फायदे अनुभवल्यावर व्यक्तिशः, ई-मेल द्वारे, ब्लॉगद्वारे अनेक रुग्ण अथवा त्यांच्या नातलगांनी माझ्याशी संपर्क साधला. कॅन्सर न झालेल्या पन्नास वर्षांच्या एका सेल्समनने 'ग्रीन टी' घेणे सुरू केल्यावर आणि रोजच्या आहारात हळदीचा (मिरपुडीसह) वापर सुरू केल्याने झालेल्या फायद्यांविषयी लिहिले आहे. झोपण्यापूर्वी आपण रोज थोडी-थोडी पाने वाचतो, पुन्हा-पुन्हा वाचतो असे 'लिम्फोमा' झालेल्या एका स्त्रीने या पुस्तकाविषयी लिहिले आहे. प्रोस्टेटचा कॅन्सर झालेला एक इंजिनियर गेल्या तीन वर्षांपासून त्याच्या रक्त तपासणीचे अहवाल मला पाठवतो आहे. या पुस्तकातील तत्त्वे आचरणात आणणे सुरू केल्यापासून त्याच्या रक्तातील कॅन्सरचा संकेत देणाऱ्या पेशींची संख्या घटते आहे. त्यामुळे दोन वर्षांपूर्वी त्याच्यावर करण्यात येणार होती ती शस्त्रक्रिया डॉक्टर पुढे ढकलत आहेत. आपल्या उपचारांच्या काळात कराटेचा सराव करणाऱ्या जॅकलीनची कहाणी (प्रकरण ११) वाचून एॅरोबिक्सचा सराव आपणही सुरू केल्याचे एका बत्तीस वर्षांच्या, स्तनांचा कॅन्सर उलटल्याने केमोथेरपी घेत असलेल्या महिलेने मला कळवले.

शेवटी, मला अतिशय समाधान देणारी गोष्ट म्हणजे, ज्यांनी माझ्यावर उपचार केले त्या कॅन्सर तज्ज्ञांनी हे पुस्तक वाचल्यावर माझ्याशी संपर्क साधला आणि 'स्व-भूमी'चा दर्जा वाढवून त्यांच्या कॅन्सर वाढीचा वेग कसा मंदावता येईल यासाठी सर्वोत्तम उपाय कोणते हे विचारले.

ही आवृत्ती सादर करताना मला अतिशय आनंद होतो आहे व अभिमान वाटतो आहे. हे लेखन पुन्हा वाचणे आणि दुरुस्त करणे सहजसाध्य होते. अनेकदा मला असेही आढळले की एखाद्या विशिष्ट अभ्यासातील, कथेतील तपशील आपण विसरून गेलोय. या सगळ्यांच्या पुनर्वाचनामुळे मला संपूर्ण स्वास्थ्याच्या दिशेने वाटचाल करण्यासाठी प्रोत्साहन मिळाले. तुम्हालाही ते मिळावे यासाठी मन:पूर्वक शुभेच्छा!!!

डॉ. डेव्हिड सर्व्हन-श्रायबर

अनुवादिकेचे मनोगत

दोन-सव्वादोन वर्षांपूर्वी कॅन्सरशी थेट भेट झाली. चौथ्या टप्प्यावर पोहोचलेला फेलोपीन ट्यूबचा फार क्वचित आढळणारा कॅन्सर. तोपर्यंत पत्रकार असूनही कॅन्सर हा विषय कधी वाटेत आला नव्हता. एखाद-दुसरी संशोधनविषयक बातमी, परिचयातील कोणालातरी कॅन्सर झाल्याची चर्चा या पलीकडे या विषयाची ओळख नव्हती. कदाचित त्यामुळेही असेल पण या रोगाचे गांभीर्य, त्याचा विलक्षण लहरीपणा, उपचारांचे साईड इफेक्ट्स्, त्यातील असह्य वेदना हे काहीही परिचयाचे नव्हते. उपचारादरम्यान जे जे समोर आले, घडत गेले ते सगळेच माझ्या दृष्टीने पूर्णपणे अपरिचित होते. आता दोन वर्षांनंतर हे सगळे आठवते आणि हॉस्पिटलमध्ये कॅन्सर रुग्णांना भेटण्यासाठी जाते तेव्हा काय जाणवते?

कॅन्सरचा स्वीकार हा टप्पा रुग्णांना सर्वाधिक अवघड जातो! किती अवघड? त्या टप्प्यावरून पाऊल पुढे पडतच नाही इतका अवघड! 'मलाच का ही शिक्षा?' 'देव-धर्म, पूजा-पाठ, व्रतवैकल्य काहीही चुकवलं नाही तरी माझ्या नशिबी हे का?' हे किंवा असे प्रश्न दहापैकी नऊ रुग्ण स्वत:ला विचारतात. स्वत:ला, स्वत:च्या नशिबाला दोष देतात. आप्तांपासून हा रोग लपवतात. स्वत:चे तोंड लपवतात. आणखी कितीतरी. या लपाछपीत आणि नशिबाला बोल लावण्याच्या खेळात उपचारांकडे अनेकदा दुर्लक्ष होते. आणि त्यापेक्षाही महत्त्वाचे म्हणजे उपचारांच्या पुढे असणाऱ्या हिलिंगच्या (healing) प्रक्रियेचा तर विचारसुद्धा मनात येत नाही. उपचार, मग ते केमोथेरपी असो वा रेडिएशन असो, हे त्या रोगावर इलाज करतात. पण रोग बरा होणं आणि आपण स्वत: बरे होणं या दोन वेगळ्या प्रक्रिया आहेत. रोग बरा होण्यासाठी औषधोपचार लागतो. आपण बरे होण्यासाठी पूर्ववत उत्साही, उर्जावान होण्यासाठी कशाची गरज असते?

या मुद्द्याचा व त्या अनुषंगाने येणाऱ्या अन्य बाबींचा विचार या पुस्तकात लेखक डॉ. श्रायबर यांनी केला आहे. गंभीर स्वरूपाच्या ब्रेन ट्यूमरला आणि तो परत दुसऱ्यांदा उद्‌भवण्याच्या संकटाला तोंड देणाऱ्या या डॉक्टरने स्वत:च्या आजारपणानंतर कॅन्सर चहू अंगाने, विविध पातळ्यांवर जाणून घेण्याचा प्रयत्न केला. या रोगाविषयी झालेली व चालू असलेली विविध संशोधने व त्यांचे निष्कर्ष, कॅन्सर व आहार, विविध देशांच्या आहार पद्धती, जीवनशैली व त्यातील ताण, मानवी नातेसंबंध, व्यायाम, प्राणायाम, मेडिटेशन अशा कित्येक गोष्टींचा अभ्यास करून हे पुस्तक मग त्यांनी लिहिले. त्यामुळे ते केवळ कॅन्सर रुग्णांपुरते उरलेले नाही. लेखकाने या पुस्तकात वेळोवेळी उपस्थित केलेला एक प्रश्न खूप महत्त्वाचा आहे आणि तो म्हणजे, 'तुमची 'स्वभूमी' (terrain) तुम्ही जाणता का?' ही स्वभूमी म्हणजे अर्थातच स्वत:चे शरीर.

रोगातून बरे होण्यासाठी गोळ्या-इंजेक्शन्स व उपचार लागतात आणि स्वत:ला बरे, पूर्ववत करण्यासाठी 'स्वभूमी' जाणून तिच्याशी संवाद करावा लागतो! या स्वभूमीकडून वेळोवेळी मिळणारे इशारे ऐकावे लागतात. त्याकडे लक्ष द्यावे लागते. हे किती जण जाणतात? समजून घेतात? या दुर्लक्षाची जी किंमत चुकवावी लागते तिची भरपाई होणे अशक्य! डॉ. श्रायबर हे सांगू इच्छित आहेत.

निरोगी आणि आनंदी जीवन जगू इच्छिणाऱ्या प्रत्येकासाठी या पुस्तकात काही ना काही संदेश नक्की आहे. आशिया खंडातील आहारपद्धती, प्राणायाम, योग, जप या गोष्टींचा आग्रह डॉ. श्रायबर धरतात. भारतीयांना त्या नवीन नाहीत पण जीवन संघर्षात धावताना त्याचा हात आपल्या हातून सुटून गेलाय हे मात्र नक्की. हे वास्तव नक्कीच बदलायला हवे.

या पुस्तकाच्या अनुवादाने एक वेगळा आनंद मला दिला. स्वत:च्या शरीराकडे, त्यातील व्यवहारांकडे आणि आजाराकडे बघण्याची जी समज मला माझ्या उपचारादरम्यान मिळाली ती या अनुवादामुळे अधिक गहिरी झाली. नाशिकमधील क्युरी मानवता कॅन्सर सेंटरमधील कॅन्सरग्रस्त रुग्णांशी बोलताना (त्याला मी समुपदेशन म्हणण्याचे धाडस करणार नाही!) या अनुवादाच्या अनुभवाचा खूप फायदा होतो. ज्या प्राणायामाने व उपासनांनी मला कॅन्सरमधून बाहेर येण्यासाठी मदत केली त्याचा उल्लेख या पुस्तकात वाचताना भारतीय भूमीतील शहाणपणाचा अनेकदा अभिमान वाटला पण रुग्ण झाल्याखेरीज सर्वसामान्यत: कोणी त्याकडे वळत नाही याबद्दल खेदही वाटला; वाटतोय.

अनुवादाचे काम एका टप्प्यावर असताना जाणवले वैद्यकीय ज्ञान या अनुवादाच्या प्रक्रियेत गरजेचे आहेच. त्यानंतर डॉ. चंद्रकांत संकलेचा हा अतिशय अभ्यासू व जाणकार मित्र या प्रक्रियेत सहभागी झाला. त्यांच्यामुळे या कामाला अधिक वेग

आला. अनघा शिरवाडकर या आहारतज्ज्ञ मैत्रिणीची मदत पुस्तकातील आहारविषयक लेखनात खूप मोलाची झाली. पती राजन आणि मुले सागर व चैतन्य हे नेहमीचे हक्काचे श्रोते! तर 'मेहता पब्लिशिंग हाऊस'मधील मैत्रिणी राजश्री देशमुख व रश्मी या प्रत्येक पुस्तकासाठी 'त्रास सोसणाऱ्या' म्हणून त्यांचा उल्लेख हवाच. ज्या रोगाचे नाव जाहीरपणे घ्यायला अजून आपण बिचकतो त्या कॅन्सरवरील पुस्तक अनुवादासाठी हातात ठेवणाऱ्या श्री. सुनील मेहता यांचे आभार मानायलाच हवेत!

या पुस्तकाच्या वाचनाने एका कॅन्सररुग्णाचे जरी मनोबल उंचावले आणि लढण्याची जिद्द प्रखर झाली तरी या पुस्तकाचे सार्थक झाले!

वन्दना अत्रे

दोन शब्द

आधुनिक वैद्यकाने कितीही प्रगती केली असली, तरी कॅन्सर हा विकार आजही असाध्य समजला जातो. कारण मानसिक व शारीरिकदृष्ट्या रुग्णावर मोठा आघात करणाऱ्या या आजारावर, अजून तरी 'रामबाण' उपाय सापडलेला नाही.

असे असले तरीही शस्त्रक्रिया, किरणोपचार (रेडिएशन) व केमोथेरपी यांच्या सहाय्याने बहुतेक रुग्ण बरे होतात. मात्र आजच्या उपचार पद्धतीत तंत्रज्ञानाला अतिमहत्त्व आल्याने डॉक्टरांची विचारसरणी देखील 'यांत्रिक' झाल्याचा आरोप केला जातो. या उपचार पद्धतीमुळे कधीकधी उपायाइतकाच अपायही होतो. पण त्यापेक्षा महत्त्वाचे म्हणजे रुग्णाच्या भावनिक व मानसिक गरजांकडे पुरेशा गांभीर्याने लक्ष दिले जात नाही. अनेकदा त्यामुळे वेदनांशी व अपरिहार्य असेल तर मृत्यूशी सामना करण्याची रुग्णाची क्षमता खालावते. या पुस्तकाचे महत्त्व अशा वेळी प्रकर्षाने जाणवते.

कॅन्सर होण्याचे कारण काय असावे याविषयी माणसाला फार प्राचीन काळापासून कुतूहल आहे. सतराव्या शतकात ॲसिली या इटालियन शास्त्रज्ञाने लिम्फमुळे कॅन्सर उद्भवतो असे सांगितले. एकोणिसाव्या शतकात ब्लास्टिमा या पोषक द्रावात विकृती आल्यास कॅन्सर होतो अशी समजूत होती. एकोणिसाव्या शतकाच्या शेवटी व विसाव्या शतकाच्या सुरुवातीला विलहेल्म वाल्डेयर याने कॅन्सरविषयी काही मूलभूत संकल्पना मांडल्या. त्याने सिद्ध केले की पेशींच्या विभाजनातून कॅन्सरपेशी निर्माण होतात. या पेशी रक्त व लिम्फ याद्वारे पसरतात ही संकल्पना त्याचीच!

विसाव्या शतकात अर्बुद-विज्ञान (ऑन्कॉलॉजी) ही वैद्यकाची एक शाखाच उदयास आली व कॅन्सर या विषयावर प्रचंड संशोधन झाले. कॅन्सर जनुके व विषाणू

यांचा परस्पर संबंध असतो हे १९६० च्या दशकात खात्रीलायकरित्या सिद्ध झाले.

कॅन्सरचे प्राथमिक अवस्थेत निदान कसे करावे, या विषयीदेखील मोठ्या प्रमाणावर संशोधन झाले आहे, त्यात नित्य नवी भर पडत आहे. यात ट्यूमर मार्कर्स व इन्फ्रारेड किरण यांचा प्रामुख्याने समावेश होतो.

कॅन्सर उपचारातही नव्याने संशोधन होत आहे. शस्त्रक्रिया ही सर्व रुग्णांना बरे करू शकत नाही हे वैद्यकशास्त्राला ठाऊक होते. या शस्त्रक्रियांचा प्रारंभ बिलरॉथ याने एकोणिसाव्या शतकाच्या मध्यावर केला. पुढे किरणोत्सारी पदार्थांचा शोध लागल्यावर १९१० च्या दशकात त्यांचा वापर कॅन्सर उपचारासाठी करण्यात येऊ लागला. केमोथेरपीचा पहिल्यांदा उपयोग करण्याचा मान पॉल अर्लिशकडे जातो.

प्रस्तुत पुस्तकाचा लेखक, डेव्हिड श्रायबर हा आधुनिक वैद्यकशास्त्रातला संशोधक आहे. त्याला स्वत:ला कॅन्सर झाल्यावर व उपचारानंतरही तो उलटल्यावर (relapse) त्याने कॅन्सर होण्याची, वाढण्याची व न वाढण्याची कारणे यावर सखोल संशोधन केले. या अभ्यासादरम्यान अनेक धक्कादायक बाबी उघड झाल्या. कॅन्सर वाढीवर परिणाम करणाऱ्या घटकांमध्ये 'जीवनशैली' हा सर्वाधिक महत्त्वाचा घटक आहे हे त्याला आढळले व दक्षिण आशियाई – भारतीय – जीवनशैली ही उत्कृष्ट आहे याबद्दलही त्याची खात्री पटली.

पारंपरिक उपचार शैलींचा (alternative medicine) अवलंब करताना त्याने केमोथेरपी व आधुनिक वैद्यकोपचार चालूच ठेवले आणि हीच गोष्ट महत्त्वाची आहे. रुग्णाला एक माणूस, म्हणून कुटुंबाचा एक घटक म्हणून, समाजाचा घटक म्हणून समजून घेतले, त्याच्याशी भावनिक नाते प्रस्थापित केले, तर उपचारांचा लाभ कितीतरी अधिक प्रमाणात होतो हा महत्त्वाचा संदेश हे पुस्तक आपल्याला देते.

हे भावनिक संबंध कसे प्रस्थापित करावेत याचे सविस्तर शिक्षणच हे पुस्तक देते. त्यादृष्टीने डॉक्टरांनाही हे पुस्तक उपयुक्त ठरावे. कारण कॅन्सरवर उपाय नाही, वेदनामय मृत्यूला पर्याय नाही, या विचारांचा पगडा रुग्णांप्रमाणे डॉक्टरांवरही आहे.

या पुस्तकातील बहुतेक निष्कर्ष हे संशोधनाअंती सिद्ध झालेले व आधुनिक तपासण्यांच्या कसोटीस उतरलेले आहेत. येथे सुचवलेल्या उपचारांनी व जीवनशैलीतील बदलांनी कॅन्सर रुग्णांच्या आयुष्यमानात वाढ होईल, उर्वरित आयुष्याचा दर्जा सुधारेल याविषयी विश्वास वाटतो.

आपण सध्या पाश्चात्य जीवनशैलीचे अनुकरण करण्यात मग्न आहोत. पन्नासच्या दशकानंतर विकसित राष्ट्रांमध्ये कॅन्सरचे प्रमाण लक्षणीयरित्या वाढले. आपला देश/समाज आज त्याच उंबरठ्यावर उभा आहे, म्हणून या पुस्तकाचे भाषांतर होणे व ते जास्तीत जास्त लोकांपर्यंत पोहोचणे महत्त्वाचे आहे.

हे पुस्तक कोणासाठी आहे? तर रुग्णांबरोबर ते डॉक्टरांसाठीही उपयुक्त आहे

आणि डॉक्टर म्हणजे केवळ कॅन्सरतज्ज्ञ नाही, तर सर्व शाखांच्या डॉक्टरांनी हे पुस्तक आवर्जून वाचावे असे आहे. कोणत्याही आजारात रोगामध्ये केवळ शरीरावर उपचार पुरेसे नसतात. मनाची आणि सकारात्मक विचारसरणीची एक भक्कम साथ या उपचारांना लागते. त्यासाठी लेखकाने सुचवलेले ध्यानधारणेसारखे उपाय हे भारतीय मातीतील आहेत हे वेगळे सांगायला नको. या पुस्तकाचा अनुवाद आम्ही दोघांनी केला. सुरुवातीला वैद्यकीय संज्ञांना मराठी प्रतिशब्द सांगण्यापुरता असलेला माझा सहभाग पुढे सहअनुवादक होण्यापर्यंत वाढला. याचे संपूर्ण श्रेय ज्येष्ठ पत्रकार वन्दना अत्रे यांचे आहे. त्यांनी संधी तर दिलीच, वेळोवेळी प्रोत्साहनही दिले.

आधुनिक जीवनशैलीचा शाप म्हणून आज मोठ्या प्रमाणात कॅन्सर आपल्यासमोर येत आहे. अमेरिकेत मूळ इंग्लिश पुस्तकाच्या दहा लाखांहून अधिक प्रती खपल्या यावरून या विकाराचे गांभीर्य लक्षात येऊ शकते. पण एका हातात आधुनिक उपचार आणि दुसऱ्या हातात मानसिक संतुलन शिकवणारे पारंपरिक भारतीय शिक्षण, या दोघांचा मेळ साधल्यास कॅन्सरशी सामना करणे तुलनेने सोपे जाते, ही दृष्टी देणाऱ्या पुस्तकाचा अनुवाद करायला मिळाला याचा मला अतिशय आनंद आहे. या पुस्तकाने मला खूप शिकवले, अंतर्मुख केले, परिचयातील अन्य कॅन्सर रुग्णांशी बोलायला प्रवृत्त केले. हाच अनुभव वाचकांनाही मिळेल असा विश्वास आहे. या पुस्तकाचे हे सामर्थ्य लक्षात घेता कॅन्सरेतर विकाराने आजारी रुग्ण आणि स्वतःच्या आरोग्याकडे जागरूकतेने बघणारे, बघू इच्छिणारे वाचक, या सगळ्यांनी हे पुस्तक आवर्जून वाचावे असे सुचवावेसे वाटते.

या अनुवादासाठी डॉ. शशांक कुलकर्णी व पत्नी डॉ. सुनीता यांची विशेष मदत झाली.

डॉ. चंद्रकांत संकलेचा, एम.डी. (स्त्रीरोग व प्रसुतीशास्त्र)
नाशिक

अनुक्रमणिका

१.
एक गोष्ट

पीट्सबर्गमध्ये मी सात वर्षे मुक्कामाला होतो आणि माझा मूळ देश सोडून मला जवळजवळ दहा वर्षे उलटली होती. मज्जातंतू शास्त्रावर डॉक्टरेट करण्यासाठी माझे संशोधन सुरू होते. त्याचबरोबर मानसरोगतज्ज्ञ म्हणून माझी उमेदवारी (इन्टर्नशिप) सुरू होती. मेंदूची विविध कार्य प्रत्यक्ष चालू असताना त्याच्या प्रतिमा घेण्याची प्रयोगशाळा मी माझा मित्र जोनाथन कोहेन याच्याबरोबर चालवित होतो. या प्रयोगशाळेसाठी आम्हाला नॅशनल इन्स्टिटय़ूट ऑफ हेल्थ तर्फे अर्थसाहाय्य मिळाले होते. मेंदूच्या कार्याबरोबर विचार करण्याच्या प्रक्रियेची सांगड घालून ती समजून घेणे, हे आमचे उद्दिष्ट होते. या संशोधनाचे फलित काय असेल याची मी कधी कल्पनाही केली नव्हती. आणि ते होते, माझा स्वत:चा आजार!

जोनाथनचे आणि माझे नाते खूप जिव्हाळ्याचे होते. आम्ही दोघेही मानसरोगशास्त्रामध्ये विशेष शिक्षण घेत होतो. पीट्सबर्गमध्ये आम्ही दोघांनी एकत्रच डॉक्टरेटसाठी नावनोंदणी केली. तो सॅनफ्रान्सिस्कोमार्गे न्यूयॉर्कच्या बहुपेडी समाजातून आला होता तर मी मॉन्ट्रियलमार्गे पॅरिसहून दाखल झालो होतो. आम्हाला दोघांनाही नवख्या असलेल्या, पण अमेरिकेच्या मध्यभागी असलेल्या पीट्सबर्ग नावाच्या काहीशा एकाकी गावात आम्ही दोघे एकमेकांना भेटलो. मेंदूच्या अगदी टोकाच्या भागाचे कार्य या विषयावरील आमचा एक शोधनिबंध 'सायकॉलॉजिकल रिव्ह्यू' या प्रतिष्ठित नियतकालिकात नुकताच प्रसिद्ध झाला होता. आत्तापर्यंत फारसे संशोधन न झालेल्या मेंदूच्या या भागावरील या शोधनिबंधामुळे आम्ही भूतकाळातील जाणीव आणि भविष्य यातील दुवा जोडू शकलो. मेंदूच्या कार्याची हुबेहूब प्रतिकृती संगणकावर तयार करता आल्याने आम्ही मानसशास्त्रात एक नवा सिद्धांत मांडू शकलो. या शोधनिबंधाची खूप चर्चा झाल्याने आम्ही विद्यार्थी असून सुद्धा आम्हाला सरकारकडून अनुदान मिळाले आणि आम्ही प्रयोगशाळा उभारू शकलो.

या क्षेत्रात पुढे जायचे असेल तर संगणकीय प्रतिकृती पुरेशा नाहीत असे जोनाथनचे मत होते. एमआरआय (MRI) सारखे अत्यंत आधुनिक तंत्रज्ञान वापरून मेंदूच्या कार्याचे थेट निरीक्षण करून आम्हाला आमचे सिद्धांत तपासून

बघणे गरजेचे होते. त्यावेळी एमआरआय तंत्र नुकतेच प्रचलित झाले होते. पण फक्त अत्याधुनिक अशा संशोधन केंद्रांमध्येच उच्च श्रेणीची अचूकता असलेले स्कॅनर्स होते. हॉस्पिटलमध्ये स्कॅनर्स असणे ही बाब दुर्मीळ नव्हती, पण त्या स्कॅनर्सची अचूकता कमी होती. आमच्या संशोधनाचे जे उद्दिष्ट होते त्या, मेंदूच्या अगदी पुढच्या टोकाचे कार्य हॉस्पिटलच्या स्कॅनरवर तपासणे शक्यच नव्हते. मेंदूतील दृष्टीजाणिवेचे केंद्र काम करीत असताना अभ्यासणे तुलनेने सोपे, आहे पण मेंदूच्या टोकाचा भाग प्रत्यक्ष कार्य करीत असताना अभ्यासणे अतिशय अवघड आहे. या भागाच्या प्रत्यक्ष काम करतानाच्या प्रतिमा एमआरआय स्कॅनरवर दिसण्यासाठी अनेक गुंतागुंतीच्या क्रिया शोधून काढाव्या लागल्या. या आव्हानावर मात करण्यासाठी डग नावाच्या, एमआरआय तंत्रात विशेष प्रशिक्षण घेणाऱ्या, तरुण डॉक्टरने प्रतिमा घेण्यासाठी एक नवीन पद्धत वापरण्याची कल्पना मांडली. आम्हाला आमच्या कल्पना तपासून बघण्यासाठी हॉस्पिटलचा स्कॅनर, कामाच्या वेळा संपल्यावर, म्हणजे रात्री आठ ते अकरा या वेळात आम्हाला भाड्याने देण्याचे हॉस्पिटलने मान्य केले.

डगने जोनाथनसमवेत काही पद्धती निश्चित केल्या, तर मी मेंदूच्या त्या भागाला अधिकाधिक उद्दीपित करणारी मानसिक कार्यं शोधून काढली होती. अनेक अपयशांनंतर अखेर मेंदूच्या त्या सुप्रसिद्ध, पुढच्या टोकाच्या प्रतिमा प्रत्यक्ष कार्य करीत असताना मिळवण्यात आम्हाला यश आले! हा आमच्यासाठी एक अद्‌भुत क्षण होता. आमच्या अविश्रांत संशोधनाचे एक मधुर फळ होते. शिवाय आमच्या मैत्रीचे गहिरे रंग त्यामध्ये असल्याने आमच्यासाठी फार विशेष होते.

या यशानंतर एक प्रकारचा उद्धटपणा आमच्यात आला होता असे आता जाणवते. आम्ही तिघेही जेमतेम तिशीतले होतो. नुकतीच आम्हाला पीएच.डी. मिळाली होती. आणि एक प्रयोगशाळा आमच्या ताब्यात होती! प्रत्येकाच्या मनात कुतूहल निर्माण करणाऱ्या आमच्या सिद्धांतामुळे मी आणि जोनाथन अमेरिकेतील मानसशास्त्र जगतातील झगमगते, उगवते तारे बनलो होतो. इतरांना अपरिचित असणाऱ्या अत्याधुनिक तंत्रज्ञानावर आम्ही हुकमत मिळवली होती. चेतापेशीच्या जाळ्याची संगणकीय प्रतिकृती आणि प्रत्यक्ष कार्यरत मेंदूच्या एमआरआय प्रतिमा घेण्याचे तंत्र विद्यापीठातील मानसरोग तज्ज्ञांनाही अजून फारसे परिचित नव्हते. त्यावर्षी मला आणि जोनाथनला प्रो. विल्डॉश या आघाडीच्या फ्रेंच मानसशास्त्रज्ञाने पॅरिसमधील ला सॅलपॅत्रिए या हॉस्पिटलमध्ये एक परिसंवाद घेण्यासाठी आमंत्रित केले. याच हॉस्पिटलमध्ये चारकोट बरोबर फ्रॉईडने अभ्यास केला होता. चेतापेशींच्या जाळ्याच्या संगणकीय प्रतिकृतींचा उपयोग मानसशास्त्रीय व शरीराची अनैसर्गिक कार्यपद्धती समजून घेण्यासाठी कसा होऊ शकतो हे आम्ही या परिसंवादात फ्रेंच

मानसरोगतज्ज्ञ आणि मज्जातंतू तज्ज्ञ यांना समजावून सांगत होतो. ऐन तिशीत एवढी कारणे उद्धटपणा येण्यास पुरेशी होती!

आयुष्य मी सर्वार्थाने जगत होतो. ते आयुष्य आज मात्र मला अनोळखी वाटते आहे. यशाची खात्री असल्याने आणि मी ज्या शास्त्राचा अभ्यास करत होतो त्याबद्दल विश्वास असल्याने, रुग्णांशी संपर्क ठेवण्यास मी फारसा उत्सुक नव्हतो. मी माझ्या संशोधन प्रयोगशाळेत आणि मानसरोगतज्ज्ञ म्हणून उमेदवारीत एवढा व्यग्र होतो की क्लिनिकल काम शक्य तेवढे कमी करीत होतो. प्रशिक्षण कार्यक्रमात एका विशिष्ट क्रमाने काम करण्याबाबत मला विचारण्यात आले होते. पण अन्य सर्व निवासी डॉक्टरांप्रमाणे मीही त्यास फार उत्सुक नव्हतो. एकतर त्यामध्ये काम भरपूर होते आणि ते मानसरोगशास्त्राशी थेट निगडित नव्हते. ते काम सहा महिने चालणार होते आणि त्यात काही शारीरिक व्याधींमुळे हॉस्पिटलमध्ये दाखल झालेल्या रुग्णांच्या मानसिक समस्यांची काळजी घ्यायची होती. हृदयावर शस्त्रक्रिया, यकृत पुनर्रोपण किंवा कॅन्सर अशा वेगवेगळ्या व्याधींनी हे रुग्ण त्रस्त होते. पण ज्यायोगे माझ्या प्रयोगशाळेत मला काम करता येणार नाही, असे कोणतेही काम करण्याची माझी इच्छा नव्हती. याशिवाय, विविध वैद्यकीय समस्या असलेल्या त्या लोकांमध्ये मला रस नव्हता. मला मेंदूवर संशोधन करायचे होते, शोधनिबंध लिहायचे होते, परिषदांमध्ये भाषणे द्यायची होती, ज्ञान अधिकाधिक विकसित व्हावे यासाठी योगदान द्यायचे होते.

एकच वर्षापूर्वी मी, 'डॉक्टर्स विदाऊट बॉर्डर' या संस्थेतर्फे स्वयंसेवक म्हणून इराकमध्ये गेलो होतो. तेथील भयावह परिस्थितीचा मी साक्षीदार होतो आणि लोकांच्या वेदना कमी व्हाव्या म्हणून दिवसेंदिवस स्वतःला त्या कामात झोकून दिले होते, पण त्या अनुभवाने माझ्या हाती फारसे काही लागले नव्हते. त्यामुळे पीट्सबर्गच्या हॉस्पिटलमध्ये तेच काम पुन्हा करण्याची माझी फारशी इच्छा नव्हती. माझ्या दृष्टीने ही जणू दोन वेगळी विश्वे होती. आणि त्यापेक्षाही महत्त्वाचे म्हणजे, मी तरुण आणि महत्त्वाकांक्षी होतो.

घटस्फोटाच्या विदारक अनुभवातून मी नुकताच सावरत होतो. माझ्या आयुष्यात कामाला असलेले विलक्षण महत्त्व हे या घटस्फोटास निश्चितच कारणीभूत होते. करिअरसाठी पीट्सबर्गला जाऊन राहण्याचा माझा निर्णय माझ्या पत्नीला अजिबात मंजूर नव्हता. हे आमच्या विभक्त होण्यामागचे एक कारण होते.

माझ्या पत्नीला फ्रान्सला परत जायचे होते किंवा न्यूयॉर्कसारख्या शहरात राहायचे होते. किंबहुना ते तिला अधिक आवडले असते. पण माझ्यासाठी पीट्सबर्गमध्ये राहणे महत्त्वाचे होते, कारण माझ्या करिअरला तेथून अधिक लवकर गती मिळणे शक्य होते. शिवाय मला माझी प्रयोगशाळा आणि सहकारी यांना सोडण्याची इच्छा

नव्हती. अखेरीस न्यायाधीशासमोर आम्ही एकमेकांचा निरोप घेतला आणि एक वर्षभर मी एक बेडरूम व अभ्यासाची खोली असलेल्या माझ्या घरात एकटा राहिलो.

ख्रिसमस आणि नवीन वर्षाच्या सुट्टीनिमित्त हॉस्पिटल अक्षरश: ओस पडलेले असताना, एक दिवस मी कॅफेटेरियात एका तरुण स्त्रीला 'बॉडेले' वाचताना बघितले. ऐन दुपारच्या जेवणाच्या वेळेला १९ व्या शतकातील फ्रेंच कवीच्या कविता वाचणारे कोणीतरी भेटणे, हे अमेरिकेतील अतिशय दुर्मीळ दृश्य. मी तिच्या टेबलाजवळच्या खुर्चीवर बसलो. मोठ्ठे काळेभोर डोळे आणि गालावर उंचवटे असलेली ती एक रशियन तरुणी होती. तिच्या देहबोलीतून तिचा अबोल आणि फटकळ स्वभाव व्यक्त होत होता. काही वेळा ती एकदम बोलणे बंद करून मला संभ्रमात टाकायची. याबद्दल विचारल्यावर ती उत्तर द्यायची, तू आत्ता जे म्हणालास त्यातील प्रामणिकपणा मी पडताळून बघतेय. मला हसू येई. असे कोणीतरी पडताळून बघते आहे हे मला मनापासून आवडत असे. ॲना आणि माझ्या नात्याची ही सुरुवात होती. ते फुलायला वेळ लागला. पण मला त्याची घाई नव्हती आणि तिलाही!

सहा महिन्यांनंतर उन्हाळ्यात मी सॅनफ्रान्सिस्को येथे कॅलिफोर्निया विद्यापीठात सायकोफारमॅकॉलॉजी प्रयोगशाळेत काम करण्यासाठी गेलो. त्या प्रयोगशाळेचा प्रमुख निवृत्त होण्याच्या मार्गावर होता आणि मी ती जबाबदारी स्वीकारावी अशी त्याची मनोमन इच्छा होती. सॅनफ्रान्सिस्कोमध्ये मला कोणी आवडल्यास आपल्या नात्याला पूर्णविराम मिळेल, असे जाताना मी ॲनाला सांगितल्याचे मला स्मरते आहे. तिच्या बाबतीतही असे घडले तरी मला वाईट वाटणार नाही हेही मी तिला स्पष्ट केले. यामुळे ॲना दुखावली गेली असे मला वाटते, पण मला कोणतीही संदिग्धता नको होती. सप्टेंबरमध्ये मी पीट्सबर्गला परत आल्यावर ॲना माझ्या छोट्याशा घरात माझ्याबरोबर राहण्यासाठी आली. आमच्यामध्ये काही नाजूक बंध निर्माण होत होते आणि त्यामुळे मी खूश होतो. अर्थात तरीही, हे नाते कोणत्या दिशेने प्रवास करते आहे याबद्दल मी साशंक होतो. फार सतर्क होतो. कारण अजून माझ्या घटस्फोटाच्या जखमा ताज्या होत्या. पण आयुष्यातील उमेद वाढली होती. ऑक्टोबरमध्ये वसंत ऋतूमध्ये आम्ही एकमेकांसोबत काढलेले भारतातील दोन आठवडे अद्‌भुत होते. 'डॉक्टर्स विदाऊट बॉर्डर' या संस्थेतील अनुभवांवर आधारित चित्रपटाची पटकथा मी लिहित होतो. ॲना कविता लिहित होती. मी तिच्या प्रेमात गुंतत होतो आणि असे सगळे चांगले घडत असताना माझ्या आयुष्याने झपकन एक अनपेक्षित वळण घेतले.

ऑक्टोबर महिन्यातील पीट्सबर्गमधील ती सोनेरी संध्याकाळ मला अजून स्मरते आहे. शिशिरातील पानगळ सुरू झाल्याने रस्त्याच्या दोन्ही बाजूला तांबूस

पानांचा सडा पडला होता. मी मोटरसायकलवरून एमआरआय सेंटरकडे निघालो होतो. स्वत:वर प्रयोग करून घेण्यास तयार असलेल्या विद्यार्थ्यांवरील एका सत्रासाठी जोनाथन आणि डग मला तेथे भेटणार होते. अगदी कमी पैशात आमचे हे विद्यार्थी स्कॅनरसमोर उभे राहिले होते आणि आम्हाला हवी ती 'मानसिक कामगिरी' आम्ही त्यांच्याकडून करून घेत होतो. आमच्या प्रयोगाबद्दल त्यांना उत्सुकता होतीच, शिवाय प्रयोग संपल्यानंतर आपल्या मेंदूची एक डिजिटल प्रतिमा मिळून ती आपल्या स्वत:च्या संगणकावर राखून ठेवता येईल अशी अपेक्षा त्यांना होती. आठच्या सुमारास पहिला विद्यार्थी आला. नऊ ते दहाच्या सुमारास दुसऱ्यावर प्रयोग करण्यात येणार होते, तो अजून आला नव्हता. अखेरीस, दीर्घ प्रतीक्षेनंतर त्याच्याऐवजी मला स्कॅनरपुढे जायला आवडेल का असा सवाल जोनाथन आणि डगने मला करताच मी सहजपणे त्यास तयार झालो, कारण आम्हा तिघांपैकी मलाच त्यातल्या त्यात कमी तांत्रिक ज्ञान होते ना! मी स्कॅनरपुढे आडवा पडलो. त्या अरुंद नळीत माझे हात माझ्या शरीराभोवती घट्ट ठेवले गेले, थडग्यात ठेवतात तसे! स्कॅनरच्या त्या अरुंद पोकळीत जाणे अनेकांना असह्य होते. १० ते १५ टक्के रुग्णांना बंद जागेची एवढी भीती वाटत असते की ते एमआरआयला तोंड देऊच शकत नाहीत.

...तर मी स्कॅनरपुढे होतो. नेहमीप्रमाणे स्कॅनरपुढील व्यक्तीच्या मेंदूची रचना समजून घेण्यासाठी लागणाऱ्या विविध प्रतिमा घेणे सुरू झाले. चेहऱ्याप्रमाणे प्रत्येकाचा मेंदूही वेगवेगळा असतो. कोणतीही मापे घेण्यापूर्वी, विश्रांतीच्या अवस्थेत असलेल्या मेंदूचा नकाशा, ज्याला रचनादर्शक आकृती म्हणता येईल, घेणे गरजेचे असते. याची तुलना मग मानसिक कामगिरी चालू असताना घेतलेल्या प्रतिमांशी केली जाते. या सगळ्या प्रक्रियेत तो स्कॅनर, जमिनीवर धातूची एखादी वस्तू आपटल्यावर येतो तसा आवाज करीत असतो. मेंदूच्या चुंबकीय क्षेत्रामध्ये बदल घडवण्यासाठी वेगाने सुरू व बंद होणाऱ्या इलेक्ट्रॉनिक चुंबकाच्या हालचालीसारखे हे घडत असते. मेंदूची रचनादर्शक प्रतिमा घ्यायची आहे की कार्यरत असताना प्रतिमा घ्यायची आहे, यावर त्या आवाजाचा वेग अवलंबून असतो. मला जे ऐकू येत होते त्यावरून जोनाथन आणि डग माझ्या मेंदूच्या रचनादर्शक प्रतिमा घेत होते हे मला समजत होते.

दहा मिनिटांत ते काम संपले. आता, मेंदूच्या पुढच्या टोकाला उद्दीपित करण्यासाठी जी मानसिक कामे आम्ही निश्चित केली होती, ती माझ्या डोळ्यांसमोर असलेल्या छोट्या पडद्यावर येण्याची मी वाट बघत होतो. किंबहुना ते आमच्या या प्रयोगाचे उद्दिष्ट होते. पडद्यावर वेगाने सरकणाऱ्या अक्षरांपैकी एकाच अक्षराची पुनरावृत्ती होताच बटण दाबण्याची क्रिया अंतर्भूत होती. पडद्यावरून अंतर्धान

पावलेली अक्षरे काही सेकंद लक्षात राहण्यासाठी मेंदूच्या पुढच्या टोकाचा भाग सक्रिय होतो. यामुळे अंतर्धान पावलेली अक्षरे व त्यानंतर येणारी अक्षरे यांची तुलना करता येते. जोनाथनकडून ती कामगिरी येण्याची आणि मेंदूच्या क्रियेची नोंद घेणाऱ्या स्कॅनरच्या आवाजाची मी वाट बघत होतो. पण यापैकी काहीच घडेना. नेमके काय घडतेय हेच मला कळत नव्हते. जोनाथन आणि डग दोघेही नियंत्रण कक्षामधील संरक्षक काचेमागे होते आणि त्यांच्याशी इंटरकॉमद्वारेच संवाद साधणे शक्य होते. तेवढ्यात माझ्या हेडफोनवर मला आवाज ऐकू आला. ''डेव्हिड, काहीतरी घोटाळा झालाय. प्रतिमांमध्ये काहीतरी गडबड झालीय. हे काम पुन्हा करावे लागेल.'' ठीक आहे. मी वाट बघू लागलो.

आम्ही पुन्हा तेच काम सुरू केले. रचनादर्शक प्रतिमा घेण्यासाठी आम्ही आणखी दहा मिनिटे घालवली आणि पुन्हा 'मानसिक कामगिरी' करण्याची वेळ आली. मी वाट बघत होतो. तेवढ्यात जोनाथनचा आवाज कानी पडला, ''हे बघ, काहीतरी गडबड आहे. आम्हीच तिकडे येतो.'' ते दोघेही स्कॅनरच्या खोलीत आले आणि मी ज्या टेबलावर आडवा झोपलो होतो ते टेबल त्यांनी स्कॅनरपासून दूर केले. त्या अरुंद पोकळीतून बाहेर येताना मला त्यांच्या चेहऱ्यावर काही वेगळेच भाव दिसत होते. माझ्या खांद्यावर हात ठेवीत जोनाथन म्हणाला, ''आपण हा प्रयोग नाही करू शकणार. तुझ्या मेंदूमध्ये काहीतरी गडबड आहे.'' संगणकावर नोंदवल्या गेलेल्या माझ्या मेंदूच्या दोन प्रतिमा आता मला बघायच्या होत्या. मी रेडिओलॉजिस्ट नाही किंवा मज्जारज्जूतज्ज्ञही नाही, पण मी मेंदूच्या अनेक प्रतिमा बघितल्या आहेत. माझ्या मेंदूच्या टोकाकडील भागाच्या उजव्या भागात अक्रोडाच्या आकाराचा एक चेंडू दिसत होता. तो ज्या जागी होता ते बघता, शस्त्रक्रिया करून काढून टाकता येईल अशा निरुपद्रवी पेशींचा तो गोळा (ट्यूमर) नक्कीच नव्हता आणि पिट्युटरी ग्लँडवर उद्भवणारा अतिशय जहाल असा मेनिंगोमा अथवा ॲडिनोमाही नव्हता.

तो ज्या जागी वाढला होता त्यामुळे तो एकतर सिस्ट किंवा एड्ससारख्या विशिष्ट आजारामुळे जंतूसंसर्ग होऊन झालेल्या गळूप्रमाणे दिसत होता. पण माझे आरोग्य तर उत्तम होते. माझा व्यायाम भरपूर होता. स्क्वॅशच्या संघाचा मी कप्तान होतो. त्यामुळे ती शक्यता कमी वाटत होती.

आत्ता आम्हाला जे आढळले होते त्याचे गांभीर्य नाकारणे अशक्य होते...! रोगाच्या पुढील टप्प्यावर गेलेल्या मेंदूच्या ट्यूमरमुळे उपचार न घेता सहा आठवड्यांत आणि उपचार घेतला तरीही सहा महिन्यांत मृत्यू ओढवतो. मी रोगाच्या नेमक्या कोणत्या टप्प्यावर होतो मला ठाऊक नव्हते, पण हिशोब मात्र पक्का ठाऊक होता! काय बोलावे हे सुचत नसल्याने आम्ही सगळेच गप्प होतो. जोनाथनने सर्व फिल्म्स

रेडिओलॉजी विभागाकडे पाठवून दिल्या. दुसऱ्या दिवशी त्यांची तज्ज्ञांकडून तपासणी करण्यात येणार होती.

शहराच्या दुसऱ्या टोकाला असलेल्या माझ्या छोट्याशा घराकडे मी मोटरसायकलवरून निघालो. रात्रीचे अकरा वाजले होते. निळ्याभोर आकाशात चंद्राची तेजस्वी कोर चमकत होती. ॲना बेडरूममध्ये झोपली होती. मीही पहुडलो आणि छताकडे बघत विचार करू लागलो. माझ्या आयुष्याचा अशा तऱ्हेने शेवट होऊ शकतो ही भावनाच फार गुदमरून टाकणारी, विचित्र होती. हे सगळे अतर्क्य, न पटणारे होते. आत्ता जे समोर आले होते ते सत्य आणि गेल्या अनेक वर्षांपासून मी जे बघत होतो ते स्वप्न, यामध्ये न ओलांडता येणारी खोल दरी होती. त्या स्वप्नांचा पल्ला खूप मोठा होता आणि त्याच्या शेवटी होती यशाची झगमगती शिखरे. आत्ताच तर माझ्या क्षेत्रासाठी मी काही अर्थपूर्ण योगदान देऊ लागलो होतो. माझे शिक्षण आणि करिअर यासाठी मी आजवर कितीतरी त्याग केला होता. भविष्यामध्ये खूप गुंतवणूक केली होती अणि एकाएकी अशी शक्यता असलेली वाट समोर आली होती, जिला काहीही भविष्यच नव्हते...

मी एकटा होतो. माझे भाऊ काही काळ पीट्सबर्गमध्ये शिकायला होते पण शिक्षण संपवून ते येथून गेले होते. माझ्या पत्नीपासून मी विभक्त झालो होतो. ॲनाबरोबरचे माझे नाते नुकतेच आकाराला येत होते आणि आता तर ते संपणार याची मला खात्री वाटू लागली होती. एकतिसाव्या वर्षी ज्याच्या भविष्यावरच प्रश्नचिन्ह उमटले होते, असा जोडीदार कोणाला चालेल? नदीच्या प्रवाहात मजेत तरंगत पुढे निघालेला एखादा ओंडका अकस्मात लाटेच्या एका तडाख्यात किनाऱ्यावर येऊन एखाद्या गढूळलेल्या डबक्यात सापडावा, तशी माझी अवस्था झाली होती. नशिबाच्या एका फटकाऱ्याने मी अशा जागी येऊन पडलो होतो, जेथे माझे कोणी आप्त नव्हते, सुहृद नव्हते. मी मरणाच्या दारात उभा होतो. एकटाच. पीट्सबर्गमध्ये.

माझ्या बोटात धरलेल्या भारतीय बनावटीच्या सिगारेटमधून निघणाऱ्या धुराकडे सर्व लक्ष एकाग्र करून बघता-बघता माझ्यात काहीतरी वेगळेच संचारल्याचे मला जाणवू लागले. मला झोपायचे नव्हते. माझ्याच विचारात मी गढून गेलो असताना डोक्यातून माझाच आवाज मला माझ्याशी बोलताना ऐकू आला. स्नेहार्द्र, आश्वस्त, स्पष्ट, नितळ. हा माझ्या परिचयाचा वाटत नव्हता. पण नक्कीच माझाच आवाज होता. मी पुन्हा पुन्हा हेच म्हणत होतो, 'माझ्या बाबतीत हे घडूच शकत नाही. अशक्य आहे हे.' यावर तो आवाज म्हणाला, 'तुला ठाऊक आहे डेव्हिड? हे सहज शक्य आहे आणि फारसे अतर्क्य नाहीय.' त्या क्षणी जे काही घडत होते ते थक्क करून टाकणारे आणि कल्पनेच्या पलीकडचे होते. त्या क्षणापासून माझे अवसान पूर्ववत आले. माझ्या आयुष्यात जे घडले होते ते उघड होते, समोर होते आणि

तसे घडणे शक्यही होते. मानवी अनुभवाचाच, त्या विश्वाचाच तो एक भाग होता. माझ्यापूर्वी इतर अनेकांनी तो अनुभव घेतला होता आणि मी कोणी खास नक्कीच नव्हतो आणि माणूस असण्यात काहीच गैर नव्हते! माझ्या मनाला आता दिलासा देणारा मार्ग सापडला! त्यानंतर जेव्हा मी पुन्हा घाबरलो त्या प्रत्येक वेळी माझ्या भावनांना आवर घालायला शिकलोच, पण त्या रात्रीही मी झोपू शकलो. दुसऱ्या दिवशी कामावर जाऊ शकलो आणि माझ्या रोगाला व आयुष्याला तोंड देण्यासाठी सिद्ध होऊ शकलो...

२.
आकडेवारीतून सुटका

स्टीफन जे. गोल्ड हे हार्वर्ड विद्यापीठातील प्राणिशास्त्राचे प्राध्यापक आणि उत्क्रांतीच्या सिद्धांतामधील एक तज्ज्ञ. त्यांच्या पिढीतील ते अत्यंत प्रभावी शास्त्रज्ञ मानले जातात आणि पेशींच्या उत्क्रांतीच्या संशोधनातील त्यांची कामगिरी बघून अनेक जण त्यांचा 'दुसरा डार्विन' असा गौरवपूर्ण उल्लेख करतात.

ॲस्बेस्टॉसशी अतिसंपर्क आल्याने त्यांना वयाच्या चाळिसाव्या वर्षी पोटाचा 'मेझोथेलियोमा' हा अतिशय गंभीर व सहसा न आढळणारा कॅन्सर झाल्याचे आढळून आले. ही घटना जुलै १९८२ मधील. शस्त्रक्रिया झाल्यावर त्यांनी डॉक्टरांना विचारले, 'या आजाराची शास्त्रीय माहिती देणारे सर्वोत्तम लेख/शोधनिबंध कोठे आहे?' त्या महिला कॅन्सरतज्ज्ञाने परखडपणे त्यांना सांगितले, 'या विषयावर वैद्यकीय साहित्यात वाचण्यासारखे फारसे काहीही नाही.' पण गोल्डसारख्या अभ्यासकाला, त्याच्या जिव्हाळ्याच्या विषयावरील साहित्यापासून दूर ठेवणे शक्य नव्हते. तसे करणे म्हणजे, गोल्डनेच पुढे एका लेखात लिहिल्याप्रमाणे, लैंगिक सुखाची खूप ओढ असलेल्या माणसाला ब्रह्मचर्य पाळायला लावण्यासारखे होते.

हॉस्पिटलमधून बाहेर पडताच ते थेट विद्यापीठाच्या आवारातील वैद्यकीय ग्रंथसंपदा असलेल्या वाचनालयात गेले आणि ताज्या वैद्यकीय जर्नल्सची थप्पी घेऊन एका टेबलाजवळ येऊन बसले. त्या कॅन्सरतज्ज्ञाने दिलेल्या मोघम उत्तरामागचे कारण त्यांना तासाभरात समजले आणि ते अक्षरश: हादरलेच. त्या वैद्यकीय जर्नल्समध्ये अत्यंत नि:संदिग्ध भाषेत लिहिले होते– मेझोथेलियोमा हा असाध्य कॅन्सर असून, निदान झाल्यापासून अवघे आठ महिने एवढेच आयुष्य रुग्णाच्या वाट्याला येते! एखाद्या सशाने अकस्मात सिंहाच्या पंजाच्या तडाख्यात सापडावे तशी मानसिक अवस्था झाल्याने स्टीफन भीतीने व्याकूळ झाले. हा त्यांना मोठाच शारीरिक व मानसिक धक्का होता. त्यातून बाहेर येण्यासाठी त्यांना जवळ जवळ पंधरा मिनिटे लागली.

तज्ज्ञ म्हणून त्यांची जडणघडण होत असताना मिळालेल्या प्रशिक्षणाने त्यांना तारले व नैराश्य येण्यापासून ते वाचले. नैसर्गिक घटनांचा अभ्यास करण्यात व

त्यांची तर्कसंगती लावण्यात त्यांनी आयुष्य वेचले होते. त्यापासून एखादा जरी धडा घ्यायचा, तर निसर्गात कोणताही एक नियम सारखाच सर्वत्र लागू होत नाही हे त्यांनी जाणले होते. वैविध्य हा निसर्गाचा प्राण आहे. निसर्गात कोणतीही मर्यादा, लक्ष्मणरेषा ही अदृश्य रूपात असते. 'नॉर्मल' म्हणजे काय, याची निश्चित व्याख्या करता येत नाही, पण बहुसंख्येने आढळणाऱ्या गोष्टींचे आपण कायद्यात रूपांतर करतो आणि हा 'कायदा' निसर्गत:च वैविध्य असलेल्या प्रत्येकावर लादण्याचा प्रयत्न करतो. निसर्गत:च इतर व्यक्तीपेक्षा वेगळ्या असलेल्या स्टीफनपुढे प्रश्न हा होता की त्यांच्या सभोवतालच्या वैविध्यामध्ये ते स्वत: कोणत्या पातळीवर होते?

या प्रकारच्या कॅन्सरने ग्रस्त असलेल्यांचा जगण्याचा सरासरी कालावधी आठ महिने आहे, ही वस्तुस्थिती होती. स्टीफन गोल्डने विचार केला, याचा अर्थ या कॅन्सरने आजारी असलेले निम्मे रुग्ण त्यापेक्षाही कमी जगतात व उरलेले निम्मे त्यापेक्षा अधिक जगतात. मी नेमका कोणत्या गटात आहे? ते तरुण होते, धूम्रपान करीत नव्हते. कॅन्सरव्यतिरिक्त त्यांचे आरोग्य उत्तम होते. त्यांच्या रोगाचे निदान पुष्कळ सुरुवातीच्या टप्प्यात झाले होते आणि उत्तम उपचार ते घेऊ शकत होते. त्यामुळे रुग्णांच्या दुसऱ्या गटात आपण असू शकतो या विचाराने गोल्डला जरा बरे वाटले.

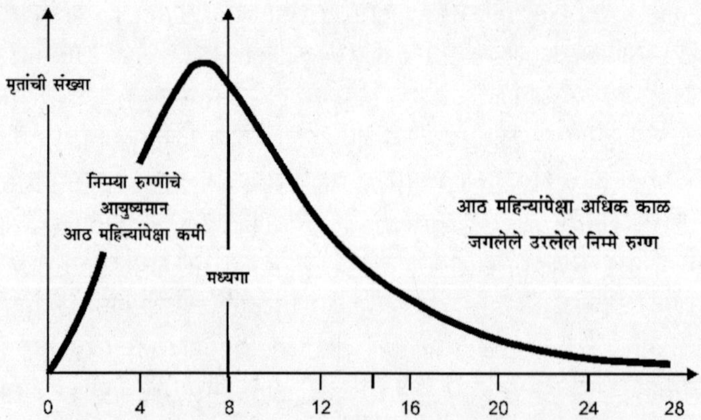

आकृती : गोल्डला आढळलेला मेझोथेलिओमा रुग्णांचा जीवनमान तक्ता.

मग त्यांना अधिक मूलभूत प्रश्न जाणवले. प्रत्येक रुग्णाचे जीवनमान दाखवणारा आलेख हा असमान आकाराचा आहे. मध्यगेच्या डावीकडचे, म्हणजे निम्मे पेशंट शून्य ते आठ महिने या कालावधीत दगावणार, असे हा आलेख दर्शवतो. पण त्याच वेळी उरलेले निम्मे रुग्ण आठ महिन्यांहून अधिक काळ जगणार आणि या आलेखाचे लांबुळके शेपूट बघता, काही पेशंट अनेक वर्षे जगू शकतात हे त्यांच्या

लक्षात आले. मग त्यांनी इतर जर्नल्स शोधली. काही लोक या आजारातून पूर्ण बरे होतात अशा नोंदी आढळल्यावर त्यांनी पुन्हा या आलेखातील 'कर्व्ह'चा अभ्यास केला. उजवीकडच्या शेपटाच्या टोकाशी आपणही असू शकतो या विचाराने त्यांना खूप हलके, बरे वाटले.

आपण लावलेल्या या शोधामुळे आनंदित झाल्यावर या जीवशास्त्रज्ञाला आणखी एक महत्त्वाची जाणीव झाली आणि ती म्हणजे त्या आलेखातील त्या वळणदार रेषांवर दिसणारे जे संबंधित रुग्ण होते, त्यांनी १० ते २० वर्षांपूर्वी उपचार घेतले होते. त्यावेळच्या परिस्थितीत उपलब्ध असलेल्या उपचारांचा लाभ त्यांनी घेतला होता. कॅन्सरशास्त्रासारख्या क्षेत्रात दोन गोष्टी सतत बदलत असतात. त्यावेळी वापरली जाणारी उपचारपद्धती आणि या उपचारांचा परिणाम अधिक प्रभावी करण्यासाठी व्यक्तिश: आपण प्रत्येक जण काय करू शकतो याचे ज्ञान! परिस्थिती बदलल्यावर तक्त्यामधील ती रेषाही बदलू शकते. जे नवीन उपचार मिळणार आहेत त्यामुळे, नशिबाची थोडी साथ मिळाल्यास तक्त्याला विभागणारी रेषा अधिक पलीकडे सरकू शकते आणि आपण त्या वळणदार रेषेच्या लांबच लांब शेपटाचा असा भाग बनू शकतो की, ज्यांचा मृत्यू नैसर्गिक वृद्धापकाळामुळे झाला आहे असे वाटावे.

स्टीफन जे. गोल्ड हे त्यानंतर २० वर्षांनी एका दुसऱ्याच रोगामुळे मृत्युमुखी पडले! त्यांच्या काळातील अत्यंत संस्मरणीय अशी शास्त्रीय संशोधनाची कारकीर्द घडवण्याइतका वेळ त्यांना मिळाला. 'द स्ट्रक्चर ऑफ इव्होल्यूशनरी थिअरी' या त्यांच्या अत्यंत वैशिष्ट्यपूर्ण संशोधनाचा प्रकाशन समारंभ मृत्यूपूर्वी दोन महिने आधी ते बघू शकले. कॅन्सर तज्ज्ञांनी भाकीत केले होते त्यापेक्षा तब्बल तीसपट अधिक काळ ते जगले. गोल्ड यांना झालेल्या कॅन्सरच्या संख्याशास्त्रीय विवेचनाबद्दल त्यांनी दिलेली प्रतिक्रिया 'द मेडियन इज नॉट मेसेज' या शीर्षकाखाली त्यांनी लिहिलेल्या एका निबंधात वाचायला मिळते. www.cancerguide.org या संकेतस्थळावर हा निबंध वाचायला मिळू शकतो. (ही माहिती सर्वसामान्य नागरिकांना उपलब्ध करून दिल्याबद्दल मी स्टीव्ह डून आणि त्याच्या संकेत स्थळाचा ऋणी आहे.)

या जीवशास्त्रज्ञाने आपल्याला शिकवलेला धडा खूप सोपा आहे : संख्याशास्त्र ही माहिती आहे, तुम्हाला ठोठावण्यात आलेली शिक्षा नाही! तुम्ही कॅन्सरग्रस्त असाल आणि मृत्यूशी तुम्हाला लढायचे असेल, तर त्या आलेखातील वळणदार रेषेच्या लांब शेपटाच्या टोकाशी जाणे हे तुमचे उद्दिष्ट आहे.

कॅन्सर नेमका कोणत्या मार्गाने जाईल याचे भाकीत कोणीही करू शकत नाही. ज्यांचा स्तनांचा कॅन्सर खूप पसरला आहे, अशा महिलांसाठी आधारगट उभे

करण्याचे काम स्टॅनफोर्ड विद्यापीठातील प्रा. डेव्हिड स्पीगल गेल्या ३० वर्षांपासून करीत आहेत. हार्वर्डमध्ये कॅन्सर तज्ज्ञांसमोर दिलेल्या व्याख्यानात त्यांनी ही कॅन्सरच्या अनिश्चिततेमुळे वाटणारी बेचैनी व्यक्त केली. (न्यू इंग्लंड जर्नल ऑफ मेडिसिन मध्ये प्रकाशित) त्यात ते म्हणतात, 'कॅन्सर हा खूप गोंधळात टाकणारा आजार आहे. आमचे काही रुग्ण असे आहेत की ज्यांचा स्तनाचा कॅन्सर आठ वर्षांपूर्वीच मेंदूपर्यंत पसरला होता, पण आजही ते ठणठणीत आहेत. कसे घडू शकते हे? कोणीही सांगू शकणार नाही. केमोथेरपी इतकी बुचकळ्यात पाडणारी आहे की अनेकदा त्यामुळे कॅन्सरची गाठ नष्ट होते पण जीवनमानावर मात्र फारसा परिणाम होत नाही. शरीराकडून होणारा प्रतिकार आणि रोगाची वाढ ह्यामधील दुवा, निव्वळ कॅन्सरशास्त्राच्या भूमिकेतून बघितला तरीही, वेगळा काढणे अवघड आहे.

ज्यांचे आयुष्य केवळ काही महिने असल्याचे संकेत डॉक्टरांनी दिले होते, ते आश्चर्यकारकरित्या बरे होऊन केवळ काही वर्षे नव्हे, तर काही दशके जगल्याचे ऐकण्यात आले आहे. 'या अगदी दुर्मीळ घटना आहेत' असा इशारा अशा वेळी दिला जातो. किंवा, अशा घटना कॅन्सरच्या नसतीलच, चुकून तसे निदान केले गेले असेल, असेही सांगितले जाते. या घटना अधिक स्पष्ट व्हाव्या यासाठी ८०च्या दशकात रॉटरडॅम विद्यापीठातील इरॅसमस येथील दोन संशोधकांनी संशोधन केले. ज्यांच्या कॅन्सर निदानाबद्दल अजिबात साशंकता नाही अशा रुग्णांमधील झपाट्याने कमी झालेल्या कॅन्सर विषयी हे संशोधन होते. नेदरलॅंडसारख्या छोट्या प्रांतात त्यांनी केलेल्या अठरा महिन्याच्या संशोधनात त्यांना आश्चर्यकारकरित्या असे सात रुग्ण वा घटना आढळल्या ज्या निर्विवाद होत्या, पण त्यांची दखल घेतली गेलेली नव्हती.

याचा स्पष्ट अर्थ असा आहे की, आपण मान्य करतो त्यापेक्षा अशा घटना अधिक आहेत.

कॅलिफोर्नियातील कॉमनविल सेंटरतर्फे आयोजित कार्यक्रमांसारख्या विविध उपक्रमांमध्ये भाग घेऊन कॅन्सर रुग्ण आपल्या रोगाची सूत्रे आपल्या हातात घेतात, स्वत:च्या शरीराशी व भूतकाळाशी संवाद साधत जगण्याचे कौशल्य शिकतात, योग आणि ध्यानधारणा याच्या माध्यमातून मन:शांती मिळवण्याचा प्रयत्न करतात. कॅन्सरला आमंत्रण देणाऱ्या आहारापेक्षा त्याच्याशी लढणाऱ्या अन्नाची निवड करतात. अशा रुग्णांचा इतिहास बघितल्यावर आढळते की त्याच प्रकारचा आणि त्याच टप्प्यावरचा कॅन्सर असलेल्या अन्य रुग्णांपेक्षा या रुग्णांचे आरोग्य दोन किंवा तीनपट अधिक चांगले असते.

पीट्सबर्ग विद्यापीठातील माझ्या कॅन्सरतज्ज्ञ मित्राला मी या आकडेवारीबद्दल सांगितले तेव्हा त्याला आक्षेप घेत तो म्हणाला, "हे सामान्य रुग्ण निश्चितच नाहीत. ते अधिक प्रशिक्षित, अधिक प्रेरित झालेले आणि आरोग्याची स्थिती अधिक

चांगली असलेले असतात. त्यामुळे ते अधिक काळ जगतात. यातून काहीही सिद्ध होत नाही.'' हे निकाल जुन्या समजुती बाळगणाऱ्यांना पटणारे नसतील, असे घटकाभर मानले, तरीही अकस्मात केलेल्या तपासण्यांमधूनही काही माणसे विपरीत परिस्थितीवर मात करतात असे आढळले आहे. ज्यांना आपल्या आजाराबद्दल पुरेशी, व्यवस्थित माहिती असते, जे आपल्या शरीर-मनाशी नीट संवाद करतात आणि आरोग्य सुधारण्यासाठी जे-जे गरजेचे आहे ते ज्यांना मिळते, ते कॅन्सरशी लढण्यासाठी आपल्या शरीरातील महत्त्वाच्या कार्यांना प्रेरित करू शकतात असे आढळून आले आहे.

सॅनफ्रान्सिस्कोमध्ये कॅलिफोर्निया विद्यापीठात मेडिसीन विषयाचे प्राध्यापक असलेले आणि एकात्मिक उपचार पद्धतीतील तज्ज्ञ मानले जाणारे डॉ. डीन ऑर्निश यांनी, याविषयी ठोस पुरावा सादर केला आहे. २००५ साली त्यांनी कॅन्सरसंबंधी पहिल्यांदाच केल्या गेलेल्या अभ्यासाचे निष्कर्ष जाहीर करण्यात आले.

प्राथमिक टप्प्यातील प्रोस्टेट कॅन्सर असे निश्चित निदान झालेल्या पुरुषांची त्यांच्यावर उपचार करणाऱ्या कॅन्सरतज्ज्ञांच्या मार्गदर्शनाखाली निवड करण्यात आली. त्यांच्यावर शस्त्रक्रिया न करता फक्त निरीक्षणाखाली त्यांना ठेवले गेले. या काळात त्यांच्या रक्तातील प्रोस्टेटशी संबंधित अँटीजेनची पातळी मोजण्यात येत होती. या आजारात शरीरातील ट्यूमरद्वारा ठरावीक अंतराने अँटीजेनचा स्राव होत असतो. या पातळीत होणारी वाढ ही शरीरातील कॅन्सरच्या पेशींची वाढ सूचित करीत असते.

या निरीक्षणाच्या काळात त्या पुरुषांना पारंपरिक उपचार पद्धतींपासून दूर ठेवण्यात आले होते. त्यामुळे नैसर्गिक पद्धतीचे मोजमाप करणे शक्य होते. त्यानंतर, चिठ्ठ्या टाकून रुग्ण दोन गटात विभागले गेले, त्यामुळे त्यांच्यात परस्पर तुलना होणार होती हे निश्चित झाले. एका नियंत्रण गटाला फक्त निरीक्षणाखाली ठेवले गेले. त्यात त्याच्या रक्तघटकातील प्रोस्टेट अँटीजेनची पातळी मात्र नियमितपणे तपासली गेली. दुसऱ्या गटासाठी डॉ. ऑर्निश यांनी शारीरिक व मानसिक आरोग्यासंबंधी एक निश्चित कार्यक्रम आखला होता. एक वर्षभर ह्या पुरुषांनी फक्त शाकाहार घेतला. त्यास अँटीऑक्सिडंट, व्हिटॅमिन ई, व्हिटॅमिन क आणि सेलेनियम याखेरीज १ ग्रॅम ओमेगा-३ हे फॅटी ॲसिड, याची जोड देण्यात आली होती. आठवड्यातून सहा दिवस रोज वीस मिनिटे चालण्याचा व्यायाम, योग, श्वसनाचे प्रकार, मानसिक चित्रण किंवा तणावमुक्ती याचा अंतर्भाव असलेला तणावमुक्तीचा सराव होता आणि असाच दिनक्रम पाळणाऱ्या रुग्णांच्या आधार गटात आठवड्यातून एक तास सहभाग असा हा कार्यक्रम होता.

या कार्यक्रमामुळे या लोकांच्या, विशेषत: तणावाखाली राहणारे वरिष्ठ अधिकारी, अनेक जबाबदाऱ्या असलेले कुटुंबप्रमुख यांच्या जीवनशैलीत आमूलाग्र बदल झाला. या उपचार पद्धती अनेक वर्षांपासून कालबाह्य, अविवेकी आणि अंधश्रद्धेवर आधारित अशा मानल्या गेल्या होत्या. पण बारा महिन्यांनंतर त्याचेच जे परिणाम दिसले, त्यामुळे शंकेला कोणताच वाव उरला नाही. ज्यांनी आपल्या जीवनशैलीत काहीही बदल केला नाही आणि जे केवळ निरीक्षणासाठी होते, अशा ४९ रुग्णांपैकी ६ जणांचा कॅन्सर खूपच बळावला आणि दुर्बिणीमार्फत उपचाराचा अवलंब करून जाळून टाकावा लागला आणि पाठोपाठ केमोथेरपी व रेडिओथेरपीचे उपचार घ्यावे लागले. याउलट, ज्या ४१ रुग्णांनी शारीरिक व मानसिक आरोग्याच्या दृष्टीने निश्चित केलेला कार्यक्रम अंगीकारला, त्यांना या उपचारांची गरज भासली नाही. पहिल्या गटातील रुग्णांच्या रक्तातील प्रोस्टेट अँटीजीनची पातळी, म्हणजे ट्यूमरची वाढ दर्शवणारा घटक ६ टक्क्याने वाढला. अर्थात, ज्यांचा रोग खूप बळावला होता (आणि ज्यांची प्रोस्टेट अँटीजीन पातळी काळजी करण्याइतपत वाढली होती आणि अधिक वाढली असती) अशा रुग्णांना या पाहणीतून माघार घ्यावी लागली. पहिल्या गटाचा बळावलेला आजार त्यांच्यातील ट्यूमरची सावकाश पण निश्चितपणे वाढ होते आहे असेच सुचवत होता. मात्र ज्यांनी जीवनशैलीत बदल केला आहे, अशा दुसऱ्या गटातील रुग्णांची प्रोस्टेट अँटीजीन पातळी सरासरी ४ टक्क्यांनी कमी झाली होती. बहुसंख्य रुग्णांमधील ट्यूमरचा आकार कमी होत असल्याचेच हे लक्षण होते.

ज्यांनी आपली जीवनशैली बदलली, त्यांच्या शरीरात झालेले बदल ही यामधील फारच लक्षणीय घटना होती. विशिष्ट प्रकारच्या प्रोस्टेट कॅन्सरच्या पेशी असलेले त्यांचे रक्त आता त्या पेशींची वाढ थांबवण्याच्या दृष्टीने, जीवनशैली न बदललेल्या पुरुषांच्या रक्तापेक्षा सातपट अधिक सक्षम झाले होते. (आकृती पहा)

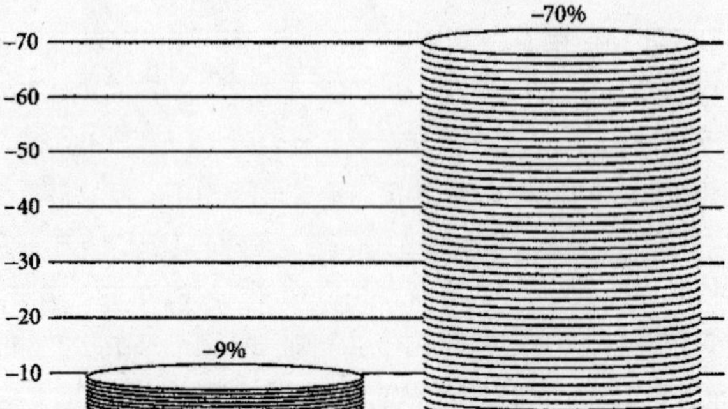

जीवनशैलीत बदल आणि कॅन्सर पेशींच्या वाढीला अटकाव, या दोन गोष्टींमध्ये परस्पर संबंध असल्याचा उत्तम पुरावा म्हणजे, या पुरुषांनी डॉ. ऑर्निश यांचा सल्ला अत्यंत लक्षपूर्वक ग्रहण करून दैनंदिन जीवनात प्रत्यक्षात आणल्याने त्यांचे रक्त कॅन्सरच्या पेशींच्या वाढीस अटकाव करण्यास अधिक सक्षम झाले.

शास्त्रीय परिभाषेत यालाच आम्ही 'डोस-रिस्पॉन्स इफेक्ट' असे म्हणतो. जीवनशैली व कॅन्सर यांच्यातला कार्यकारण संबंध दाखवणारा हा एक महत्त्वाचा मुद्दा आहे.

या माहितीच्या मुळाशी असलेली अणूपातळीवरची प्रक्रिया समजून घेण्यासाठी डॉ. ऑर्निश यांनी प्रोस्टेट पेशींच्या जीनचा अभ्यास केला. त्यांच्या जीवनशैली सुधार कार्यक्रमात भाग घेणाऱ्यांचे कार्यक्रमाआधीचे नमुने त्यांनी गोळा केले व तीन महिन्यांनी त्यांचेच नमुने पुन्हा गोळा केले. २००८ साली प्रकाशित झालेल्या या अभ्यासाचे निष्कर्ष अपेक्षेप्रमाणेच होते. जीवनशैलीत झालेल्या बदलामुळे पाचशेहून अधिक जीन्समध्ये बदल झालेला आढळला. म्हणजे कॅन्सर प्रतिबंधक जीन्स उद्दीपित झाले होते तर कॅन्सरकारक जीन्सचे काम थंडावले होते. या लोकांपैकी एक जॅक मॅक्लुअर या माणसाचा प्रोस्टेट कॅन्सर सहा वर्षे जुना होता. या तीन महिन्यांच्या शिबिरानंतर त्याच्यामध्ये या रोगाची कुठलीही लक्षणे नव्हती. यावर प्रतिक्रिया देताना तो म्हणाला, 'माझ्या ताज्या बायोप्सीमध्ये डॉक्टरांना कॅन्सरची एकही पेशी आढळली नाही. मी बरा झालो नसेनही अजून, पण त्यांना तो सापडत मात्र नाही.' डीन ऑर्निश यांच्या मते ज्या लोकांना जेनेटिक जडणघडणीमुळे कॅन्सर होण्याची अति शक्यता व त्यामुळे भीती असते, त्या लोकांना या संशोधनामुळे खचितच आशेचा किरण दिसेल. 'माझे जीन्स खराब आहेत. मी काय करू शकतो?' तर त्यावर उत्तर आहे, तुम्ही बरेच काही करू शकता.

कदाचित कॅन्सरचे जीन्स हे आपल्या शरीर यंत्रणेतले सदोष भाग नसतीलही. २००९ साली दोन स्वतंत्र गटांनी केलेल्या संशोधनाने 'स्तनाच्या कॅन्सर होण्यामागे असलेले जेनेटिक कारण' या संकल्पनेला जोरदार धक्का दिला. आशियाई किंवा प्राचीन रोमन संस्कृतीमध्ये असलेल्या पितरांच्या संकल्पनेची या निमित्ताने आठवण येते. ते अजूनही त्यांच्या पूर्वीच्या ठिकाणी वास करत असतात असे या संस्कृतीत मानले जाते. जोवर तुम्ही त्यांना नैवेद्य दाखवता तोवर ते शांत असतात. आपल्या शरीरातील कॅन्सरचे जीन्सदेखील असेच उपाशी पितरांसारखे असतात. त्यांच्याकडे दुर्लक्ष झाले, की ते धुमाकूळ घालतात.

मॉंट्रियल विद्यापीठात डॉ. परवीझ घादिरियन यांच्या चमूने BRCA 1 व BRCA 2 हे जीन्स असलेल्या स्त्रियांची पाहणी केली. अशा स्त्रियांमध्ये स्तनाचा कॅन्सर होण्याचे प्रमाण तब्बल ८० टक्के असते. हा जीन आहे आपल्यात असे

कळल्यावर अनेक स्त्रिया ऑपरेशनद्वारे स्तन काढून टाकतात, इतकी त्यांना कॅन्सरची भीती असते. पण घादिरियन यांना आढळले की BRCA जीन असूनही काही स्त्रियांमध्ये कॅन्सरची शक्यता बरीच कमी झाली होती. त्यांचा मुख्य निष्कर्ष? या स्त्रिया जितकी जास्त फळे व भाज्या खातील तेवढी कॅन्सरची शक्यता कमी. ज्या स्त्रिया आठवड्याभरात २७ विविध प्रकारची फळे व भाज्या खात (येथे विविधतेलाही महत्त्व आहे) त्यांच्यात कॅन्सरची शक्यता ७३ टक्क्यांनी कमी झाली होती.

सॅनफ्रान्सिस्को विद्यापीठातील प्रा. जॉन विट्ट यांनीही प्रोस्टेट कॅन्सरवरच्या संशोधनात अशाच प्रकारचे निष्कर्ष काढले.

हे ताजे संशोधन काय सुचवते? हे कॅन्सर जीन्स जर आपल्या जीवनशैलीमुळे उद्दीपित झाले नाहीत, तर ते तितके वाईट नसतात. त्यांना शांत ठेवण्यासाठी आपल्या पूर्वजांच्या पितरांप्रमाणे नियमित नैवेद्य दाखवावा लागतो. कदाचित आपल्या पूर्वजांपासून आलेले, बदल न झालेले ते जीन्स असावेत. ते त्या काळच्या जीवनशैलीशी समरस, एकजीव झाले होते पण आजच्या कृत्रिम, प्रक्रियायुक्त आहाराशी ते जुळवून घेऊ शकत नाहीत. BRCA जीन असलेल्या दुसऱ्या महायुद्धापूर्वीच्या काळातील स्त्रियांपेक्षा, त्यांच्या मुलींना व नातींना स्तनाचा कॅन्सर होण्याची शक्यता तिपटीने वाढली याचे हेच तर कारण नसेल? म्हणजे हे 'कॅन्सर जीन्स' प्रत्यक्षात 'फास्ट फूड सहन न करणारे जीन्स' असू शकतात. आणि आहारासारखेच व्यायाम व तणावाच्या बाबतीतही हे म्हणणे लागू आहे.

थोडक्यात, कॅन्सरमधून वाचलेल्या रुग्णांची जी आकडेवारी आपल्यापुढे मांडली जाते त्यामध्ये निमूटपणे वैद्यकीय आदेश पाळण्यावर समाधान मानणारे रुग्ण आणि स्वत:च्या नैसर्गिक प्रतिकाराला सक्रिय व सक्षम करणारे रुग्ण यांच्यामध्ये फरक केलेला नसतो. रुग्णांच्या या गटात कोणकोण येतात? तर धूम्रपान करीत राहणारे, कॅन्सरजन्य गोष्टींच्या सतत संपर्कात येणारे, ज्यांचा आहार पूर्णपणे पाश्चिमात्य पद्धतीचा म्हणजे कॅन्सरला आमंत्रण देणारा आहे, जे सतत तणावग्रस्त राहून किंवा भावनावेगाला बळी पडून आपल्या प्रतिकारक्षमतेवर ताण आणतात किंवा अजिबात व्यायाम न करून स्वत:च्या शरीराला दुबळे बनवतात या सर्वांचा त्यात समावेश आहे. आणि याच गटात तेही गणले जातात जे अधिक काळ जगतात. याचे कारण पारंपरिक उपचारांचा लाभ तर ते घेतातच पण त्याबरोबरीने स्वत:ची नैसर्गिक प्रतिकारक्षमता ते घासून-पुसून लखलखीत करतात. शिवाय पुढील तीन गोष्टींचा ते मेळ साधतात. कॅन्सरजन्य गोष्टींना प्रतिबंध, कॅन्सरप्रतिबंधक आहार, पुरेसा शारीरिक व्यायाम आणि भावनिक शांततेचा ध्यास!

कॅन्सर बरा करण्याचा कोणताही नैसर्गिक मार्ग नाही. पण रुग्ण मरण्याची

अंगभूत शक्यताही त्यामध्ये नाही. स्टीफन जे. गोल्डप्रमाणे आपण आपल्या दृष्टीने आकडेवारी मांडू शकतो आणि तक्त्यामधील उजव्या बाजूला असलेल्या वळणरेषेला जे लांब शेपूट आहे तेथे जाण्याचे उद्दिष्ट ठेवू शकतो. समृद्ध आणि दीर्घ आयुष्य जगण्यासाठी आपल्याच शरीरातील संसाधनांचा वापर करण्यास शिकणे हा या उद्दिष्टाच्या दिशेने जाण्याचा उत्तम मार्ग आहे.

प्रत्येक जण या मार्गाची निवड विचारपूर्वक करतो असे नाही; काही वेळा रोगच आपल्याला त्या दिशेने घेऊन जातो. 'धोका' आणि 'संधी' ही दोन वैशिष्ट्ये मिळून चिनी भाषेत 'संकट' ही संकल्पना बनते. कॅन्सर हा इतका भयकारी आहे की तो आपली विचारशक्ती कुंठित करतो. त्यामुळे त्यातील सृजनशील क्षमता आपण जाणूनच घेऊ शकत नाही. माझ्या आजारामुळे माझ्या आयुष्यात अनेक चांगले बदल झाले विचारपूर्वक असे बदल, ज्यांचा त्या निराश क्षणी मी विचारही करू शकत नव्हतो. त्याचा प्रारंभ निदानानंतर लगेच झाला....

३.
धोका आणि संधी

मला मेंदूचा कॅन्सर झाल्याचे आढळले आणि एका रात्रीत मला अशा जगाचा शोध लागला, जे आजवर माझ्या परिचयाचे होते पण त्याच्याविषयी मला फार थोडी माहिती होती; आणि ते होते रुग्णांचे जग! ज्या मज्जारज्जू तज्ज्ञाकडे मला तपासणीसाठी पाठवण्यात आले, त्यांना मी जुजबी ओळखत होतो. काही रुग्ण आम्हा दोघांकडेही उपचारासाठी येत होते, शिवाय या डॉक्टरांना माझ्या संशोधनात रस होता. पण माझा आजार उघडकीस आला आणि आमच्या दोघांमधील संभाषणाचे स्वरूपच बदलून गेले. माझ्या शास्त्रीय संशोधाबद्दलचे संदर्भ आता या संभाषणात येईनासे झाले आणि त्याऐवजी माझ्या आयुष्यातील बारीकसारीक तपशील जाणणे या डॉक्टरांना महत्त्वाचे वाटू लागले. माझ्या आजाराच्या लक्षणांची पूर्ण माहिती त्यांना हवी होती. माझी डोकेदुखी, मळमळणे, माझ्या आजारामुळे चक्कर येण्याची असलेली शक्यता याची आम्ही चर्चा करू लागलो. माझी व्यावसायिक कर्तबगारी विसरून मी अगदी सर्वसामान्य रुग्णांच्या माळेत जाऊन बसलो. माझ्या पायाखालून जमीन सरकत असल्याची जाणीव मला झाली.

माझ्या 'फिजिशियन' असण्याला किंवा त्या ओळखीला शक्य तेवढे चिकटून राहण्याचा मी प्रयत्न करीत होतो. उपचारांसाठी हॉस्पिटलमध्ये जाताना मी माझे नाव व पदव्या ज्यावर लिहिल्या आहेत, असा पांढरा कोट घालून जात होतो. ते फारच दयनीय दिसत होते. माझ्या हॉस्पिटलमध्ये प्रत्येकाचा उल्लेख त्याच्या हुद्द्याप्रमाणे केला जात होता. नर्सेस आणि अन्य कर्मचारी आदराने मला डॉक्टर म्हणून संबोधित. पण तुम्ही जेव्हा स्ट्रेचरवर असता आणि पांढरा कोट तुमच्या अंगावर नसतो, तेव्हा तुमची ओळख 'श्रीयुत अमुक' एवढीच असते. ज्या प्रतीक्षालयातून तुम्ही डॉक्टर म्हणून ताठ मानेने, रुग्णांनी वाटेत अडवू नये म्हणून त्यांच्या नजरा चुकवत झपझप चालत जाता, त्याच प्रतीक्षालयात आता तुम्हाला तिष्ठत बसावे लागते. व्हीलचेअरवर बसून तुम्हाला तपासणीच्या खोलीत नेले जाते. एरवी ज्या कॉरिडॉरमध्ये तुम्ही ऐटीत हिंडत असता, तेथे रुग्ण म्हणून फिरताना 'तुम्हाला चालता येऊ शकते' यावर विश्वास नसलेला हॉस्पिटलचा

कर्मचारी तुम्हाला अडवतो आणि बजावतो, 'हॉस्पिटलच्या धोरणात हे बसत नाही.'

एका रंगहीन जगात मी प्रवेश केला होता. असे जग, जेथे तुमच्या पदव्या आणि व्यवसाय याच्याशी कोणालाही काही घेणे नसते. असे जग, ज्याला आयुष्यात तुम्ही काय केले आहे याबाबत जाणून घेण्याची यत्किंचितही उत्कंठा नसते आणि तुमच्या मनात काय चालले आहे याचीही फिकीर नसते. त्यांच्यासाठी एकच गोष्ट महत्त्वाची असते आणि ती म्हणजे स्कॅनिंगचा ताजा रिपोर्ट! मग मला असे आढळून आले की एकाच वेळी एक रुग्ण म्हणून आणि एक सहकारी म्हणून माझ्यावर कसे उपचार करावे असा संभ्रम माझ्यावर उपचार करणाऱ्या अनेक डॉक्टरांपुढे होता. माझ्यावर उपचार करणारा कॅन्सरतज्ज्ञ एकदा संध्याकाळी एका पार्टीला पाहुणा म्हणून आला. अत्यंत तल्लख असा हा डॉक्टर मला फार आवडायचा. मला बघताच त्याचा चेहरा एकदम उतरला आणि काहीतरी गुळमुळीत कारण देत तो माझ्या समोरून निघून गेला. एकाएकी माझ्या मनात भावना आली, ही पार्टी अशा माणसांची आहे ज्यांना परमेश्वराने आयुष्याचे वरदान दिले आहे. मी त्यात सहभागी होऊ शकत नाही असा संदेश मला मिळत होता. मला भीती वाटू लागली. मी वेगळा पडलो होतो आणि अशा गटात गेलो होतो, ज्यांना त्यांच्या आजारामुळे ओळखले जात होते. अदृश्य होण्याची मला भीती वाटत होती; मरण्यापूर्वीच अस्तित्व संपल्याची भीती. कदाचित मी लवकरच मरणार होतो, पण मला मात्र आयुष्य शेवटपर्यंत पूर्णत्वाने जगायचे होते.

जोनाथन आणि डगने केलेल्या पहिल्या स्कॅननंतर काही दिवसातच माझा भाऊ एडवर्ड पीट्सबर्गमध्ये काही कामासाठी येणार होता. तोपर्यंत ही बातमी मी ॲनाशिवाय कोणालाच सांगितलेली नव्हती. घशात वारंवार येणारा आवंढा गिळत, शक्य तेवढ्या सहजतेने मी त्याला ही बातमी सांगितली. त्याला मानसिक वेदना होतील अशी मला भीती वाटत होतीच, पण मी स्वत:च्या नशिबालाही बोल लावीन असेही वाटत होते. माझे बोलणे ऐकताच त्याचे सुंदर निळेशार डोळे पाण्याने तुडुंब भरले पण तो घाबरला नाही. त्याने फक्त मला मिठीमध्ये घेतले. एकमेकांच्या गळ्यात पडून आम्ही काही वेळ रडलो. जरा वेळाने उपचारांचे कोणकोणते पर्याय उपलब्ध आहेत, त्यामधील शक्यता, त्याचा खर्च याविषयी बोललो. आता मला यापुढे या गोष्टींना तोंड द्यावे लागणार होते. मग एडवर्डने नेहमीप्रमाणे मला छान हसवले. आता माझ्या डोक्याला पूर्ण टक्कल पडणार असल्याने डोकं पूर्ण भादरलेल्या गुन्हेगारासारखे दिसण्याची अठराव्या वर्षी मनात असलेली माझी इच्छा पूर्ण होणार असल्याचे त्याने मला गमतीने म्हटले. त्याच्याबरोबर असलेले माझे नाते अजून तसेच रसरशीत होते तर....

दुसऱ्या दिवशी सकाळी मी, ॲना आणि एडवर्ड हॉस्पिटल जवळच्या रेस्टॉरंटमध्ये

जेवायला गेलो. तेथून बाहेर पडताना आम्ही तिघेही उत्साहाने फसफसत होतो. आमच्या जुन्या आठवणी काढून आम्ही इतके हसत होतो की शेवटी नीट उभे राहण्यासाठी रस्त्यावरील दिव्याच्या खांबांचा मी आधार घेतला. त्याच क्षणी डग रस्ता ओलांडून आमच्या दिशेने येत होता. तो उदास दिसत होताच, पण त्याच्या डोळ्यांत आश्चर्याचा धक्का व काहीशी नाराजी दिसत होती. 'आयुष्यात एवढी वाईट घटना समोर दिसत असताना तू एवढ्या मनमोकळेपणाने हसू कसा शकतोस?' असा प्रश्न त्या डोळ्यांमध्ये होता.

मी एकदम खचलो. जेव्हा तुम्ही एखाद्या गंभीर रोगाने आजारी असता तेव्हा हसणे हे पाप आहे अशी अनेक लोकांची समजूत असते. आता यापुढील सर्व आयुष्यभर 'मृत्यूची शिक्षा मिळालेला माणूस' याच नजरेने लोक माझ्याकडे बघणार तर...

मृत्यूची ही शंका माझे मन कुरतडू लागली. कॅन्सरचे निदान झाल्यावर पहिली प्रतिक्रिया असते ती अविश्वासाची. आपण आपल्याच मृत्यूची जेव्हा कल्पना करू लागतो तेव्हा मन बंड करून उठते. जणू मृत्यू फक्त इतरांनाच येऊ शकतो. आपल्याला नाही! या प्रतिक्रियेचे अगदी नेमके वर्णन टॉलस्टॉयने *'द डेथ ऑफ इव्हान इलिच'* यामध्ये केले आहे. इतर अनेकांप्रमाणे या गोष्टीत दिसणारा 'मी' मला ओळखता आला. या कथेचा नायक इव्हान इलिच हा सेंट पीट्सबर्ग येथे न्यायाधीश असतो. आजारी पडेपर्यंत तो एक शिस्तबद्ध आयुष्य जगत असतो. तो किती गंभीर आजारी आहे हे त्याला कोणीही सांगत नाही. त्यामुळे आपण मरणाच्या वाटेवर आहोत हे त्याला जेव्हा समजते, तेव्हा त्याचे सर्व अस्तित्व या कल्पनेविरुद्ध बंड करून उठते. अशक्य!

> अर्थात, मनात कोठेतरी खोलवर त्याला कळलेले असते की तो मृत्यूच्या वाटेवर आहे; पण हा विचार त्याच्या परिचयाचा नसल्याने त्याचे आकलनच त्याला होत नसते. काईझवेटरच्या तर्कशास्त्रात तो एक कार्यकारणभाव शिकलेला असतो. त्यानुसार 'कैस हा एक माणूस आहे. माणसे मर्त्य असतात त्यामुळे कैसही मर्त्य आहे.' हा तर्क कैसच्या बाबतीत योग्य होता पण त्याला स्वतःला तो तर्क लागू करण्यास मात्र इव्हान तयार नव्हता. अस्तित्वात नसलेला कैस नावाचा माणूस मर्त्य असणे हे ठीक होते, पण तो स्वतः कैस नावाचा काल्पनिक माणूस नसतो ना! इतरांपेक्षा अगदी वेगळा, स्वतंत्र असा तो माणूस होता. आई-बाबांचा तो छोटासा वान्या होता. मित्या आणि वोलोद्या, त्याची खेळणी, त्याला गाडीत फिरवून आणणारे काका आणि एक नर्स हे त्याचे सवंगडी होते. नंतर कान्टेकाबरोबर लहानपण

आणि तरुणपणातील सर्व आनंद, दुःख, सुखाचे क्षण त्याने अनुभवले होते. वान्याला अतिशय आवडणाऱ्या पट्ट्या पट्ट्याच्या चामडी चेंडूच्या वासाची मजा या कैसला कशी समजणार? कैसने कधी त्याच्या आईच्या हाताचे चुंबन घेतले होते? तिच्या सिल्कच्या ड्रेसची सळसळ ऐकली होती? पार्टीत नेहमीसारखी मजा आली नाही म्हणून त्याने कधी शाळेत गोंधळ घातला होता? कैस कधी प्रेमात पडला होता? एखाद्या कार्यक्रमाचे अध्यक्षस्थान कैसने कधी भूषवले होते? कैस खरोखरच मर्त्य होता आणि त्याचा मृत्यू स्वाभाविकच होता. पण माझ्यासाठी, छोट्याशा वान्यासाठी, इव्हान इलिचसाठी त्याच्या स्वतःच्या भावना आणि विचार लक्षात घेता मृत्यू ही स्वाभाविक बाब नाही, मी मेलेच पाहिजे असे नाही. तसे घडल्यास ते फारच भयंकर होईल.

जोपर्यंत मृत्यू आपल्यासमोर उभा ठाकत नाही, तोपर्यंत आयुष्य हे अनंत आहे असे आपल्याला वाटत असते आणि आपण सोईस्करपणे तो समज कायम ठेवत असतो. सुखाचा शोध घेण्यासाठी शांतपणे आपल्याला वेळ मिळेल असे आपल्याला वाटत असते. आधी माझे शिक्षण पूर्ण करायला हवे, मग माझ्या डोक्यावरील कर्ज चुकवायला हवे. मुले थोडी मोठी होऊ दे, माझी निवृत्ती होऊन जाऊ दे... सुखाचा विचार मी नंतर करीन. ज्या गोष्टी करायलाच हव्या त्या आपण जेव्हा उद्यावर ढकलतो, त्यावेळी आयुष्याची चव न चाखताच ते मुठीमधून निसटताना जाणवू लागते.

केवळ आपल्या पायापुरते बघण्याचा हा रोग कॅन्सरची चाहूल लागताच पळून जातो; संभ्रमाचे जाळे फिटते. आयुष्याची क्षणभंगुरता जाणवते, कॅन्सरचे निदान जीवनातील रस परत आणते. माझे निदान होताच, माझ्याही डोळ्यांवर इतके वर्षे असलेली झापडे जणू गळून पडली; या झापडांनी माझी दृष्टी इतकी वर्षे सीमित करून ठेवली होती. एका रविवारी दुपारी आमच्या छोट्याशा घरातील एका लख्ख उजेडाच्या खोलीत बसून मी ॲनाकडे बघत होतो. ती जमिनीवर कॉफी-टेबलशेजारी बसून शांतपणे आणि एकाग्रतेने फ्रेंच कवितांचे इंग्लिश भाषांतर करण्याचा प्रयत्न करीत होती. प्रथमच मी, ती जशी आहे तशी तिला बघत होतो. तिच्या जागी इतर कोणाचा विचारही मनात न आणता बघत होतो. पुस्तकात बघण्यासाठी तिने आपले डोके झुकवले तेव्हा कपाळावर आलेली तिची केसांची बट दिसली. ज्या डौलदारपणे ती पेन पकडते तो डौल दिसला. तिला हवा तो शब्द मिळाला नाही की नाराजीने ती ओठ मुडपते, ते इतके दिवस आपल्या लक्षात कसे आले नाही याचे मला आश्चर्य वाटले. मला या क्षणी ती एक माणूस म्हणून दिसत होती. माझ्या मनातील

शंका आणि प्रश्न यापलीकडे असलेली एक व्यक्ती. तिचे अस्तित्व मला हलवून टाकणारे होते. त्या क्षणाला साक्षीदार म्हणून राहण्याचे भाग्य मला लाभणे म्हणजे जणू काही मला लाभलेला विशेष हक्क होता. मी तिला अशा तऱ्हेने पूर्वी कधीच का बघितले नाही?

मृत्यू समीप आल्याची चाहूल व त्यात असणारी माणसाचा कायापालट करण्याची शक्ती या विषयावर लिहिलेल्या एका पुस्तकात स्टॅनफर्ड विद्यापीठातले एक नामवंत मानसशास्त्रज्ञ आयर्विन थॅलोम यांनी एका सिनेटरच्या-पत्रातला मजकूर उद्धृत केला आहे. हे पत्र या सिनेटरने त्याला अतिशय गंभीर स्वरूपाचा कॅन्सर झाला आहे हे समजल्यावर लिहिले आहे.

> 'माझ्यात असा बदल झाला आहे जो आता परत माघारी नेता येणार नाही. प्रतिष्ठा, राजकीय यश, आर्थिक दर्जा या गोष्टी एका क्षणात कवडीमोल झाल्या आहेत. मला कॅन्सर झाला आहे हे समजल्यावर पहिले काही तास सिनेटमधील माझ्या पदाचा, माझ्या बँकेतील खात्याचा किंवा कॅन्सरमुक्त जगाच्या भाग्याचा असा कोणताच विचार मी केला नाही. माझ्या आजाराचे निदान झाल्यापासून माझ्या पत्नीचे आणि माझे एकदाही भांडण झाले नाही. एरवी, टूथपेस्टची ट्यूब खालून दाबण्याऐवजी वरून पिळल्याबद्दल, माझ्या चोखंदळ जिभेचे चोचले न पुरवल्याबद्दल, मला न विचारता पाहुण्यांची यादी बनवल्याबद्दल, कपड्यांवर भरमसाठ खर्च केल्याबद्दल मी तिची कानउघाडणी करीत असे. आता या गोष्टींची मी फिकीरच करीत नाही किंवा त्या मला फारच बिनमहत्त्वाच्या वाटतात...
>
> आता त्याऐवजी मला अशा गोष्टींचे अप्रूप वाटू लागले आहे, ज्या मी पूर्वी अगदी गृहीतच धरीत होतो. जसे, मित्राबरोबर दुपारी जेवण घेणे, माझ्या मुलाचा, मफेटचा कान खाजवून देणे आणि त्याची बडबड ऐकणे, माझ्या पत्नीचा सहवास, रात्री निवांतपणे माझ्या पलंगावर आरामशीरपणे बसून एखादे पुस्तक किंवा मासिक वाचणे, संत्र्याच्या ग्लासभर रसासाठी किंवा कॉफी केकच्या एका छोट्या तुकड्यासाठी फ्रीजवर धाड टाकणे, वगैरे. मी आयुष्याचा आस्वाद घेतोय असे मला प्रथमच वाटतेय. मला अखेर जाणीव झाली की मी अमरपट्टा घेऊन जन्माला आलो नाहीय. स्वतःवरच अन्याय केलेल्या अनेक घटना आठवून माझा अक्षरशः थरकाप उडाला. तेव्हा माझी प्रकृती उत्तम होती पण वृथा अहंकार, तकलादू मूल्ये आणि विक्षिप्त लहर या गोष्टींच्या आहारी जाऊन मी मलाच छळले.

मृत्यूबद्दलचा हा दृष्टिकोन तुम्हाला मुक्तीच्या दिशेने नेतो. त्याच्या छायेत आयुष्य एवढे उत्कट बनते, त्यात इतका रस निर्माण होतो जो पूर्वी कधीच आपण

अनुभवलेला नसतो आणि वेळ येताच आयुष्याचा निरोप घेताना जीव व्याकूळ होतो, पुन्हा कधीच भेटू शकणार नाही अशा एखाद्या जिवलग व्यक्तीचा निरोप घेताना व्हावा तसा! आपल्याला सर्वांना त्या दुःखाची भीती वाटत असते. पण अखेरीस, आयुष्याचा आनंद न घेताच त्याचा निरोप घेणे हे किती क्लेशकारक, वाईट आहे! आणि निरोपाच्या त्या क्षणी दुःखी होण्यासारखे काहीही आपल्या हाती नसावे हे त्यापेक्षाही त्रासदायक आहे नाही का?'

मी अगदी मोकळेपणाने मान्य करतो, हे सगळे समजण्यासाठी, समजून घेण्यासाठी अगदी सुरुवातीला मला खूप मोठी वाटचाल करावी लागली. ॲना जेव्हा माझ्या घरी राहण्यासाठी आली तेव्हा एक दिवस तिची पुस्तके लावण्यासाठी मी तिला मदत करीत असताना, *'व्हॉट द बुद्धा टॉट'* हे पुस्तक माझ्या हाती लागले. आश्चर्याचा धक्का बसून मी तिला विचारले, 'तू अशी पुस्तके वाचण्यात तुझा वेळ वाया घालवतेस?' आज इतक्या दिवसांनंतर, असे काही घडले यावर विश्वास ठेवणे मला जड जाते आहे. पण तो प्रसंग मला स्पष्ट आठवतो. माझी विवेकनिष्ठ बुद्धी उतू जात होती. माझ्या 'संस्कृतीनुसार' बुद्ध आणि येशू ख्रिस्त हे कालबाह्य झालेली नीतिमत्ता शिकवणारे गुरू होते किंवा त्यापेक्षा वाईट शब्दात सांगायचे तर मध्यमवर्गीयांचे नैतिक दमन करणारे ते दलाल होते. मी ज्या सहचरीबरोबर राहणार होतो, ती असल्या बाष्कळ, सामान्यांना गुंगी आणणाऱ्या गोष्टींनी भारावून जाणारी आहे हे बघून मला धक्काच बसला. ॲनाने माझ्याकडे डोळ्याच्या कोपऱ्यातून एक कटाक्ष टाकला आणि पुस्तक शेल्फवर परत ठेवीत ती म्हणाली, ''मला वाटते, एक दिवस तुला हे नीट समजेल.''

या काळात मी वेगवेगळ्या डॉक्टरकडे जाऊन विविध उपचारांचे परिणाम व दुष्परिणाम जाणून घेत होतो. शस्त्रक्रिया करून घेण्याचे मी निश्चित केले होते व त्यासाठी ज्याने माझ्यातील आत्मविश्वास कायम राहण्यासाठी मला मदत केली अशा सर्जनचा मी शोध घेतला. ज्याच्या हाती मेंदू सोपवण्याची मला इच्छा होती तो त्याच्या शस्त्रक्रियेच्या कौशल्यासाठी फारसा प्रसिद्ध नव्हता; त्यासाठी त्याची कोणी शिफारसही केली नसती, पण मी कोण आहे, कुठून आलो आहे हे त्याला नीट समजू शकेल असे मला वाटत होते. जर परिस्थिती हाताबाहेर गेली तर तो माझा हात मध्येच सोडून देणार नाही याबद्दल मला विश्वास वाटत होता. लगेच शस्त्रक्रिया करणे त्याला शक्य नव्हते. सुदैवाने त्यावेळी ट्यूमर झपाट्याने वाढतही नव्हता. त्या डॉक्टरच्या व्यस्त कार्यक्रमातून वेळ मिळावा यासाठी मी काही आठवडे वाट बघितली. पण या काळात मी अशा लेखकांचा शोध घेतला, ज्यांनी मृत्यूशी सामना करताना आपण काय शिकू शकतो याचा विचार केला होता. काही

आठवड्यांपूर्वी मी जी पुस्तके न उघडताच शेल्फवर ठेवून दिली असती, अशा पुस्तकांच्या वाचनात मी स्वत:ला बुडवून टाकले. ॲनाच्या सांगण्यामुळे मी टॉलस्टॉय वाचला. स्वत:च्या भूमीतील, रशियातील लेखकावर ती अतिशय प्रेम करीत असे. आपल्या अस्तित्ववादी मानसोपचारावरील (existential psychotherapy) अतिशय गाजलेल्या पुस्तकात टॉलस्टॉयच्या लेखातील उदाहरणे देणाऱ्या यालोमचाही आभारी आहे. मी प्रथमच वाचलेल्या *'द डेथ ऑफ इव्हान इलिच'* आणि *'मास्टर अँड मॅन'* या पुस्तकांनी माझ्यावर खूप खोलवर परिणाम केला.

या पुस्तकातील कथानायक हा जमीनदार आहे आणि त्याला स्वत:च्या हिताची खूप चिंता आहे, या माणसामध्ये झालेल्या परिवर्तनाची कहाणी टॉलस्टॉय सांगतो. अगदी किरकोळ रकमेचा एक व्यवहार पूर्ण करण्याच्या निर्धाराने तो अत्यंत वाईट हवामान असताना आपल्या घोडागाडीतून बाहेर निघतो. त्याचा नोकर, निकितासह तो त्या उग्र हिमवादळात भरकटतो. आपल्या आयुष्यातील ही कदाचित अखेरची रात्र ठरू शकेल या जाणिवेनेच त्याची दृष्टी पूर्णपणे बदलते. त्याच्या सोबत असलेल्या नोकराच्या गारठलेल्या शरीराला ऊब देऊन त्याला वाचवण्यासाठी, तो त्याच्या शरीरावर झोपून त्याला स्वत:च्या शरीरातील ऊब देण्याचा प्रयत्न करतो. जमीनदार मरतो, पण निकिताला वाचवण्यात मात्र तो यशस्वी होतो. अत्यंत व्यवहारी अशा त्या जमीनदाराला आयुष्यात कधीही त्यापूर्वी अनुभवता न आलेली समाधानाची भावना कशी अनुभवायला मिळते आणि ती त्याला स्वत:कडूनच मिळालेली अनोखी भेट कशी ठरते, याचे वर्णन टॉलस्टॉय करतो. आयुष्यात प्रथमच तो जमीनदार वर्तमानकाळात जगतो. थंडीचे कडकडीत पाश त्याच्या सर्वांगाला विळखा घालीत असताना त्याला निकिताबद्दल काळजी वाटते. निकिताच्या आयुष्यापुढे त्याला स्वत:च्या जिवाची तमा वाटत नाही. स्वत:च्या अहंकाराच्याही पलीकडे, आयुष्याच्या प्राणतत्त्वाला स्पर्श करणाऱ्या एका सत्याचा त्याला शोध लागतो आणि मृत्यूच्या अखेरच्या क्षणी त्याला एक प्रकाश दिसतो, बोगद्याच्या दुसऱ्या टोकाला. शुभ्र पांढरा प्रकाश; लखलखीत, तेजस्वी.

या काळात माझ्या कामाची दिशा बदलली. तोपर्यंत माझी सर्व कामे शास्त्र या विषयाला वाहिलेली होती आणि तशी गरजही होती. हळूहळू मी ती कामे कमी करू लागलो. बहुतेक सर्व वैद्यकीय संशोधनाप्रमाणे माझ्या प्रयोगशाळेतील काम वेदनांना मुक्ती देण्यापासून खूप दूर होते. माझ्यासारखे संशोधक कारकिर्दीच्या प्रारंभीच पुरेशा अनुभवाच्या अभावी आणि उत्साहाच्या भरात अशी कामे अंगावर घेतात जी अल्झायमर, स्किझोफ्रेनिया किंवा कॅन्सर बरा करण्यासाठी उपयोगी ठरतील असे त्यांना वाटत असते. पण कसे कुणास ठाऊक, अकस्मात एक दिवस त्यांच्या लक्षात येते की ते, औषधे ज्यावर परिणाम करतात त्या पेशींवरील रिसेप्टार

मोजण्याच्या पद्धतीवर संशोधन करत आहेत.

दरम्यान, शास्त्रीय जर्नल्समध्ये संशोधन निबंध लिहिण्यासाठी पुरेसा तपशील ते जमा करतात, अनुदाने मिळवून प्रयोगशाळेचे काम चालू ठेवतात, पण मानवी वेदनांपासून मात्र ते कोसो दूर जातात.

'स्किझोफ्रेनिया या आजारात मेंदूच्या अगदी टोकाच्या भागाची भूमिका' या ज्या गृहीतकावर मी आणि जोनाथन काम करीत होतो तो सिद्धांत आता मज्जारज्जू शास्त्राने मान्य केला आहे. जगातील विविध प्रयोगशाळांमध्ये त्यावर मनन, संशोधन चालू आहे. ते खरोखरच एक महत्त्वाचे शास्त्रीय संशोधन होते पण त्या संशोधनाची कोणाला उपचार म्हणून मदत झाली नाही. एखाद्या रुग्णाची परिस्थिती सुधारण्यासाठीसुद्धा या संशोधनाची मदत झाली नाही. आणि तरीही मी, माझ्या आजाराच्या काळजीत असताना, वेदनांच्या धास्तीने ग्रासलेला असताना आणि मृत्यूच्या चाहुलीने व्याकूळ असताना हेच काम करण्याची इच्छा करीत होतो.

माझ्यावर शस्त्रक्रिया झाल्यानंतर मी माझ्या संशोधनाच्या कामाकडे आणि हॉस्पिटलमधील प्रॅक्टिसकडे पुन्हा वळलो आणि मला जे वाटत होते त्याच्या नेमके विरुद्ध घडत असल्याचे मला आढळून आले. ते म्हणजे क्लिनिकल प्रॅक्टिशनर म्हणून काम करणे मला अधिक आवडू लागले. जेव्हा झोपेविना तळमळणाऱ्या एखाद्या रुग्णाला किंवा असह्य वेदनांनी कंटाळून आत्महत्येचे विचार करणाऱ्या एखाद्या रुग्णाला माझी मदत होत असे, त्यावेळी माझा मानसिक ताण कमी होत असे. मी त्यांच्यातलाच एक होऊन जात असे. आणि मग त्या दृष्टिकोनातून बघितल्यावर मला डॉक्टरांचे काम म्हणजे रुग्णावर केलेले उपकार न वाटता रुग्णावर उपचार करायला मिळणे ही डॉक्टरला मिळालेली एक विशेष संधी वाटू लागली. समाधानाची एक झुळूक माझ्या आयुष्यात आली.

आयुष्याच्या क्षणभंगुरतेची जाणीव करून देणारे आणि माणूस म्हणून परस्परांशी जोडले गेल्यावर काय जादू घडू शकते याचा प्रत्यय देणारे या काळातील काही प्रसंग मला आठवतायत. त्यापैकीच ही एक क्षुल्लक घटना होती. माझ्या शस्त्रक्रियेच्या आदल्या संध्याकाळी, गाड्या पार्क केल्या जातात तेथे झालेली एक छोटी भेट. वरवर बघता ती अगदी क्षुल्लक, पण माझ्यासाठी खूप महत्त्वाची.

ॲना आणि मी न्यूयॉर्कला गाडी घेऊन गेलो होतो. गाडी हॉस्पिटल पार्किंगच्या आवारात लावून मी उभा होतो. हॉस्पिटलमध्ये भरती होऊन तपासण्यांच्या चक्रातून ऑपरेशन थिएटरमध्ये जाण्यापूर्वी, मला मिळालेल्या स्वातंत्र्याच्या या काही क्षणांमध्ये ताजी हवा हृदयात भरून घेत होतो. तेवढ्यात एक वृद्ध स्त्री हॉस्पिटलमधून घरी निघालेली दिसली. ती एकटीच होती. हातात बॅग आणि कुबडी घेऊन ती चालत होती. तिला मदत करण्यासाठी बरोबर कोणीच नसल्याने गाडीमध्ये चढणे तिला

जमत नव्हते. मी तिच्याकडे निरखून बघितले आणि हॉस्पिटलमधून तिला एकटे सोडलेच कसे याचे मला आश्चर्य वाटले. तिने माझ्याकडे बघितले, पण माझ्याकडून मदतीची कोणतीही अपेक्षा तिच्या डोळ्यांत दिसत नव्हती. अजिबात नाही. आम्ही न्यूयॉर्कसारख्या शहरात होतो, जिथे जो-तो आपल्या स्वत:पुरता असतो. एका अनामिक ओढीने मी तिच्याकडे ओढला गेलो; बहुतेक मीही एक रुग्ण असल्याने त्या परिस्थितीतूनच ही ओढ निर्माण झाली असावी. ती अनुकंपा नव्हती, तर बंधुत्वाची भावना होती. मदतीची गरज असूनही ती न मागणारी ती स्त्री मला माझ्यासारखीच अन् म्हणूनच जवळची वाटली. मी तिची बॅग गाडीच्या मागच्या बाजूला ठेवली, तिची गाडी त्या पार्किंगच्या जागेतून बाहेर काढली आणि तिला तिच्या ड्रायव्हिंग सीटवर बसण्यासाठी मदत केली. तिच्या गाडीचा दरवाजा बंद करताना माझ्या चेहऱ्यावर स्मित हास्य होते. ते काही क्षण ती एकटी नव्हती. तिला ही छोटीशी मदत करताना मला खूप आनंद होत होता. त्या क्षणी, माझ्या मदतीची गरज निर्माण करून तिने खरे म्हणजे मला उपकृतच केले होते. ती जणू आम्ही एकमेकांना दिलेली एक भेट (gift) होती. आत्ता जशी मिळाली तशी मदत आयुष्यात योग्य वेळी मिळाल्यास आयुष्यावर विश्वास ठेवणे शक्य आहे, ही जाणीव आणि इतरांबद्दल तिच्या मनात मी निर्माण केलेली खात्री मला तिच्या डोळ्यांत दिसत होती. आम्ही एकमेकांशी काहीही बोललो नाही, पण एकमेकांशी जोडल्याची भावना तिच्याही मनात निर्माण झाली, याची मला खात्री आहे. त्या घटनेने मला आश्वस्त केले. आम्ही घायाळ होऊ शकतो, पण एकमेकांना मदत करून आमचा आनंद आम्ही परत मिळवू शकतो. मग मी शांतपणे शस्त्रक्रियेला सामोरा गेलो.

आपण इतरांसाठी उपयोगी ठरू शकतो अशी भावना आपल्या हृदयात निर्माण करणे गरजेचे आहे. तरच आपल्या आत्म्याचे पोषण होऊ शकते. जेव्हा मृत्यू दिसत असताना ही गरज भागत नाही, तेव्हा होणाऱ्या वेदना अधिक तीव्र असतात. आपले आयुष्य निरर्थक आहे, आपल्या असण्या-नसण्याने कोणालाही काहीही फरक पडत नाही, आपण निरर्थक, निरुद्देश जगत आहोत, या भीतीतूनच जे मृत्यूचे भय निर्माण होते, ते फार वेदनादायी असते.

एक दिवस ज्यो नावाच्या तरुणाला भेटण्यासाठी मला बोलावण्यात आले. अंगभर टॅटू रंगवलेल्या या माणसाचा पूर्वेतिहास काय होता, तर दारूचे आणि मादक पदार्थांचे व्यसन आणि गुन्हेगारी व हिंसा यात मोठ्या प्रमाणात सहभाग. आपल्याला मेंदूचा कॅन्सर झाला आहे हे समजताच त्याचा मानसिक तोल ढळला आणि खोलीतील जी दिसेल ती वस्तू तो फेकू लागला. भेदरलेल्या नर्सेस त्याच्या जवळ जायलाही घाबरू लागल्या. मी जेव्हा त्याला माझी मानसरोगतज्ज्ञ अशी ओळख करून दिली, तेव्हा तो पिंजऱ्यातील सिंहासारखा दिसत होता. कसा कोण

जाणे, पण तो माझ्याशी बोलायला तयार झाला. मी त्याच्या शेजारी बसलो आणि म्हटले, 'तुला आत्ताच जी बातमी सांगण्यात आलीय ती मी ऐकली आहे. तू खूप अस्वस्थ झाला आहेस हेही मला ठाऊक आहे. या बातमीमुळे वाटणाऱ्या भीतीची कल्पना मी करू शकतो.' मग त्याने माझ्यावर अक्षरश: शाब्दिक हल्लाच चढवला. वीस मिनिटे तो फक्त बोलत होता आणि मग तो अकस्मात रडायला लागला. त्याचे वडील व्यसनी होते आणि आईचाही भावनांक जवळजवळ शून्य होता. ज्योला कोणीही मित्र नव्हते आणि या बातमीनंतर त्याचे व्यसनातील मित्रही (!) त्याच्याकडे पाठ फिरवणार होते हे नक्की. तो शून्य झाला होता. मी म्हटले, "मी तुझ्यासाठी काय करू शकतो हे मला ठाऊक नाही, पण जोपर्यंत तुला गरज वाटेल तोपर्यंत दर आठवड्याला मी तुला भेटायला येईन असे मी तुला वचन देतो." तो शांत झाला आणि पुढचे सहा महिने, मरेपर्यंत दर आठवड्याला आम्ही भेटत राहिलो.

त्या भेटीमध्ये मला फारसे बोलावे लागत नसे. तर मी ऐकत असे. ज्योने काही काळ, इलेक्ट्रिशियन म्हणून काम केले होते, पण बऱ्याच वर्षांपासून त्याला नोकरी नव्हती आणि सरकारकडून मिळणाऱ्या मदतीवरच तो जगत होता. त्याच्या आई-वडिलांशी संवाद नसल्यामुळे त्याचा सगळा दिवस टीव्ही बघण्यात जात असे. तो कमालीचा एकाकी होता. त्याने आयुष्यात अक्षरश: काहीही केले नव्हते आणि म्हणून मृत्यू त्याला असह्य वाटत होता. त्याच्या हातात जो काही वेळ उरला होता, त्या वेळात कोणासाठी उपयोगी ठरेल असे काही काम तो करू शकतो, असे मी त्याला सुचवले. त्याबाबत त्याने विचारच केला नव्हता; मग त्याने त्याविषयी विचार केला आणि मग म्हणाला, 'माझ्या घराशेजारी एक चर्च आहे. त्यांच्यासाठी मी काहीतरी करू शकेन असे मला वाटते. त्यांना एका वातानुकूलित यंत्रणेची गरज आहे आणि ती कशी करायची हे मला ठाऊक आहे.' मी त्याच्या या कल्पनेला एकदम पाठिंबा देऊन त्याला संबंधित अधिकाऱ्यांना भेटायला सांगितले. ज्योने दिलेल्या प्रस्तावामुळे ते खूश झाले.

ज्यो रोज सकाळी उठून चर्चच्या छतावर जाऊन वातानुकूलित यंत्रणा बसवण्याचे काम करू लागला. त्याच्या कामाचा वेग संथ होता, कारण मेंदूवरील मोठ्या गाठीमुळे त्याला लक्ष एकाग्र करणे अवघड जात होते. पण चर्चलाही त्या कामाची फार घाई नव्हती. रोज त्याला छतावर काम करताना बघण्याची तेथील धर्मगुरूंना सवयच झाली होती. ते त्याच्याशी गप्पा मारीत, जेवण्याच्या वेळी त्याला सँडविच-कॉफी देत. या अनुभवाविषयी बोलताना ज्योच्या डोळ्यांत पाणी आले होते. आयुष्यात प्रथमच तो अशी काही गोष्ट करीत होता, जी इतरांसाठीही महत्त्वाची होती. तो आता पूर्णपणे बदलला होता आणि त्यानंतर कधीही त्याच्या रागाचा उद्रेक झाला नाही. त्याच्या वरवर ओबडधोबड दिसणाऱ्या व्यक्तिमत्त्वाच्या आत एक संवेदनशील मन होते.

एक दिवस ज्यो कामावर जाऊ शकला नाही. त्याच्या कॅन्सरतज्ज्ञाने मला बोलावून सांगितले की तो हॉस्पिटलमध्ये आहे आणि त्याचे अखेरचे काही दिवस उरले आहेत. मी त्याच्या खोलीत गेलो तेव्हा तिथे प्रसन्न सूर्यप्रकाश होता. तो शांतपणे पलंगावर पहुडला होता. जवळजवळ झोपलाच होता. त्याला लावण्यात येणाऱ्या सलाईनच्या सर्व नळ्या काढून टाकलेल्या होत्या. मी त्याचा निरोप घेण्यासाठी त्याच्याजवळ बसलो तर त्याने डोळे उघडले. त्याला माझ्याशी काही बोलायचे होते पण अंगात तेवढे त्राण नव्हते. आपला निष्प्राण हात हलकेच उचलून त्याने मला जवळ येण्याची खूण केली. मी माझे कान त्याच्या ओठापाशी नेल्यावर तो पुटपुटला, 'माझे आयुष्य वाचवल्याबद्दल धन्यवाद.'

त्याने मला शिकवलेला धडा मी अजून लक्षात ठेवलाय. मृत्यू समोर दिसत असतानाही एखाद्याचे आयुष्य वाचवता येते! माझ्यासाठी जी एक कामगिरी करायची होती ती करण्यासाठी लागणारा पुरेसा आत्मविश्वास या घटनेमुळे मला मिळाला आणि ती कामगिरी म्हणजे वेळ येईल तेव्हा आपणही मरणासाठी सिद्ध राहणे. खरे म्हणजे एका अर्थाने ज्योने माझे आयुष्य वाचवले...!

माझा कॅन्सर निदानाचा वर्धापनदिन मी गेल्या १४ वर्षांपासून साजरा करतो आहे. जोनाथन आणि डगने माझे स्कॅनिंग केले तो नेमका दिवस मला आठवत नाही, पण ती घटना १५ ऑक्टोबरच्या सुमारास घडली असावी. त्यामुळे ऑक्टोबर १५ ते २० दरम्यानचे दिवस माझ्यासाठी विशेष असतात. जसे रमझान मधील रोजे किंवा बायबल मधला पवित्र आठवडा असतो तसा. ती माझी व्यक्तिगत आराधना असते. या काळात मी स्वत:बरोबर राहतो. चर्चसारख्या पवित्र ठिकाणी खाजगी धार्मिक साधनेसाठी जातो. मी अनुभवलेल्या वेदना, भीती, संघर्षाचा विचार करतो. माझ्यामध्ये घडलेल्या परिवर्तनाचे आभार मानतो. कारण माझ्या दुसऱ्या जन्मानंतर मी अधिक आनंदी माणूस झालोय.

४.
कॅन्सरचा दुबळेपणा

कॅन्सरच्या कब्जात गेल्यावर संपूर्ण शरीर युद्धग्रस्त होते. कॅन्सरच्या पेशी सर्व नियम झुगारून एखाद्या सशस्त्र दरोडेखोराप्रमाणे वागत असतात. निरोगी शरीर जे नियम पाळत असते, अशा कोणत्याही नियमांचा या पेशींना अडथळा होत नाही. त्यांच्यातील अनैसर्गिक जीन्समुळे निरोगी पेशीसमूह नियंत्रित करणाऱ्या यंत्रणेला त्या बिलकूल भीक घालीत नाहीत. पेशीची विशिष्ट वेळेत विभागणी झाल्यावर मरून जाण्याचा नियम त्यांना मान्य नसतो. थोडक्यात, त्यांना जणू अमरत्व प्राप्त होते. पेशीची धोकादायक वाढ झाल्यामुळे ही वाढ थांबवावी असा संदेश जवळपासच्या पेशीसमूहाकडे आला तरी त्या हा इशारा मानत नाहीतच, पण यापेक्षाही वाईट म्हणजे, काही विशिष्ट स्राव त्याच्यातून पाझरत असल्यामुळे सभोवतालच्या पेशीसमूहांना या पेशी दूषित करतात. या विषारी स्रावामुळे त्या ठिकाणी होणारा दाह, येणारी सूज कॅन्सरच्या पेशींना आसपासच्या अवयवांवर पसरण्यासाठी मदतच करतो.

सतत रसद मिळाल्यामुळे आगेकूच करणाऱ्या सैन्याप्रमाणे या पेशी आसपासच्या रक्तवाहिन्यांकडे आपला मोर्चा वळवतात. या रक्तवाहिन्यांना वेगाने वाढण्यास या पेशी जणू भाग पाडतात. आणि आपल्या वाढीसाठी आवश्यक अशी पोषक द्रव्ये आणि प्राणवायू तेथून मिळवून लवकरच या पेशींचा एक गोळा, ट्यूमर होतो.

काही विशिष्ट परिस्थितीतच या क्रूर सैन्याच्या 'कामकाजात' व्यत्यय येऊन त्यांची आक्रमकता कमी होऊ शकते.

१. जेव्हा शरीरातील प्रतिकारशक्ती त्यांच्याविरुद्ध कार्यरत होते.

२. दाह निर्माण करण्याचे शरीराने नाकारल्यास या पेशींची वाढ होऊ शकत नाही किंवा आसपासच्या प्रदेशावर कब्जा मिळवू शकत नाहीत.

३. त्या पेशीच्या वाढीस अशी रसद पुरवण्याचे काम करण्याचे रक्तवाहिन्यांनी नाकारल्यास त्यांची आगेकूच थांबते.

आपल्या शरीराचा ताबा घेण्यापासून आजाराला परावृत्त करण्यासाठी या पद्धतीचा प्रभावी वापर करता येतो. मात्र एकदा का तो पेशीचा गोळा, ट्यूमर शरीरात तयार झाला की केमोथेरपी किंवा रेडिओथेरपी अपरिहार्य होते. अर्थात सर्व

प्रतिकारशक्ती एकवटण्यासाठी पारंपरिक उपचारांसोबत वर उल्लेख केलेल्या मार्गांचाही वापर करून बघायला हरकत नाही.

भाग १ – शरीरातले शिपाई : शक्तिमान 'इम्यून' पेशी

एस १८० पेशींचा धुमाकूळ

एकसारख्या, नियंत्रित परिस्थितीत कॅन्सरचा अभ्यास करण्यासाठी जगभर या पेशींचा वापर केला जातो. सहसा न आढळणाऱ्या क्रोमोसोम्सची संख्या यामध्ये असल्याने या पेशी असाधारण असतात. त्यांच्यातून पाझरणारा सायटोकाईन्स नावाचा विषारी द्राव त्याच्या संपर्कात येणाऱ्या प्रत्येक पेशीचे आवरण नष्ट करतो. उंदराच्या शरीरात सोडलेल्या एस १८० या पेशींचे एवढ्या वेगाने पुनरुत्पादन होते की अवघ्या दहा तासांत ट्यूमरचा आकार दुप्पट होतो. त्यानंतर भोवतालच्या पेशीसमूहावर त्या आक्रमण करतातच आणि या प्रवासात मार्गात येणारी प्रत्येक गोष्ट त्या नष्ट करतात. उदराच्या पोकळीतील या पेशींची वाढ ही लसीका वाहिन्यांची निचरा करण्याची (drainage) क्षमताच नष्ट करतात आणि तुंबलेल्या बाथरूममध्ये पाणी जमावे तसा द्राव, असायटीस, उदराच्या पोकळीत जमू लागतो. फिकट रंगाचा हा द्राव एस १८० या पेशींच्या वाढीला अतिशय अनुकूल अशी परिस्थितीच निर्माण करतो. त्यांचे धोकादायक पद्धतीने पुनरुत्पादन सुरू होते. आणि मग अखेर एखाद्या महत्त्वाच्या इंद्रियाचे कामकाज पूर्ण थंडावते किंवा एखादी रक्तवाहिनी फुटून मृत्यू येतो.

या पुस्तकात, विशेषत: या प्रकरणात, प्रयोगशाळेतील उंदीर-मांजरांवर केलेल्या संशोधनाचा उल्लेख आहे. मला प्राणी आवडतात आणि या प्रयोगादरम्यान प्राण्यांना ज्या वेदनांना तोंड द्यावे लागते, त्याचा विचारही मला फार त्रास देतो. पण आत्तापर्यंत तरी, प्राणी हक्कांसाठी लढणाऱ्या संघटना किंवा प्राण्यांना होणाऱ्या त्रासाबद्धल आस्था असणाऱ्या शास्त्रज्ञांना प्रयोगासाठी अन्य पर्याय आढळलेला नाही. या प्राण्यांमुळेच अगणित मुले, माणसे व स्त्रिया यांना अधिक प्रभावी आणि चांगला उपचार मिळणे शक्य होते आहे. प्राण्यांनाही माणसाप्रमाणे कॅन्सर होत असल्याने त्यांचाही या संशोधनामुळे फायदा होणार आहे.

कॅन्सरला प्रतिकार करणारा उंदीर

उत्तर कॅरोलिनामधील वेक फॉरेस्ट विद्यापीठातील प्रयोगशाळेत झेंग क्युई हे जीवशास्त्राचे प्राध्यापक स्निग्ध पदार्थांमधील चयापचय क्रिया (metabolism) यावर

संशोधन करीत होते. त्यांचा अभ्यास कॅन्सरवर नव्हता. पण त्याच्या प्रयोगासाठी त्यांना प्रतिजैविकांची गरज होती आणि ती मिळवण्यासाठी सु (की कु?) प्रसिद्ध एस १८० पेशी उंदराच्या शरीरात टोचण्यात आल्या. या पेशींमुळे द्राव निर्माण होण्यास मदत होऊन त्यातून प्रतिजैविके मिळवणे सोपे होते. हजारो एस १८० पेशी टोचलेला एकही उंदीर एक महिन्यापेक्षा अधिक काळ जिवंत राहत नसे; त्यामुळे या पद्धतीत उंदराची वारंवार गरज भासत असे. एके दिवशी मात्र अघटित घडले. या संशोधनात सहकार्य करणाऱ्या लिया क्विन या डॉक्टरेट झालेल्या तरुण संशोधिकेने उंदराच्या एका गटाला दोन लाख एस १८० पेशी टोचल्या. या पद्धतीमध्ये हा सर्रास दिला जाणारा डोस होता. पण या गटातील उंदरांपैकी एका, सहाव्या क्रमांकाच्या उंदराने या इंजेक्शनला प्रतिकार केल्याचे आढळून आले; त्याच्या पोटात द्राव निर्माण न झाल्याने त्याचे पोट सपाट दिसत होते. लिया क्विनने परत पेशी टोचल्या, पण त्याचाही परिणाम तोच होता. झेंग क्युई याच्या सल्ल्यानुसार तिने पेशींची संख्या दुप्पट केली पण तरीही परिणाम शून्य! मग तिने पेशींची संख्या दसपटीने वाढवून दोन दशलक्ष केली, पण त्या बंडखोर उंदराच्या शरीरात कॅन्सर अथवा द्राव, कसलीच लक्षणे दिसेनात. झेंग क्युई यांना त्यांच्या साहाय्यकाच्या क्षमतेबद्दल संशय येऊ लागल्याने त्यांनी स्वत:च इंजेक्शन टोचण्याचे ठरवले. त्यांनी तब्बल तीस दशलक्ष पेशी घेतल्या आणि तो द्रवपदार्थ खरोखरच त्या उंदराच्या पोटात टोचला गेल्याची खात्री करून घेतली. पण दोन आठवड्यानंतरही परिणाम शून्य! मग त्यांनी नेहमीच्या संख्येपेक्षा हजारपट जास्त म्हणजे २ कोटी पेशी टोचल्या पण व्यर्थ!

एस १८० या पेशी टोचल्यावर त्यांच्या प्रयोगशाळेतील कोणताही उंदीर दोन महिन्यांपेक्षा अधिक काळ जगला नव्हता. सहाव्या क्रमांकाच्या उंदराच्या थेट पोटात, जेथे कॅन्सरच्या पेशींची झपाट्याने वाढ होते, कॅन्सरच्या पेशींचा मोठ्ठा डोस टोचूनही हा उंदीर मात्र तब्बल आठ महिने जगला होता. एक अशक्य गोष्ट आपल्या समोर घडतेय याची जाणीव झेंग क्युई यांना होऊ लागली होती आणि ती म्हणजे कॅन्सरला निसर्गत:च प्रतिकार करणारा प्राणी त्यांच्या समोर होता!

गेल्या शतकातील वैद्यकीय आणि शास्त्रीय लेखनामध्ये असाध्य कॅन्सर अकस्मात कमी होऊन पूर्णपणे बरा झाल्याच्या घटना नोंदवलेल्या होत्या. पण अशा घटना फार दुर्मीळ होत्या. अशा घटना केव्हा घडतील हे सांगणे अवघड असल्याने आणि त्यांची पुनरावृत्ती मागणीनुसार करता येत नसल्याने, त्यांच्या बाबतीत संशोधन करणे अवघड होते. सर्वसामान्यत: निदानात चूक झाल्यामुळे असे घडले असा शिक्का त्यांच्यावर मारला जातो. तो बहुधा कॅन्सर नव्हताच! किंवा आधी दिलेल्या पारंपरिक औषधोपचारांना उशिरा प्रतिसाद मिळाला, असे या

घटनांच्या बाबतीत म्हटले जाते. (बहुधा गेल्या वर्षी दिलेल्या केमोथेरपी उपचारांचा फायदा झाला असावा.)

कॅन्सरच्या वाढीला प्रतिबंध करणाऱ्या काही अनाकलनीय यंत्रणा काम करीत असणार हे अशा वेळी मान्यच करावे लागते. गेल्या १० वर्षांत अशा काही यंत्रणांवर प्रकाश टाकून त्या प्रयोगशाळेत तपासल्या गेल्या आहेत. प्रो. झेंग क्युईच्या सहाव्या क्रमांकाच्या उंदराने यापैकी एका गोष्टीवर प्रकाश टाकला आणि ती म्हणजे पूर्णपणे कार्यरत झालेल्या प्रतिकारशक्तीची ताकद.

'शक्तिशाली उंदीर' या नावाने प्रसिद्ध झालेला तो उंदीर कॅन्सरला प्रतिकार करणारा आहे याची खात्री पटल्यावर झेंग क्युई यांना एक नवी चिंता सतावू लागली. असा सामर्थ्यशाली उंदीर एकच होता आणि उंदराचे जास्तीत जास्त आयुष्य असते दोन वर्षे. एकदा हा उंदीर मेला की त्याच्यातील ही असाधारण प्रतिकारशक्ती कशी तपासता येणार? आणि जर त्यालाच न्यूमोनिया किंवा एखादा जंतूसंसर्ग झाला तर? या उंदराचा डी.एन.ए. सांभाळून ठेवावा किंवा हा उंदीर क्लोन करून ठेवावा असा विचार झेंग क्युई करीत होते. उंदीर क्लोन करण्यात प्रथमच यश मिळाल्याची बातमी नुकतीच प्रसिद्ध झाली होती. क्युई यांच्या सहकाऱ्याने त्यांना विचारले, 'या उंदरापासून पुनरुत्पादन करण्याचा तुझा विचार आहे का?'

आकृती : शक्तिशाली उंदीर. कॅन्सरला विरोध करणारा उंदीर क्र. ६

या 'शक्तिशाली' उंदराला एका सामान्य मादीपासून पिल्ले झाली.[१] या उंदराच्या नातवांपैकी (दुसऱ्या पिढीला, म्हणजे पिलाच्या पिल्लांना) निम्म्या नातवांमध्ये एस १८० पेशींना प्रतिकार करण्याची शक्ती वंशपरंपरेने आली होती. मूळ शक्तिशाली

१. कॅन्सरला प्रतिकार करणारा जीन हा प्रत्येक पुढल्या पिढीबरोबर क्षीण होईल का अशी भीती वाटल्याने झेंग क्युई यांनी या उंदराच्या पिल्लांना कॅन्सर पेशी टोचल्या नाहीत.

उंदराप्रमाणेच या उंदरांना दोन दशलक्ष एस १८० पेशी टोचूनही त्यांच्यावर काहीही परिणाम झाला नाही. एवढा डोस त्या प्रयोगशाळेत सामान्य होता. पण या उंदरांनी त्यांच्या वजनाच्या दहा टक्के, म्हणजे दोन कोटी एस १८० पेशी असलेला डोसही पचवला. एवढ्या पेशी टोचणे म्हणजे एखाद्या माणसाच्या शरीरात १२ ते १७ पौंडाचा अतिशय आक्रमक असा ट्यूमर इंजेक्शनद्वारे टोचण्यासारखे होते!

अनाकलनीय यंत्रणा

या दरम्यान, झेंग क्युई यांना कामानिमित्त काही महिने दुसऱ्या गावी जावे लागले. तेथून परत आल्यावर त्यांनी कॅन्सरला प्रतिकार करणाऱ्या उंदरांचा प्रयोग पुन्हा सुरू केला तेव्हा मात्र घोर निराशा त्यांच्या वाट्याला आली. नेहमीच्या इंजेक्शननंतर दोन आठवड्यातच या सर्वांच्या उदरात कॅन्सर पेशी असलेला द्राव निर्माण झाल्याचे त्यांना आढळले. या घटनेला एकही उंदीर अपवाद नव्हता. नेमके काय घडले? क्युई यांच्या अनुपस्थितीत ते आपली प्रतिकारशक्ती कशी काय गमवून बसले? या आकस्मिक घडलेल्या घटनेचा आणि नेमकी काय चूक झाली असेल याचा कित्येक दिवस ते विचार करीत होते. त्याच्या सर्व सहकाऱ्यांनी भाकीत केल्याप्रमाणे हे संशोधन इतके चांगले होते की ते खरे वाटावे! झेंग एवढे निराश झाले की त्यांनी उंदीर बघायला जाणेच बंद केले. इंजेक्शन दिल्यानंतर चार आठवड्यांतच ते सर्व मरणार अशी त्यांना जणू खात्री वाटत होती. नंतर काही कामानिमित्त झेंग प्रयोगशाळेत आले आणि अत्यंत जड अंत:करणाने त्यांनी झाकण उघडून बघितले तेव्हा समोर दिसणारे दृश्य बघून त्यांना आश्चर्याने वेड लागायची वेळ आली. सर्व उंदीर जिवंत होते आणि त्यांच्या पोटातील द्राव नाहीसा झाला होता!

खूप दिवस झपाटल्यासारखे, चिकाटीने प्रयोग केल्यावर याचे नेमके कारण समजले. एका विशिष्ट वयात, उंदरांसाठी सहाव्या महिन्यात (म्हणजे माणसाच्या आयुष्यात पन्नाशीच्या आसपास) प्रतिकारशक्ती दुबळी होते आणि मग कॅन्सरची वाढ होऊ लागते. द्राव होऊन पोट फुगण्याचे ते कारण होते. पण दोन आठवड्यानंतर, (म्हणजे माणसाच्या आयुष्यात एक ते दोन वर्षांनंतर) ट्यूमरच्या केवळ उपस्थितीमुळे शरीराची प्रतिकारशक्ती वाढू लागली आणि चोवीस तासांच्या आत (माणसाच्या आयुष्यात एक ते दोन महिन्यांत) ट्यूमर विरघळून नष्ट झाला. उंदीर पुन्हा पूर्ववत त्यांची कामे करू लागले आणि अत्यंत सक्रिय लैंगिक जीवनही जगू लागले. झपाट्याने मागे हटणाऱ्या कॅन्सरचे एक प्रयोगशील आणि पुनरावृत्ती करता येण्याजोगे उदाहरण शास्त्राच्या हाती लागले होते. अर्थात या गूढ resorption मागील

कारणमीमांसा उलगडायला हवी होती. कॅन्सर पेशीच्या विकास विषयातील तज्ज्ञ असलेले, डॉक्टरेट केलेले, मार्क मिल्लर यांनी अखेर हे गूढ उकलण्यात यश मिळवले. या जादूई उंदराच्या पोटातून काढलेल्या एस १८० या पेशींचा सूक्ष्मदर्शक भिंगाखाली अभ्यास केल्यावर मिल्लर यांना खऱ्या युद्धभूमीचा शोध लागला. नेहमी आढळणाऱ्या गोलाकार, केसाळ आणि अत्यंत आक्रमक अशा कॅन्सर पेशींऐवजी त्यांना तेथे गुळगुळीत सच्छिद्र पेशी दिसल्या. प्रतिकार यंत्रणेतील पांढऱ्या पेशींशी आणि सुप्रसिद्ध 'नैसर्गिक हत्या' (natural killer, NK) करणाऱ्या पेशींशी या पेशींचे युद्ध झाले होते. पांढऱ्या पेशींचा एस १८० पेशींवर होणारा हल्ला सूक्ष्मदर्शक भिंगाच्या मदतीने टिपण्यात मिल्लर यांना यश आले. या रहस्याचे गूढ त्यांना उकलले होते. कॅन्सरने ताबा घेतल्यानंतरसुद्धा आपल्या प्रतिकार यंत्रणेच्या मदतीने जोरदार प्रतिकार करण्यात उंदरांना यश आले होते.

कॅन्सरविरुद्ध लढणारे विशेष दूत

नैसर्गिक हत्या करणाऱ्या पेशी (NK) या आपल्या सर्वांच्या प्रतिकार यंत्रणेतील विशेष दूत असतात. सर्व पांढऱ्या पेशींप्रमाणे या पेशी शरीरामध्ये सतत जंतू, विषाणू अथवा नव्या कॅन्सर पेशींचा शोध घेत असतात. प्रतिकार यंत्रणेतील इतर पेशींना शरीरात शिरलेल्या एखाद्या रोगजंतूला ओळखून त्याच्यावर हल्ला चढवण्यापूर्वी त्याचा पूर्व परिचय आवश्यक असतो. मात्र नैसर्गिक हत्या करणाऱ्या पेशींना सक्रिय होण्यासाठी अँटीजेनशी असा पूर्वपरिचय असण्याची गरज नसते. त्यांना शत्रूचा सुगावा लागताच त्या घुसखोरांभोवती गोळा होऊन प्रत्येकाशी संपर्क प्रस्थापित करतात. एकदा हे काम झाल्यावर एखाद्या रणगाड्यातील बंदुकीचे तोंड वळवावे तसा त्या पेशींवर नेम रोखून आपली अंतर्गत यंत्रणा कार्यरत करतात. ह्या यंत्रणेत जहाल पेशीदेखील असतात.

कॅन्सरच्या पेशींच्या आवरणाशी संपर्क होताच या पेशी सोडल्या जातात आणि नैसर्गिक हत्या करणाऱ्या पेशींमधील परफोरिन आणि ग्रँझाईम्स ही रासायनिक द्रव्ये हे आवरण भेदून आत शिरतात. परफोरिनचे बारीक कण बारीक रिंगसारखे गोलाकार रूप घेतात आणि एखाद्या ट्यूबच्या आकारात या रिंग्ज एकत्र येतात. कॅन्सर पेशीच्या आवरणात मध्यभागी या ट्यूबतर्फे एक पॅसेजसारखी पोकळ जागा केली जाते आणि मग ग्रँझाईममध्ये अंगभूत असलेली स्व-नाशाची शक्ती कार्यरत केली जाते. किंबहुना त्या कॅन्सर पेशींना आत्महत्येचा आदेश देतात आणि ती पाळण्याखेरीज त्या पेशींपुढे दुसरा इलाजच नसतो. या आदेशाचा परिणाम म्हणून की काय, या पेशींचा केंद्रक ढासळतो आणि पूर्ण पेशी उद्ध्वस्त होतात. या पेशींचे अवशेष प्रतिकार यंत्रणेतील कचरा गोळा करणाऱ्या मॅक्रोफेजेसतर्फे (macrophages) पचवले

जातात. हे नैसर्गिक हत्या करणाऱ्या पेशींचा एक अंगभूत घटक असतात.

झेंग क्युईच्या प्रतिकार करणाऱ्या उंदराप्रमाणे मानवी शरीरातील नैसर्गिक हत्या करणाऱ्या पेशीही विविध प्रकारच्या, विशेषत: स्तनाचा, प्रोस्टेटचा, फुप्फुस, मोठ्या आतड्याच्या कॅन्सरच्या (sarcoma) पेशींची हत्या करण्यास सक्षम असतात.

स्तनाचा कॅन्सर झालेल्या ७७ स्त्रियांचा बारा वर्षे अभ्यास करून, या विकारातून बरे होण्यासाठी या पेशी किती महत्त्वाच्या आहेत हे सिद्ध करण्यात आले आहे. रोगनिदानाच्या वेळी महिलांच्या ट्यूमरचा नमुना घेऊन तो त्यांच्याच नैसर्गिक हत्या करणाऱ्या पेशींसोबत ठेवण्यात (cultivate) करण्यात आला. काही रुग्णांच्या नैसर्गिक हत्या करणाऱ्या पेशींनी काहीही प्रतिसाद दिला नाही. जणू त्यांच्यातील चैतन्यच कोणीतरी शोषून घेतले होते. इतर रुग्णांच्या पेशी मात्र वेगाने साफसफाईच्या मोहिमेला लागल्या; त्यांची प्रतिकार यंत्रणा कार्यक्षम असल्याचाच तो पुरावा होता. बारा वर्षांनंतर असे आढळून आले की, ज्या रुग्णांच्या नैसर्गिक हत्या करणाऱ्या पेशी प्रयोगशाळेत कार्यक्षम झाल्या नव्हत्या, त्यापैकी जवळजवळ निम्म्या, ४७ टक्के स्त्रियांचे निधन झाले होते, तर दुसरीकडे ज्यांची प्रतिकार यंत्रणा कार्यक्षम होती असे सूक्ष्मदर्शक भिंगाखाली आढळले, त्यापैकी ९५ टक्के स्त्रिया जिवंत होत्या.

अन्य संशोधनही याच निष्कर्षाला येऊन पोहोचत होते. नैसर्गिक हत्या करणाऱ्या आणि अन्य पांढऱ्या पेशी जेवढ्या कमी कार्यक्षम असल्याचे सूक्ष्मदर्शक भिंगाखाली आढळले, तेवढी संपूर्ण शरीरात कॅन्सरची वाढ मेटास्टॅटिसच्या रूपात अधिक होती आणि अकरा वर्षांनंतर अशा रुग्णांच्या कॅन्सरमधून वाचण्याच्या शक्यता फार कमी होत्या. ट्यूमरच्या वाढीला विरोध करण्यासाठी आणि त्याची वाढ थांबवण्यासाठी सक्रिय प्रतिकार पेशी आवश्यक आहेत.

ट्यूमरला शरीराचा ताबा घेण्यापासून परावृत्त करण्यासाठी प्रतिकार यंत्रणा ही किती महत्त्वाची भूमिका निभावते याचा अतिशय क्रूर प्रत्यय मेरी ॲन या स्कॉटिश महिलेने घेतला. मेरी ॲनला कॅन्सर झालेला नव्हता, तर तिची मूत्रपिंडे निकामी झाल्याने रक्त शुद्ध करण्याचे काम ठप्प झाले होते. त्यामुळे अशुद्ध द्रव्ये शरीरात साठत गेली. हॉस्पिटलमध्ये वारंवार भरती होऊन डायलिसीसचा खटाटोप टाळण्यासाठी तिने मूत्रपिंडरोपणाचा निर्णय घेतला. या रोपणानंतर एक वर्षभर मेरी ॲन सर्वसामान्य आयुष्य जगत होती. त्यात फक्त एकच निर्बंध होता. रोज तिला प्रतिकार दमन (Immuno suppressant) औषधे घ्यावी लागत होती. नावाप्रमाणे या औषधाचा हेतू एकच होता, तिला जिवंत राहण्यासाठी मदत करणाऱ्या मूत्रपिंड रोपणास प्रतिकार यंत्रणेने विरोध करू नये म्हणून ही यंत्रणाच दुबळी करायची. सहा महिन्यांनी रोपण केलेल्या मूत्रपिंडाच्या जवळपास तिला बोचऱ्या वेदना होऊ लागल्या आणि स्तनाच्या नियमित तपासणीत तिच्या डाव्या स्तनात एक अनैसर्गिक

गाठ दिसू लागली. नियमित केल्या जाणाऱ्या मॅमोग्राम तपासणीत हे आढळले. बायोप्सीनंतर तो त्वचेचा गंभीर स्वरूपाचा खूप पसरलेला कॅन्सर असल्याचे आढळले. एवढ्या गंभीर स्वरूपाच्या कॅन्सरला आमंत्रण देणारी कोणतीही प्राथमिक कॅन्सर गाठ शरीरात सापडेना. सर्जनने त्वचारोगतज्ज्ञ रोना मॅकाय यांना बोलावले व या अकस्मात उद्‌भवलेल्या त्वचा कॅन्सरचे कारण विचारले. पण त्यांनाही त्याचे स्पष्टीकरण करता आले नाही. मेरी ॲन यांना वाचवण्याचे सर्व प्रयत्न केले गेले. प्रतिकारदमन औषधे थांबवण्यात आली, संसर्गग्रस्त मूत्रपिंड काढून टाकण्यात आले, पण तोपर्यंत फार उशीर झाला होता. सहाच महिन्यांत मेरी ॲनचे निधन झाले. त्या कॅन्सरचा उद्‌भव कोठे झाला ते अखेरपर्यंत समजलेच नाही. तो पसरत गेल्याने मेरी ॲनचा मृत्यू झाला. थोड्याच दिवसांत, त्याच हॉस्पिटलमध्ये मूत्रपिंड रोपणाची शस्त्रक्रिया झालेला दुसरा रुग्ण जॉर्ज यालाही अशाच प्रकारे शरीरात कोठेही कॅन्सरचा उद्‌भव न होता त्वचेचा कॅन्सर होऊन तो पसरल्याचे आढळले.[२] हा निव्वळ योगायोग आहे किंवा वैद्यकशास्त्रातील अनाकलनीय गूढ, असे मानण्यास डॉ. मॅकाय तयार नव्हत्या. अवयव रोपणाच्या नोंदी ज्या रजिस्टरमध्ये ठेवलेल्या होत्या, त्या रजिस्टरच्या आधारे त्यांनी या मूत्रपिंडाच्या दात्यांचा शोध लावला. या दात्यांचे सर्वसामान्य आरोग्य उत्तम, अवयव दान करण्यास योग्य असेच होते. त्यांना हिपॅटायटिस, एच.आय.व्ही. संसर्ग आणि अर्थात कॅन्सर, काहीही झाले नव्हते. पण डॉ. मॅकॉय यांनी या प्रकरणाचा अधिक पाठपुरावा केल्यावर त्यांना दात्याचे नाव कॅन्सर झालेल्या स्कॉटिश रुग्णांच्या यादीत सापडले. सुमारे अठरा वर्षांपूर्वी, या रुग्णावर अगदी किरकोळ ०.२६ सें.मी. (एक दशांश इंच) त्वचा कॅन्सरची शस्त्रक्रिया करण्यात आली होती. त्यानंतर तब्बल १५ वर्षे तिने त्यासाठी उपचार घेतल्यावर ती या आजारातून पूर्णपणे बरी झाल्याचे जाहीर करण्यात आले. त्यानंतर वर्षभरातच तिचा अपघाती मृत्यू झाला.

अशा सर्वार्थाने, पूर्णपणे बऱ्या झालेल्या, सर्व अवयव निकोप आहेत असे दिसणाऱ्या या रुग्णांच्या प्रतिकार यंत्रणेत कॅन्सरच्या अतिसूक्ष्म गाठी नियंत्रित अवस्थेत होत्या. या अतिसूक्ष्म गाठींचे, या दोन नव्या शरीरात, जॉर्ज आणि मेरी यांच्या, रोपण झाले. या दोघांच्या शरीरात रोपण करण्यात आलेले मूत्रपिंड त्यांच्या शरीराने नाकारू नये म्हणून दोघांचीही प्रतिकार यंत्रणा हेतुतः क्षीण करण्यात आली होती. सर्वसामान्य कामगिरी करणारी प्रतिकार यंत्रणा त्यांच्या शरीरात अस्तित्वात नसल्याने त्या अतिसूक्ष्म गाठी आक्रमक रीतीने अस्ताव्यस्त वाढल्या.

डॉ. मॅकॉय यांनी केलेल्या तपासामुळे हे कोडे उलगडले. पण मग त्यांनी

---

२. मेरी ॲन आणि जॉन (नावे बदललेली) यांचा हा रुग्ण इतिहास न्यू इंग्लंड जर्नल ऑफ मेडिसिन यामध्ये दिला असून त्या जर्नलमधून तो येथे घेण्यात आला आहे.

दुसऱ्या रुग्णाला, जॉर्जला प्रतिकारदमन करणारी औषधे न देण्याची विनंती डॉक्टरांना केली आणि प्रतिकारशक्ती वाढवणारी औषधे देऊन कॅन्सरच्या अतिसूक्ष्म गाठी असलेल्या रोपणास शरीराने विरोध करावा अशी व्यवस्था केली. काही आठवड्यांनी, त्यांचे मूत्रपिंड काढून टाकण्यात डॉक्टरांना यश आले. जॉर्जला त्यानंतर पुन्हा डायलिसीसकडे वळावे लागले, पण दोन वर्षांनंतरही जॉर्ज जिवंत होता आणि कॅन्सरची कोणतीही लक्षणे त्याच्यात नव्हती. प्रतिकार यंत्रणेला तिची मूळ शक्ती प्राप्त झाल्यावर कॅन्सरच्या गाठींना हद्दपार करण्याचे काम तिने केले.

निसर्गाने आपली पाठ्यपुस्तके वाचलेली नाहीत.

प्राध्यापक झेंग क्युई यांच्या उंदरामुळे संशोधकांना हे दाखवून देता आले की, दोन कोटी कॅन्सर पेशींना नष्ट करण्याचे काम पांढऱ्या पेशी करू शकतात. कॅन्सर पेशींचे इंजेक्शन टोचल्यावर अवघ्या सहा तासानंतर त्या विशेष उंदराच्या उदरात १६० दशलक्ष पांढऱ्या पेशी दाखल झाल्या आणि त्यांनी केलेल्या हल्ल्यात, अवघ्या अर्ध्या दिवसात वीस दशलक्ष कॅन्सर पेशी नष्ट झाल्या. या शक्तिशाली उंदरावर व त्याच्या पुढील पिढ्यांवर केलेल्या प्रयोगापूर्वी प्रतिकारयंत्रणा एवढ्या प्रभावीपणे काम करू शकेल यावर कोणाचा विश्वास बसला नव्हता. ज्या कॅन्सर पेशींचे वजन एकूण शरीराच्या वजनाच्या १० टक्के आहे, एवढ्या पेशींवर ही प्रतिकार यंत्रणा हल्ला करू शकते, अशी कल्पनाही आपण करू शकत नाही. हे शक्य आहे यावर प्रतिकारशास्त्रतज्ज्ञांनीही (इम्युनॉलॉजिस्टनी) विश्वास ठेवला नसता.

प्रतिकार यंत्रणेच्या मर्यादांबद्दल तज्ज्ञांचे एकमत असल्याने पारंपरिक प्रतिकारशास्त्रतज्ज्ञांनी (इम्युनॉलॉजिस्टनी) उंदीर क्रमांक सहाच्या लक्षणीय आरोग्याकडे कदाचित दुर्लक्षच केले असते. न्यूयॉर्कमधील स्लोन – केटरिंग कॅन्सर सेंटरमधील कॅन्सर इम्युनॉलॉजीचे प्राध्यापक लॉईड ओल्ड (एम.डी.) यांनाही असेच वाटत होते. उंदीर क्र. सहाची गाठ पडेपर्यंत इम्युनॉलॉजीविषयी अवाक्षरही ठाऊक नसलेल्या झेंग क्युई यांना डॉ. लॉईड यांनी लिहिले, 'तुम्ही इम्युनॉलॉजीमधील तज्ज्ञ नाही याबद्दल देवाचे आभारच मानले पाहिजेत. कारण अन्यथा तुम्ही त्या उंदराला बिनदिक्कत बाहेर भिरकावून दिले असते.' त्यावर प्रा. झेंग क्युई यांनी उत्तर दिले, 'निसर्ग आपली पाठ्यपुस्तके वाचत नाही याबद्दल त्याचे आभारच मानायला हवेत.'

एखाद्या रोगाशी झगडणाऱ्या शरीराच्या क्षमता आणि शरीराकडे असलेली संसाधने, याला आधुनिक शास्त्राने नेहमीच कमी लेखले आहे. अर्थात, या सामर्थ्यशाली उंदराकडे असलेल्या अभूतपूर्व प्रतिकारशक्तीचा संबंध त्याच्या शरीरातील जीन्सशी

आहे.[३] तुमच्या-माझ्यासारख्या सामान्यांचे, ज्यांना असे अपवादाने मिळणारे (जीन्स) वरदान लाभलेले नाही त्यांचे काय? आपण आपल्या सामान्य प्रतिकार यंत्रणेकडून असामान्य कामगिरीची अपेक्षा करू शकतो? याचे उत्तर, कॅन्सर रोखण्यात अतिशय महत्त्वाचा सहभाग देणाऱ्या आपल्या प्रतिकार पेशींच्या लढाऊ बाण्यात आहे. आपण त्यांच्यातील चैतन्य वाढवू शकतो किंवा कमीत कमी त्या आपल्या कामात मंदावणार नाहीत याची तरी काळजी घेऊ शकतो. त्या सामर्थ्यशाली उंदराने इतरांपेक्षा चांगली कामगिरी केली पण आपल्यापैकी प्रत्येक जण आपल्यातील पांढऱ्या पेशींनी कॅन्सरविरुद्धच्या लढाईत आपले संपूर्ण योगदान द्यावे म्हणून त्यांची प्रार्थना करू शकतो.

अनेक पाहण्यांअंती असे आढळून आले आहे की सैनिकांप्रमाणे मानवी शरीरातील पेशी प्राणपणाने लढतात; कोणत्या परिस्थितीत? तर

१. त्यांना सन्मानाने वागवल्यास, म्हणजे त्यांना योग्य तो आहार दिला आणि विषारी द्रव्यांपासून त्यांचा बचाव केला तर.

२. त्यांच्या आज्ञा देणाऱ्या अधिकाऱ्याने डोके शांत ठेवून काम केले, म्हणजे त्याच्या भावना आणि कृती त्याने संयमाने हाताळल्या तर.

आपण पुढे पाहणारच आहोत की, प्रतिकार करणाऱ्या पेशींवर जे विविध अभ्यास केले गेले आहेत, (नैसर्गिक हत्या करणाऱ्या पेशीसह) त्यात असे आढळून आले आहे की जेव्हा आपला आहार सकस असतो, आपल्या भोवतीचा परिसर स्वच्छ असतो आणि आपल्या शारीरिक क्रिया या केवळ बुद्धी आणि हातापुरत्या नाही तर सर्व शरीरासाठी असतात, त्यावेळी या पेशी सर्वोत्तम कामगिरी करू शकतात. प्रतिकार करणाऱ्या पेशी आपल्या भावनांबाबत पण फार संवेदनक्षम असतात. आनंदी व भोवतालच्या जगाशी भावनिक नात्याने आपण जोडलेलो आहोत, ही भावना असेल तर या पेशी सकारात्मक प्रतिसाद देतात. जगण्यास

---

३. प्रतिकार यंत्रणेचे कार्य आणि कॅन्सरची वाढ, याचा परस्परसंबंध माणसांपेक्षा उंदरांमध्ये अधिक स्पष्ट दिसतो. यकृताचा किंवा गर्भाशयमुखाचा कॅन्सर असे काही कॅन्सर थेट विषाणूंशी जोडलेले असल्याने, प्रतिकार यंत्रणेवर त्याची फार भिस्त असते. पण इतर कॅन्सरच्या बाबतीत मात्र हा परस्परसंबंध एवढा स्पष्ट नाही. जेव्हा प्रतिकार यंत्रणा क्षीण असते, एड्स किंवा प्रतिकारदमन करणाऱ्या औषधांचा मोठा डोस घेणाऱ्या रुग्णांमध्ये असते तशी, तेव्हा काही प्रकारचे (लिम्फोमा – रक्ताचा अथवा विशेषत्वाने त्वचेचा कॅन्सर यासारखे) कॅन्सर वाढतात. पण इतर मात्र नाहीत. अनेक पाहण्यांमध्ये असेही आढळले आहे की कॅन्सरविरुद्ध सक्रिय प्रतिकारशक्ती असलेल्या लोकांमध्ये प्रतिकारशक्ती निष्क्रिय असलेल्यांपेक्षा कॅन्सरपासून बचाव करण्याची क्षमता अधिक असते. (स्तनाचा, बीजांडाचा, फुफ्फुसाचा, मोठ्या आतड्याचा, पोटाचा वगैरे) आणि जेव्हा अशा लोकांच्या शरीरात गाठी वाढतात तेव्हा त्या त्वचेच्या कॅन्सरच्या मार्गाने फैलावण्याची शक्यता कमी असते.

लायक, पात्र अशा जीवनाच्या सेवेसाठी जणू या सर्व पेशी कार्यरत होतात. पुढील प्रकरणांमध्ये या निष्ठावान सैनिकांशी आपली गाठ पडणार आहेच. कॅन्सरला प्रतिबंध करणे आणि उपचार यासोबत काळजी घेण्याचे जे नैसर्गिक मार्ग आहेत ते आपण या प्रकरणांमध्ये बघणार आहोत.[३]

प्रतिकार पेशींना सक्रिय करणारे व रोखणारे घटक	
रोखणारे घटक	**सक्रिय करणारे घटक**
१.पारंपरिक पाश्चिमात्य आहार (दाह/ सूज वाढवणारा)	भारतीय, आशियाई आहार (सूज/दाह रोखणारा)
२.तणाव, राग, नैराश्य	प्रसन्नता, आनंद
३.समाजापासून एकाकी	कुटुंब व मित्रांचा आधार
४.स्वत:च्या वास्तवास नाकारणे. (उदा. समलिंगी संबंध)	स्वत:ची मूल्ये आणि गत इतिहासासह स्वत:चा स्वीकार
५.आळशी जीवनशैली	नियमित शारीरिक व्यायाम.
६.असहायतेची, हतबलतेची	

भाग २ – कॅन्सर : न भरून येणारी जखम

दाह/सुजेच्या दोन बाजू

एखादी जखम झाल्यावर तेथील पेशीसमूहाची डागडुजी करण्याची क्षमता सर्व सजीव अवयवांमध्ये असते. मानव आणि जनावरे यांच्यातील प्राथमिक प्रक्रिया म्हणजे दाह अथवा सूज (Inflamation). डिओस्कोराईड या पहिल्या शतकातील ग्रीक सर्जनने या दाहाचे अथवा सूज येण्याच्या प्रक्रियेचे इतक्या सोप्या भाषेत विवेचन केले आहे की, अजूनही ते वैद्यकीय अभ्यासक्रमात शिकवले जाते. रबर, ट्यूमर, कॅलोर, डोलोर अशा शब्दात त्यांनी हे वर्णन केले आहे. म्हणजे हा दाह लालभडक असतो, तो सुजलेला असतो, तो स्पर्शाला गरम असतो आणि अत्यंत वेदनादायी असतो. या साध्या लक्षणांच्या खाली अतिशय गुंतागुंतीची आणि प्रभावी प्रक्रिया सुरू असते.

जेव्हा विजेच्या धक्क्यामुळे, कापल्यामुळे, भाजल्यामुळे, विषबाधेमुळे, संसर्गामुळे पेशीसमूहावर परिणाम होतो, तेव्हा त्याची जाणीव प्रथम रक्तपेशींना होते. त्या

जखमी भागाभोवती एकत्र जमून त्या PDGF (प्लेटलेट डिराइव्ह्ड ग्रोथ फॅक्टर) नावाचे रासायनिक द्रव्य सोडतात. या द्रव्यामुळे प्रतिकार यंत्रणेतील पांढऱ्या पेशींना इशारा मिळतो आणि पांढऱ्या पेशी इतर अनेक वाहक द्रव्ये सोडतात. ह्या द्रव्यांचे विविध परिणाम होतात. सायटोकाईन्स, क्रोमोकाईन्स, प्रोस्टाग्लँडिन्स, ल्युकोट्राईन्स, थ्रोम्बोक्झेन्स ही सगळी द्रव्ये या डागडुजीच्या कामासाठी मदत करतात. डागडुजीची मोहीम बळकट करण्यासाठी प्रतिकारपेशींना तेथे येणे सुलभ व्हावे, म्हणून जखमी झालेल्या जागेभोवतीच्या रक्तवाहिन्या प्रसरण पावण्यासाठी ही द्रव्ये मदत करतात. एकत्र जमलेल्या रक्तपेशींभोवतीचे रक्त गोठण्यास मदत व्हावी म्हणून जखमेचे तोंड ही द्रव्ये बंद करतात. मग शेजारच्या पेशीसमूहातून प्रतिकारपेशी आत जाऊन घुसखोरांशी सामना करू शकतील अशी व्यवस्था केली जाते. शेवटी, जायबंदी झालेल्या पेशीसमूहातील पेशींची वाढ व्हावी म्हणून या द्रव्यांतर्फे त्यांना उद्दीपित केले जाते. गमावलेला तुकडा पुन्हा पूर्ववत करण्याचे काम पेशीसमूह करू शकतो आणि ह्या 'बांधकामासाठी' अन्न व प्राणवायू मिळावा यासाठी तो पुरवठा करणाऱ्या छोट्या रक्तवाहिन्या वाढण्याचे काम हा पेशीसमूह करू शकतो.

शरीराने एकसंधपणे काम करावे यासाठी या कार्यप्रणाली अत्यंत आवश्यक आहेत. आघात आणि आक्रमण सहन करीत आपले शरीर हे पुनर्बांधणीचे काम करीत असते. पेशींच्या इतर कामांबरोबर जेव्हा या कामाचा नीट सांधा जुळतो, तेव्हा त्यांच्यात कमालीची एकवाक्यता येऊ लागते. जखमेच्या पुनर्बांधणीचे काम पूर्ण होताच नव्या पेशीसमूहाची वाढ पूर्णपणे थांबते, शरीरात शिरलेल्या घुसखोरांशी दोन हात करण्यासाठी कार्यरत झालेल्या प्रतिकारपेशी आपले काम संपताच परत आपल्या मूळ रक्षकाच्या सावध भूमिकेत जातात. प्रतिकार पेशींनी निरोगी पेशींवर हल्ला करू नये यासाठी हा टप्पा आवश्यक असतो. असे आढळून आले आहे की, सभ्य दिसणाऱ्या पण कपटी असणाऱ्या 'ट्रोजन हॉर्स' प्रमाणे कॅन्सरच्या पेशी शरीरातील ही दुरुस्तीची प्रक्रिया शरीरावर आक्रमण करण्यासाठी उद्ध्वस्त करतात आणि शरीराचा विनाश करतात. सूज अथवा दाह याचा चेहरा असा दुटप्पी आहे. तो जसा नवा पेशीसमूह निर्माण करून जखम बरी करण्याचे काम करतो, त्याचप्रमाणे कॅन्सर पेशींची वाढ होण्यासाठीही त्याचा वापर केला जातो.

बऱ्या न होणाऱ्या जखमा

रोग आणि त्याचा पेशीसमूहावर होणारा परिणाम याचा अभ्यास करणारे जे आधुनिक शास्त्र आहे, पॅथॉलॉजी (शरीरविकृतीशास्त्र) नावाचे, त्याचा जनक रुडॉल्फ विर्चो (एम.डी.) हे एक नामवंत जर्मन फिजिशियन होते. १८६३ साली त्यांना असे

आढळून आले की अनेक रुग्णांना अशा ठिकाणी कॅन्सर झाला आहे जेथे त्यांना पूर्वी मार लागला होता वा जोडा चावला होता किंवा एखादे साधन वारंवार घासले गेले होते. सूक्ष्मदर्शक भिंगाखाली त्यांना असे आढळले की, कॅन्सरच्या पेशींमध्ये अनेक पांढऱ्या पेशीही होत्या. जखम बरी करण्याचा एक फसलेला प्रयत्न म्हणजे कॅन्सर असू शकतो असे गृहीतक त्यांनी मांडले. त्यांचे हे वर्णन त्यावेळी कदाचित फारच कल्पनारम्य वाटल्याने गांभीर्याने घेतले गेले नसावे. सुमारे १३० वर्षांनंतर हार्वर्ड मेडिकल स्कूलचे पॅथॉलॉजीचे प्राध्यापक हॅरॉल्ड ड्वोराक यांनी हेच गृहीतक मांडले. 'ट्यूमर्स : वुन्डस दॅट डू नॉट हिल' या आपल्या शोध निबंधात त्यांनी विर्चो यांच्या सिध्दांताला पाठिंबा देणारी विधाने आग्रहाने मांडली होती. नैसर्गिकपणे होणारा दाह अथवा सूज व त्यामुळे कार्यरत झालेली कार्यप्रणाली आणि कॅन्सरची वाढ करणाऱ्या पेशींची निर्मिती यामध्ये आश्चर्यकारक साधर्म्य असल्याचे त्यांनी या निबंधात मांडले.

एक षष्ठमांश कॅन्सरचा संबंध हा थेट सतत होणाऱ्या दाह अथवा सूज याच्याशी निगडित असतो असे ड्वोराक यांना आढळून आले. पॅपिलोमा विषाणूच्या जुनाट, सततच्या संसर्गामुळे योनीमुखाचा कॅन्सर होतो, तर आतड्याला वारंवार दाह होण्याच्या दुखण्यातून मोठ्या आतड्याचा कॅन्सर उद्‌भवतो. हेलिकोबॅक्टर पायलोरी या अल्सरला कारणीभूत ठरणाऱ्या जंतूच्या संसर्गाचा पोटाच्या कॅन्सरशी थेट संबंध आहे. हिपॅटायटिस बी अथवा सी याच्या संसर्गामुळे यकृताचा कॅन्सर होऊ शकतो. ॲस्बेस्टॉसमुळे होणाऱ्या दाहामुळे मेसोथेलियोमा आणि सिगारेटमधील अनेक विषारी द्रव्यांमुळे फुफ्फुसांचा दाह होऊन फुफ्फुसाचा कॅन्सर होऊ शकतो.

हॅरॉल्ड ड्वोराक यांच्या मूलभूत निबंधानंतर सुमारे २० वर्षांनी नॅशनल कॅन्सर इन्स्टिटयूटने एक अहवाल प्रसिद्ध करून दाह अथवा सूज याच्यावरील संशोधनाकडे कॅन्सर तज्ज्ञांनी दुर्लक्ष केल्याचे निदर्शनास आणले. बरे होण्याची प्रक्रिया कॅन्सरच्या पेशी विस्कळीत करू शकतात. याचे तपशीलवार वर्णन या अहवालात दिलेले आहे. जखम बरी करण्यासाठी प्रतिकारपेशी स्वत:ला सिद्ध करीत असताना कॅन्सर पेशींना आपली वाढ करण्यासाठी दाह अथवा सूज याची गरज असते आणि त्यासाठी जखमेची नैसर्गिक दुरुस्ती/डागडुजी करण्यासाठी काम करणाऱ्या सायटोकाईन्स, प्रोस्टॅग्लँडीन्स, ल्यूकोट्राईन्स या आत्यंतिक दाह निर्माण करणाऱ्या द्रावांचे बेसुमार उत्पादन या पेशी करू लागतात. पेशी पुनरुत्पादनासाठी लागणारी रासायनिक खते म्हणून काम करणारे हे द्राव, कॅन्सर पेशींच्या पुनरुत्पादनास मदत करतात. या द्रावाचा उपयोग वाढणाऱ्या गाठी आणखी वाढण्यासाठी करून घेतात आणि आपल्याभोवती अधिकाधिक भेदता येतील अशी कुंपणे निर्माण करतात. जखम बरी करून शरीराच्या कानाकोपऱ्यात दडलेल्या शत्रूचा पाठलाग करण्यासाठी जी प्रक्रिया प्रतिकार पेशींना सहाय्यभूत ठरते, ती कॅन्सरच्या पेशींना मदत करण्यासाठी वापरली

जाते. पसरण्यासाठी आणि पुनरुत्पादनासाठी त्या याचा वापर करतात. त्यांनीच निर्माण केलेल्या दाह/सूज याच्या आधारे या पेशी शेजारच्या स्नायूंवर कब्जा मिळवतात, रक्तप्रवाहात बेमालूमपणे मिसळून जातात. स्थलांतर करतात आणि दूरदूरवर आपल्या वसाहती निर्माण करीत पसरतात. कोणत्याही सर्वसामान्य जखमेमध्ये जेव्हा तो जखमी पेशीसमूह पूर्ववत होतो, तेव्हा दाह निर्माण करणाऱ्या रासायनिक द्रव्याचे उत्पादन थांबते. पण कॅन्सरच्या बाबतीत मात्र या स्रावांचे उत्पादन सतत सुरूच राहते. आसपासच्या पेशीसमूहांत दाह निर्माण करणारा द्राव जास्त प्रमाणात निर्माण झाल्याने पेशी नष्ट होण्याची, मरण्याची जी नैसर्गिक प्रक्रिया, त्यामध्येच अडथळा येतो. पेशीसमूहाचे गरजेपेक्षा अधिक उत्पादन होऊन अराजक माजू नये, यासाठी प्रत्येक पेशीची आयुमर्यादा निश्चित केलेली असते. निरोगी पेशीसमूह घडण्यासाठी पुरेशा पेशी निर्माण झाल्या आहेत असा इशारा मिळताच कामगिरी आणि वयोमर्यादा संपलेल्या पेशी नैसर्गिकपणेच मृत्युपंथाला लागतात. पण त्याच वेळी त्या स्वत:च्या वाढीलाही उद्दीपित करीत असल्याने कॅन्सरच्या पेशींचे मृत्यूपासून संरक्षण होते. असे सगळे घटक एकत्र आल्याने कॅन्सरची गाठ हळूहळू वाढू लागते.

अशा रीतीने सूज येण्याच्या प्रक्रियेत भर घालणाऱ्या कॅन्सरच्या गाठी आणखी एक 'व्यत्यय' निर्माण करतात आणि तो म्हणजे आसपास असलेल्या पांढऱ्या पेशींना त्या नि:शस्त्र करून टाकतात. सोप्या भाषेत सांगायचे तर, सूज निर्माण करणाऱ्या घटकांचे मोठ्या प्रमाणात पुनरुत्पादन झाल्याने आसपासच्या पेशी संभ्रमात पडतात. नैसर्गिक हत्या करणाऱ्या पेशी आणि अन्य पांढऱ्या पेशी यांचे कामकाज थंडावते. शरीरात वाढणाऱ्या कॅन्सरच्या गाठीशी लढण्याचा साधा प्रयत्नही त्या करीत नाहीत.

कॅन्सर पेशींनी निर्माण केलेले दुष्टचक्रच अनेकदा त्या गाठीच्या वाढीमागील प्रमुख प्रेरणा असते. सूज निर्माण करण्यास पांढऱ्या पेशींना उत्तेजन देऊन या गाठी स्वत:च्या वाढीसाठी आणि शेजारच्या पेशीसमूहावर आक्रमण करण्यासाठी लागणारे चारापाणी शरीरात निर्माण करतात.

कॅन्सरची गाठ जेवढी मोठी तेवढी सूज अधिक आणि त्यामुळे कॅन्सरची गाठ वाढण्याची अनुकूलता अधिक!

सायन्स जर्नलमध्ये ज्याचा परामर्श घेतला आहे अशा नुकत्याच झालेल्या एका संशोधनात याच गृहीतकाला दुजोरा देण्यात आला आहे. शरीरात अनेक जागी सूज आणण्याची प्रक्रिया घडवून आणण्यात कॅन्सरला जेवढे यश मिळते तेवढा तो कॅन्सर अधिक आक्रमक होतो. दूरवर पसरण्यात अधिक यशस्वी होतो आणि पर्यायाने लसिका ग्रंथीपर्यंत पोहोचून त्यांच्याद्वारे झपाट्याने शरीरभर पसरतो.

कॅन्सरने उद्दीपित केलेली सूज येण्याची प्रक्रिया एवढी महत्त्वाची आहे की, कॅन्सरच्या गाठीने सूज येणाऱ्या ज्या घटकांचे उत्पादन झाले आहे, त्याच्या मोजमापावरून

तो रुग्ण किती काळ जगणार याचा अंदाज वर्तवता येतो. त्यात आतड्याचा, स्तनाचा, प्रोस्टेट ग्रंथीचा, पोटाचा आणि मेंदूचा या कॅन्सरचा प्रामुख्याने समावेश आहे.

स्कॉटलंडमधील ग्लासगो हॉस्पिटल येथील कॅन्सरतज्ज्ञ एकोणिसाव्या दशकापासून रुग्णांच्या रक्तातील सूज आणणारे घटक मोजत आहेत. ज्या रुग्णांमध्ये सूज येण्याचे प्रमाण कमी, ते इतरांपेक्षा कितीतरी अधिक काळ जगण्याची शक्यता दुप्पट असल्याचे त्यांनी दाखवून दिले आहे. हे घटक मोजणे खूप सोपे आहे आणि निदानाच्या वेळी रुग्णांच्या सर्वसामान्य आरोग्यापेक्षा या घटकांवरून रुग्ण जगण्याची संधी किती हे अधिक नेमकेपणाने सांगता येते. हे बघून ग्लासगोमधील कॅन्सर तज्ज्ञांना धक्काच बसला. म्हणजे, सूज येण्याच्या शरीरातील जुनाट दुखण्यावरून शरीराचे आरोग्य कसे आहे हे ठरत असते. सूज फारशी गंभीर नसताना आणि सांधेदुखी किंवा हृदयविकाराचा त्रास अशी कोणतीही उघड लक्षणे दिसत नसतानाही हेच म्हणता येईल.

जी माणसे अॅडाव्हिल, न्यूप्रोफेन, इबुप्रोफेन सारखी सूजप्रतिबंधक औषधे नियमित घेतात, त्यांना वरील प्रकारची औषधे न घेणाऱ्या लोकांपेक्षा कॅन्सर होण्याचा धोका कमी असतो असे विविध अभ्यासाअंती आढळून आले आहे. दुर्दैवाने या औषधांमुळे, पोटाचा अल्सर किंवा गॅस्ट्रायटिस सारखे अन्य दुष्परिणाम होण्याचा धोका असतो. व्हायोक्स अथवा सेलेब्रेक्ससारखी नवी सूजप्रतिबंधक औषधे एक नवी आशा घेऊन येतील असे वाटले होते. कॅन्सरची झपाट्याने वाढ होण्यासाठी आवश्यक अशा अतिशय घातक कॉक्स-२ या एंझाईमला (enzyme) ही औषधे प्रतिबंध करतात. कॅन्सरपासून संरक्षण होण्यासाठी या औषधांचा उपयोग होतो, असे अनेक संशोधन प्रकल्पांमध्ये आढळून आले. पण या औषधांमुळे हृदयरोगाचा धोका मोठ्या प्रमाणात वाढल्याचे २००४ साली आढळून आल्यावर या उत्साहावर पाणी पडले आणि आता कॅन्सरच्या नियमित उपचारांमध्ये या औषधांचा समावेश नसतो.

सूज येण्यास कारणीभूत ठरणारी कॅन्सरची कार्यप्रणाली आज पुरेशी स्पष्ट झाली आहे. सॅन दिअॅगो येथील युनिव्हर्सिटी ऑफ कॅलिफोर्नियामधील फार्माकोलॉजीचे प्राध्यापक मायकेल कॅरिन यांच्या प्रयोगशाळेत एका जर्मन संस्थेच्या मदतीने उंदरांवर यासंबंधी प्रयोग सुरू आहे. कॅन्सर पेशींची वाढ आणि त्यांचा विस्तार मुख्यत्वे ज्या एका सूज आणणाऱ्या घटकावर अवलंबून असतो आणि जो घटक कॅन्सरच्या पेशीमधून स्रवतो, त्या 'शिपाया'शिवाय (black knight) कॅन्सरच्या गाठी दुबळ्या होतात. 'एकमेव घटक' असा ज्या घटकाचा उल्लेख होतो तो आहे 'कप्पा पी' किंवा 'एन.एफ.कप्पा-बी' आणि या घटकाचे उत्पादन रोखण्यात यश आल्यास बहुसंख्य कॅन्सर पेशी मर्त्य ठरतात आणि त्याच्या विस्तारास प्रतिबंध करता येतो. कॅन्सरमधील एन.एफ-कप्पा बी घटकाची महत्त्वाची भूमिका आता इतकी स्पष्ट झाली आहे की, नॉर्थ कॅरोलिन विद्यापीठामधील प्राध्यापक अल्बर्ट बाल्डविन यांनी

'सायन्स' या जर्नल मधील शोधनिबंधात असे म्हटले आहे की, प्रत्येक कॅन्सर प्रतिबंधक औषधामध्ये एन.एफ.कप्पा-बी यास प्रतिबंध केलेला असतो.

या महत्त्वाच्या घटकामुळे येणारी सूज रोखण्यासाठी अनेक नैसर्गिक मार्गही उपलब्ध आहेत. 'सायन्स'मधील शोधनिबंधात कॅरिन यांनी असे म्हटले आहे की सगळा औषध उत्पादन उद्योग सध्या एन.एफ.कप्पा-बी या घटकाला विरोध करणाऱ्या औषधाचा शोध घेत आहे. त्या घटकाला विरोध करणारे रेणू (molecules) अनेक ठिकाणी उपलब्ध आहेत त्यापैकी दोन उदाहरणे त्यांनी दिली आहेत ती म्हणजे हिरव्या चहात, 'ग्रीन टी' मध्ये आढळणारे 'कॅटॅयिन' आणि रेड वाईनमध्ये आढळणारे 'रिझर्व्हेट्रॉल.' अन्नामध्ये अशा प्रकारचे अनेक रेणू (molecules) आढळून येतात आणि ते अत्यंत सक्रिय असतात. 'कॅन्सरप्रतिबंधक आहार' या प्रकरणात आपण त्याचा विस्ताराने विचार करू.

ताण : आगीत तेल ओतणारा घटक

कॅन्सरसंबंधी चर्चा करताना ज्याचा क्वचितच उल्लेख होतो आणि सूज येण्यास प्रवृत्त करणाऱ्या घटकांचे ज्या एका कारणामुळे प्रमाणापेक्षा जास्त उत्पादन होते ते कारण म्हणजे मानसिक तणाव. काही भावनिक उद्रेक, काही संतापाच्या भावना यामुळे 'नॉरॲड्रिनलिन' ह्या संप्रेरकाचा स्राव होऊ शकतो. ('लढा किंवा पळ काढा' अशी भावना या स्रावामुळे निर्माण होते.)

याखेरीज 'कॉर्टिसॉल' नावाचा स्रावही स्रवू लागतो. हे स्राव आपल्याला शरीराला संभाव्य जखमेसाठी लढण्यास सिद्ध करतात, म्हणजे पेशीसमूहाच्या पुनर्बांधणीसाठी लागणारे सूज आणणारे घटक या स्रावामुळे उद्दीपित होतात. मात्र हीच संप्रेरके, शरीरातील सुप्त अथवा सक्रिय कॅन्सर पेशी असलेल्या गाठींसाठी रासायनिक खते म्हणूनही काम करतात.

कॅन्सरची वाढ आणि विस्तार होण्यासाठी सूज ही फार महत्त्वाची भूमिका निभावते. हा शोध आत्ता-आत्ता लागला आहे. 'मेडलाईन' या डाटाबेसवर इंग्लिश भाषेतील लेखांचा शोध घेतला असता शास्त्रीय वर्तुळात या संकल्पनेबद्दल केवळ उत्सुकता जागी झाल्याचे दिसते. (१९९० साली या मुद्यावर फक्त दोन लेख तर २००५ साली ३७ लेख) त्यामुळेच कॅन्सर प्रतिबंधक उपाय किंवा उपचार यामध्ये जो सल्ला दिला जातो, त्यात सूज रोखण्यासाठी जी पावले उचलायला हवी, त्याचा फार क्वचित उल्लेख असतो. अर्थात एखाद्या समस्येवर ठोस उपाय म्हणून सूजप्रतिबंधक औषधांचा उपाय सुचवण्यापूर्वी त्या औषधांच्या अन्य दुष्परिणामांचा विचार मात्र केला जावा. मात्र नैसर्गिकरित्या उपलब्ध असलेले मार्ग वापरून आपण सूज कमी करण्याचे प्रयत्न करू शकतो. सूज येण्यास प्रोत्साहित करणारी,

वातावरणातून येणारी विषारी द्रव्ये नष्ट करणे, कॅन्सर प्रतिबंधक आहार घेणे, भावनिक संतुलन राखणे आणि शरीरास पुरेसा व्यायाम घेणे या गोष्टी त्यासाठी पुरेशा आहेत. या मुद्द्यांवर आपण पुढील प्रकरणांमध्ये विचार करू.

अर्थात या गोष्टी डॉक्टरही सुचवू शकतात. जीवनशैलीतील बदलावर कोणी मालकी हक्क सांगू शकत नाही त्यामुळे या बदलामध्ये औषधाची किंवा प्रिस्क्रिप्शनची गरज नाही. कदाचित त्यामुळेच असेल, पण हा विषय आपल्या कार्यक्षेत्रातील नाही असे डॉक्टरांना वाटत असावे.

उद्दिपित करणारे घटक	**प्रतिबंध करणारे घटक**
पारंपरिक पाश्चिमात्य आहार	आशियाई आहार, भारतीय आहार.
अनिर्बंध ताण, संताप, नैराश्य	हास्य, प्रसन्नता आणि समाधान
रोज वीस मिनिटांपेक्षाही कमी व्यायाम	आठवड्यातून सहा वेळा तीस मिनिटे चालणे.
सिगारेटचा धूर, वातावरणातील प्रदूषण आणि घरातील प्रदूषण	ताजी हवा

भाग ३ – कॅन्सरची रसद तोडणे

स्टालिनग्राड येथे झुकॉव्हने मिळवलेल्या विजयाचे उदाहरण.

कॅन्सरच्या लढाईविषयी बोलताना नेहमी लष्करी उदाहरणे आठवतात. दुसऱ्या जागतिक महायुद्धातील प्रसिद्ध युरोपची लढाई हे या संदर्भातील एक चपखल उदाहरण आहे.

ही घटना ऑगस्ट १९४२ मधील. व्होल्गा नदीच्या तीरावर स्टालिनग्राडच्या वाटेवर हिटलरने खूप मोठ्या संख्येने विनाशकारी सैन्य जमवले. कोणताही शत्रू थोपवू शकणार नाही असे दहा लाखांपेक्षा अधिक मुरब्बी सैनिक, अवाढव्य पॅन्झर डिव्हिजन्स, दहा हजार तोफा, बाराशे विमाने एवढा ताफा तेथे सज्ज होता आणि त्यांच्या समोर होती अत्यंत गलितगात्र आणि तुटपुंजी साधने हाताशी असलेली रशियन सेना. या सेनेत कोण होते? तर तारुण्याच्या सीमारेषेवर उभी कोवळी मुले, ज्यांनी कधी आग विझवण्याचे मशीनसुद्धा हाताळलेले नाही अशा शाळकरी मुली. आपल्या देशाच्या, कुटुंबाच्या, आपल्या घरांच्या रक्षणासाठी ही मुले उभी होती.

त्यावेळी झालेल्या नृशंस हिंसाचारात, नागरिकांचा पाठिंबा असलेली रशियन सेना पडता-पडता वाचली. रशियन सैन्याने अत्यंत पराक्रम गाजवला. हिटलरचे सैन्य केवळ संख्येने अवाढव्य असल्याने त्यांचा विजय हा फक्त काही तासांचा प्रश्न उरला होता. अशा वेळी मार्शल झुकॉव्ह यांनी आपल्या धोरणात एकदम बदल केला. समोरून हल्ला चढवून विजयाची कोणतीही शक्यता नसल्याने, आपल्या उरलेल्या सैन्याला घेऊन त्यांनी नाझी व्याप्त भागातून जर्मन सैन्याच्या मागून हल्ला चढवला. नाझी तुकड्यांना रसद पुरवणाऱ्या तुकड्या सर्वांत मागे तैनात केल्या गेल्या होत्या. रोमानियन अथवा इटालियन सैनिकांचा समावेश असलेल्या, शिस्तीच्या बाबतीत ढिल्या असलेल्या आणि तुलनेने कमी आक्रमक असलेल्या या तुकड्या ह्या अकस्मात झालेल्या रशियन हल्ल्याला फार काळ तोंड देऊ शकल्या नाही. स्टालिनग्राडच्या युद्धाचा जो निकाल अटळ आहे असे वाटत होते तो बघता बघता झुकॉव्हने बदलला. सैन्याला रसद पुरवणारी व्यवस्थाच कोसळल्यावर जनरल पौलू यांची शेवटची तुकडी लढूच शकली नाही. आणि रशियन सेनेपुढे त्यांनी हात टेकले. फेब्रुवारी १९४३मध्ये त्यांनी जर्मन आक्रमण परतवून लावले.

स्टालिनग्राडची लढाई ही दुसऱ्या महायुद्धाला एक कलाटणी देणारी घटना आहे. युरोपला गिळू बघणाऱ्या नाझी नावाच्या कॅन्सरची पीछेहाट ह्या घटनेपासून सुरू झाली.

आघाडीवर लढणाऱ्या सैन्याला रसद पुरवण्याचे धोरणात्मक महत्त्व या घटनेतून सैनिकांना कळू शकते, पण हे सूत्र कॅन्सर उपचाराबाबत लागू करण्याची कल्पना मात्र अनेक वर्षं कॅन्सर संशोधकांना खुळचट वाटत होती. ही कल्पना सर्वप्रथम लष्करातील एका सर्जनच्या मनात आली. हा मात्र निव्वळ योगायोग मानता येणार नाही!

एका नौदलातील सर्जनची समज

अनेक महिने समुद्रावर मुक्काम करावा लागल्यावर तेथे एखाद्या शस्त्रक्रियेदरम्यान ताजे रक्त लागल्यास ते सांभाळून ठेवण्यासाठी कोणते मार्ग अवलंबावे, या संशोधनाचे नेतृत्व अमेरिकन नौदलातील वैद्यकीय अधिकारी, जूडाह फोकमन, (एम.डी.) हे करीत होते. ही घटना साठच्या दशकातील. रक्त सांभाळून ठेवण्याची आपली पद्धत तपासून बघण्यासाठी फोकमन यांनी एक प्रयोग हाती घेतला आणि तो म्हणजे हे राखून ठेवलेले रक्त एका छोट्या अवयवाची गरज भागवते का ते बघण्याचा. त्यांनी उंदराचे थायरॉईड एका प्रयोग नलिकेत काढून त्याला या राखून ठेवलेल्या रक्ताचा पुरवठा केला. या रक्तपुरवठ्यामुळे ते जिवंत राहिले. आता फोकमन यांच्यापुढे प्रश्न पडला की, एखादी जखम भरून येत असताना ज्या वेगाने

पेशींचे पुनरुत्पादन होते, त्या पेशींना ही व्यवस्था मदत करू शकेल का? हे शोधण्यासाठी त्यांनी त्या वेगळ्या काढलेल्या उंदराच्या थायरॉईडमध्ये झपाट्याने पुनरुत्पादन करणाऱ्या कॅन्सर पेशी टोचल्या, तेव्हा एक अघटित गोष्ट त्यांच्या निदर्शनास आली.

त्या कॅन्सरच्या पेशींचे गाठींमध्ये रूपांतर झाले, पण त्यातील कोणतीही गाठ टाचणीचे डोके असते त्यापेक्षा मोठी होऊ शकली नाही. या पेशी मेल्या आहेत असेच त्यांना आधी वाटले, पण उंदरात या पेशी परत टोचल्यावर मात्र या पेशी झपाट्याने वाढून त्याचा अक्राळविक्राळ ट्यूमर झाला. परीक्षानळीतील उंदराचा थायरॉईड आणि जिवंत उंदीर यामध्ये नेमका काय फरक होता? फोकमन यांना एक फरक अगदी ठळकपणे जाणवला आणि तो म्हणजे उंदराच्या शरीरात वाढणारा ट्यूमर हा रक्तवाहिनीच्या आधारे वाढत होता. तर काचनलिकेतील थॉयराईडमधील गाठींना हा आधार नव्हता. या पाहणीअंती एक शक्यता पुढे आली आणि ती म्हणजे कॅन्सरच्या पेशींना त्यांच्या वापरासाठी रक्तवाहिन्यांची मदत न मिळाल्यास ट्यूमरची वाढ होऊ शकत नाही. या गृहीतकाने झपाटलेल्या फोकमन यांना त्यांच्या सर्जिकल प्रॅक्टिसमध्ये या गृहीतकाला पुष्टी देणारे अनेक पुरावे आढळले. त्यांनी ज्या ट्यूमर्सवर शस्त्रक्रिया केल्या त्या सर्व घटनांमध्ये ही वैशिष्ट्ये आढळली. क्षीण आणि आक्रसलेल्या रक्तवाहिन्यांकडून या ट्यूमर्सना भरपूर पोषण मिळाले होते.

शरीरातील अतिशय सूक्ष्म, केसाइतक्या बारीक रक्तवाहिन्यांशी संपर्क न आल्यास कोणत्याही पेशी जिवंत राहू शकत नाहीत, याचे कारण जाणण्यास फोकमन यांना फार वेळ लागला नाही. पेशींसाठी आवश्यक प्राणवायू आणि पोषणद्रव्ये ह्या सूक्ष्म रक्तवाहिन्या वाहून आणतात आणि चयापचयानंतर उरलेली उत्सर्जक द्रव्ये परत नेतात. कॅन्सर पेशींसाठी पोषण द्रव्ये आणणे आणि उत्सर्जक द्रव्ये वाहून नेणे गरजेचे असते. त्यामुळे जिवंत राहण्यासाठी कॅन्सर पेशींना या सूक्ष्म रक्तवाहिन्यांवर आक्रमण करावेच लागते. आणि कॅन्सरच्या गाठींची वाढ झपाट्याने होत असल्यामुळे नव्या रक्तवाहिन्या तेवढ्याच वेगाने निर्माण होणे गरजेचे असते. फोकमनने या आश्चर्याचे नामकरण केले. 'अँजिओजेनेसिस'. ग्रीक भाषेत 'वाहिनी'ला अँजिओ म्हणतात. जेनेसिस म्हणजे 'जन्म'.

रक्तवाहिन्या ही एक वैशिष्ट्यपूर्ण अशी स्थिर रचना आहे. या वाहिन्या ज्या पेशींनी बनलेल्या असतात, त्या पेशी संख्येने वाढत नाहीत आणि काही अपवादात्मक परिस्थिती वगळता त्या नव्या सूक्ष्म रक्तवाहिन्याही निर्माण करीत नाहीत. एखादी जखम बरी करावयाची असल्यास किंवा मासिक पाळी येऊन गेल्यानंतरच नव्या रक्तवाहिन्या वाढू लागतात. या सर्वसामान्य प्रक्रियेला काही मर्यादा आहेत आणि ही प्रक्रिया काटेकोरपणे नियंत्रित केलेली आहे. केव्हाही फुटून रक्तस्राव होऊ शकेल

अशा क्षीण रक्तवाहिन्या निर्माण होऊ नयेत, यासाठी या प्रक्रियेला मर्यादा घालण्यात आलेल्या आहेत. नव्या रक्तवाहिन्या निर्माण करण्याची शरीराची जी क्षमता आहे, त्या क्षमतेचा स्वत:च्या वाढीसाठी उपयोग व्हावा म्हणून कॅन्सर पेशी या क्षमतेवरच हल्ला करतात. रक्तवाहिन्या पळवून नेण्याची ही प्रक्रिया थांबवणे, हा कॅन्सरशी लढण्याचा एक उपाय आहे असे फोकमनने म्हटले. असे केल्यास या पेशी टाचणीच्या डोक्यापेक्षा अधिक मोठ्या होऊ शकत नाहीत, त्यामुळे कॅन्सरच्या पेशींवर हल्ला करण्यापेक्षा त्यांनी ज्या रक्तवाहिन्यांचा आधार घेतला आहे त्यावरच औषधांचा मारा केल्यास ट्यूमर सुकून जाईल किंवा त्याचा आकार कमी होऊ शकेल.

रक्तवाहिन्या, म्हणजे शरीरातील 'पाईपलाईन', दुरुस्त करण्याची एका सर्जनने मांडलेली ही कल्पना शास्त्रज्ञ समुदायाने मात्र फारशी स्वीकारली नाही आणि कोणालाही त्यात सहभागी होण्याची इच्छाही नव्हती. कॅन्सरचे जीवशास्त्र न जाणणारा फोकमन निष्कारण हे 'पाईपलाईन दुरुस्तीचे' मजुरीकाम करतो आहे अशी या समुदायाची भावना होती. मात्र तरीही ते हार्वर्ड मेडिकल स्कूलमध्ये प्राध्यापक असल्याने आणि 'चिल्ड्रन हॉस्पिटल' या नामवंत संस्थेत सर्जरी विभाग प्रमुख असल्याने १९७१ साली 'न्यू इंग्लंड जर्नल ऑफ मेडिसिन' या जर्नलने त्यांचे अगदी 'अतिरेकी' गृहीतक प्रसिद्ध करण्याचे मान्य केले.

त्यानंतर हॉस्पिटलच्या प्रयोगशाळेतील शेजारी आणि नोबेल पुरस्काराने गौरवले गेलेले प्राध्यापक जॉन एन्डर्स यांच्याशी झालेला संवाद फोकमन यांना आठवला. आपल्या कल्पनेविषयी खूप चर्चा करून आणि शोधनिबंध प्रसिद्ध करून इतर स्पर्धक प्रयोगशाळांना आपण आपला पूर्ण संशोधन प्रकल्पच खुला करून देत आहोत अशी भीती फोकमन यांना वाटू लागली, तेव्हा हसत हसत एन्डर्स म्हणाले, 'घाबरू नका, या बौद्धिक उचलेगिरीपासून सावध राहण्याची तुम्हाला गरजच नाही. कारण तुमच्यावर कोणीही विश्वास ठेवणार नाही.'

अपेक्षेप्रमाणे फोकमनच्या शोधनिबंधाला काहीही प्रतिसाद मिळाला नाहीच. उलट त्याच्या सहकाऱ्यांनी आपली नाराजी उघडपणे व्यक्त करायला सुरुवात केली. एका परिषदेमध्ये त्यांचे भाषण सुरू असताना ही मंडळी गोंधळ करीत उठून गेली. आपल्या संशोधनाचे निष्कर्ष ते आपल्या सिद्धांताच्या पुष्ट्यर्थ मांडत असताना सभागृहात कुजबुज सुरू होती आणि सर्वांत वाईट म्हणजे त्यांनी त्यांची 'खोटारडा' अशीही संभावना केली. सर्जन म्हणून अतिशय उत्तम कामगिरी केल्यावर आता त्यांचा तोल ढळला आहे असे या सहकाऱ्यांचे फोकमनविषयी म्हणणे होते. प्रयोगशाळेचा प्राण म्हणजे विद्यार्थी, तेही त्यांना आता टाळू लागले होते. त्यांच्या मते या चक्रम माणसाशी संबंध जोडून त्यांना आपली कारकीर्द बरबाद करण्याची इच्छा नव्हती. या सर्व प्रकारांमुळे सत्तरीच्या दशकात त्यांना आपले सर्जरी विभागाचे प्रमुखपदही गमवावे लागले.

या अवहेलनेनंतरही फोकमन यांचा निर्धार ढळला नाही. वीस वर्षांनंतर त्या विषयी बोलताना ते म्हणाले, 'अन्य कोणालाही जी गोष्ट ठाऊक नव्हती ती मला ठाऊक होती, कारण जेथे हे घडले तेथे मी उपस्थित होतो. माझे टीकाकार सर्जन नव्हते तर शास्त्रज्ञ होते आणि मला खात्री आहे त्यांच्यापैकी अनेकांनी प्रयोगशाळेतील बशी वगळता कॅन्सर बघितलेलाच नाही. मी जे अनुभवले आहे ते त्यांनी अनुभवलेच नाही. ज्याच्या केंद्रस्थानी रक्तवाहिनीची गरज असते असा तीन दिशांनी वाढणारा ट्यूमर, उदरातील अस्तराखालील पोकळीत, थायरॉईडमध्ये आणि अनेक ठिकाणी, कॅन्सरच्या पूर्वतयारीत असलेला आणि वाट बघत निद्रिस्त झालेला कॅन्सर... हे सगळे काही मी बघितले आहे. त्यामुळे मी माझ्या म्हणण्यावर ठाम आहे. माझ्या कल्पना, मी जो विचार करतोय ते बरोबर, योग्यच आहे आणि ते प्रत्यक्ष घडताना बघण्यासाठी काही काळ जावा लागेल.'

प्रयोगामागून प्रयोग करीत जूडाह फोकमन कॅन्सरविषयक आपल्या नव्या सिद्धांतातील कळीच्या संकल्पना जुळवत गेले.

१. पोषणासाठी आवश्यक असे रक्तवाहिन्यांचे नवीन जाळे निर्माण केल्याशिवाय सूक्ष्म गाठींचे धोकादायक कॅन्सरमध्ये रूपांतर होऊ शकत नाही.

२. तसे करण्यासाठी त्या अँजिओजेनीन नावाचा रासायनिक स्राव निर्माण करतात. त्यामुळे रक्तवाहिन्यांना नव्या शाखा निर्माण करणे भाग पडते.

३. शरीरात इतरत्र पसरणाऱ्या ट्यूमरच्या पेशी जर नवीन रक्तवाहिन्यांना आकर्षित करू शकल्या तरच त्या धोकादायक ठरू शकतात.

४. आकाराने मोठे असे प्राथमिक (primary) ट्यूमर्स शरीरात अन्यत्र या पेशी पाठवतात. पण एखाद्या राज्याचा सम्राट ज्याप्रमाणे दूरवरील वसाहतींचे महत्त्व वाढू देत नाही त्याप्रमाणे अँजिओस्टॅटिन नावाचा रासायनिक द्राव निर्माण करून तो नव्या रक्तवाहिन्यांची वाढ थांबवतो. त्यामुळेच एकदा हा मुख्य ट्यूमर शस्त्रक्रिया करून काढून टाकला की अन्य ठिकाणचा कॅन्सर वाढतो.

प्रयोगापुरते असे म्हणणे ठीक होते, पण अजूनही अनेक शास्त्रज्ञांना ही कल्पना फारच बाळबोध वाटत होती. ती परंपरेविरुद्ध असणे गरजेचे होते. ट्यूमर्स रक्तवाहिनीचा ताबा कसा घेतात याची कार्यप्रणाली जोपर्यंत स्पष्ट होत नाही, तोवर शास्त्र प्रमाण मानणारा समुदाय यावर विश्वास ठेवणे शक्यच नव्हते! 'अँजिओजेनिन' आणि

अँजिओस्टॅनिन’ नावाच्या काही गोष्टी आहेत याचा पुरावा आवश्यक होता.

टीकाकारांच्या टीकेमुळे फोकमन आपली उमेद गमावून बसले नाहीत. पुरेसा पुरावा दिल्यावर तो ओळखण्याची त्यांच्या सहकाऱ्यांची क्षमता त्यांना ठाऊक असल्याने फोकमन यांचा आत्मविश्वास कायम होता. शोपेनहॉवरचे एक विधान त्यांनी स्मरणात ठेवले असावे. सर्व महान सत्यांना तीन कसोट्यांमधून जावे लागते. प्रथम त्याची खिल्ली उडवली जाते. मग त्यावर प्रखरपणे हल्ला होतो आणि मग स्वत:च एक पुरावा म्हणून त्यांचा स्वीकार केला जातो. नवीन रक्तवाहिन्यांची वाढ रोखण्याची क्षमता असणाऱ्या घटकांचे अस्तित्व सिद्ध करण्यासाठी त्यांचे प्रयत्न सुरू झाले, पण कॅन्सरच्या पेशींमधून निर्माण झालेल्या हजारो प्रकारच्या पेशींनी निर्माण केलेल्या हजारो प्रकारच्या प्रथिनांमधून ते घटक शोधायचे कसे? गवताच्या गंजीत हरवलेली सुई शोधण्यासारखे ते अशक्यप्राय काम होते. अनेक प्रयत्नानंतर आणि अनेक अपयशानंतर हा नाद सोडून द्यायच्या मन:स्थितीत फोकमन असताना, नशिबाने एकदम उचल खाल्ली.

मायकेल ओ रेली नावाचा तरुण संशोधक आणि सर्जन फोकमनच्या प्रयोगशाळेत दाखल झाला होता. कॅन्सर पसरण्यास विरोध करणारा ‘अँजिओस्टॅटिन’ घटक उंदराच्या मूत्रामध्ये सापडतो का त्याचा शोध घ्यावा असा विचार त्याने केला. मायकेल हा त्याच्या साहेबाइतकाच चिवट होता. दोन वर्षे तो अथक हे काम करीत होता (त्या मूत्राला किती दुर्गंधी असायची याचे वर्णन त्याने नंतर केले!) अखेर त्याला रक्तवाहिनीचे उत्पादन रोखणारे एक प्रथिन आढळले. कोंबडीच्या पिल्लातील रक्तवाहिन्या झपाट्याने वाढतात हे लक्षात घेऊन, त्याने कोंबडीच्या गर्भावर या प्रथिनाचा प्रयोग केला. सत्य समोर येण्याचा जणू तो क्षण होता. ‘अँजिओस्टॅटिन’ असण्याची शक्यता असलेल्या त्या घटकाची चाचणी प्रयोगशाळेतील जिवंत प्राण्यांवर करून ते घटक त्यांच्यातील कॅन्सरची वाढ थांबवू शकतात का हे आता ते तपासू शकत होते.

ओ रेलीने वीस उंदरांच्या पाठीवर अतिशय आक्रमकपणे पसरणाऱ्या आणि मुख्य ट्यूमर काढून टाकल्यावर फुप्फुसात वेगाने वाढणाऱ्या कॅन्सर पेशींचे रोपण केले. ट्यूमर काढून टाकल्यावर लगेच त्याने निम्म्या उंदरांना ‘अँजिओस्टॅटिन’ टोचले आणि उरलेल्या उंदरांमध्ये रोग पसरू दिला. काही दिवसातच काही उंदरांमध्ये रोगाची लक्षणे दिसू लागली. त्यांचा सिद्धांत तपासून बघण्याची वेळ आता आली होती.

या तपासणीचे निकाल जरी सकारात्मक आले, तरी त्यावर कोणी विश्वास ठेवणार नाही याची फोकमन यांना खात्री होती म्हणूनच त्यांनी सर्व संशोधकांना निष्कर्ष बघण्यासाठी प्रत्यक्ष प्रयोगशाळेत आमंत्रित केले. उपचार मिळालेल्या पहिल्या उंदराची छाती ओ रेली यांनी उघडली. पसरलेल्या कॅन्सरमुळे त्याची फुप्फुसे

काळी ठिक्कर पडून त्यांची अक्षरशः चाळणी झाली होती. मग 'अँजिओस्टॅटिन' टोचलेल्या उंदराची फुप्फुसे तपासण्यात आली. ती एकदम निरोगी, गुलाबी रंगाची होती आणि कॅन्सरची कोणतीही लक्षणे त्यात दिसत नव्हती. आपल्या डोळ्यांवर त्याचा विश्वास बसेना. ज्या उंदरांना 'अँजिओस्टॅटिन' टोचण्यात आले नव्हते, त्यांना कॅन्सरने अक्षरशः उद्ध्वस्त केले होते आणि ज्यांना उपचार मिळाले होते ते पूर्णतः बरे झाले होते, निरोगी दिसत होते. १९९४ साली, तब्बल वीस वर्षांच्या उपेक्षेनंतर हे निष्कर्ष 'सेल' नावाच्या नियतकालिकात प्रसिद्ध करण्यात आले. त्यानंतर अक्षरशः एका रात्रीतून 'अँजिओजेनेसिस' हा कॅन्सर संशोधकांचा महत्त्वाचा विषय बनला.

एक अपवादात्मक शोध

'अँजिओस्टॅटिन' हे माणसांमध्ये होणाऱ्या अनेक प्रकारच्या कॅन्सरची वाढ रोखतो असे फोकमन नंतर सिद्ध करू शकले. नव्या रक्तवाहिन्यांची निर्मिती रोखल्यामुळे कॅन्सर कमी झाला हे बघून शास्त्रज्ञ आणि वैद्यक शाखेतील मंडळी तर चकितच झाली. मार्शल झुकॉव्हने नाझींची रसद तोडल्यावर नाझींची जी अवस्था झाली, तसेच ट्यूमर्स आक्रसू लागले. अगदी सूक्ष्म रूपात गेलेल्या या गाठी जराही आक्रमक नव्हत्या. 'अँजिओस्टॅटिन'ने वेगाने वाढणाऱ्या रक्तवाहिन्यांवर हल्ला केला. मात्र अस्तित्वात असलेल्या रक्तवाहिन्यांना जराही धक्का लावला नाही. केमोथेरपीसारखे रासायनिक किंवा रेडिओथेरपीसारखे किरणोत्सर्गी उपचार करतात, तशी निरोगी पेशींची हानीही ह्या घटकाने केली नाही. त्यामुळे हे उपचार केमोथेरपीपेक्षा अधिक व्यवहार्य होते. 'नेचर' मध्ये प्रसिद्ध झालेल्या लेखात या निष्कर्षाविषयी म्हटले आहे, कोणतेही अन्य परिणाम न होता मूळ कॅन्सरचा ट्यूमर कमी होण्याची ही प्रक्रिया आधी कधी सांगितली गेली नव्हती. या अत्यंत मोजक्या शब्दात मांडल्या गेलेल्या निष्कर्षांमधून काही अत्यंत अपवादात्मक वेगळ्या संशोधनाचे संकेत मिळत होते.

कॅन्सरच्या मेटॅबोलिझम (metabolism) मधील अँजिओजेनेसिसची भूमिका या लेखामधून फोकमन आणि ओ रेली यांनी मांडली आणि कॅन्सर उपचारांकडे बघण्याची दृष्टीच बदलून गेली. शत्रूच्या रसद पुरवठ्यावर हल्ला करून जर त्याच्यावर नियंत्रण मिळवता येत असेल, तर नव्या रक्तवाहिन्या निर्माण करण्याच्या ट्यूमरच्या प्रयत्नांना आळा घालण्यासाठी दीर्घकालीन उपचारांचा विचारही नक्कीच करता येऊ शकतो आणि लष्करी धोरणाप्रमाणे, या उपचारांना रासायनिक उपचार (केमोथेरपी) आणि किरणोत्सर्गी उपचार (रेडिओथेरपी) याची जोड देऊन हे उपचार अधिक प्रभावी, नेमके करता येतील.

अँजिओस्टॅटिनची भूमिका बजावणारी 'ॲवॅस्टिन' सारखी अनेक औषधे आज फार्मास्युटिकल उद्योगाने तयार केली आहेत. पण फक्त तेवढ्याच औषधांचा माणसांकरता वापर केल्यानंतर दिसून आलेले परिणाम फार निराशाजनक होते. विशिष्ट प्रकारच्या कॅन्सरच्या वाढीची गती कमी करण्यात त्यांना यश मिळाले आहे आणि काही प्रकारचा ट्यूमर कमी करण्यातही ही औषधे यशस्वी ठरली आहेत. पण याबाबतीत उंदरांमध्ये जे सातत्य दिसले, ते मात्र या निकालात आढळले नाही. नेहमीच्या, रासायनिक उपचारांपेक्षा हे कमी त्रासदायक असले तरी, अँटीअँजिओजेनेसिसच्या या औषधांचे होणारे अन्य परिणाम मात्र आधी कल्पना केली त्यापेक्षा अधिक त्रासदायक असल्याचे आढळून आले. त्यामुळे ज्याच्यावर आशा लावून बसावे असे काही ते जादूची कांडी फिरवणारे औषध नक्कीच नव्हते. अर्थात याबद्दल आश्चर्य वाटण्यासारखे काहीच नाही. कॅन्सर हा बहुआयामी आजार असल्याने एकाच प्रकारच्या प्रयत्नांना यश येण्याची शक्यता फार कमी असते. एड्सवरील त्रिस्तरीय उपचारांप्रमाणे कॅन्सर उपचार प्रभावी ठरण्यासाठी विविध उपचारांची सांगड घालावी लागते.

अँजिओजेनेसिसचे नियंत्रण ही या उपचारांमधील महत्त्वाची बाब आहे हे मात्र निश्चित. त्यामुळे एखादे अद्‌भुत औषध निर्माण होण्याची वाट बघत बसण्यापेक्षा अँजिओजेनेसिसवर प्रभावी उपाय करणारे आणि अन्य दुष्परिणाम न होणारे काही नैसर्गिक मार्ग उपलब्ध आहेत. त्यांचा अवलंब करता येतो आणि पारंपरिक उपचारांबरोबर त्यांची उत्तम तऱ्हेने सांगड घालता येते. कशी?

१. विशिष्ट प्रकारची आहारपद्धती स्वीकारणे – अँजिओजेनेसिसला प्रतिकार करणारे घटक विविध नैसर्गिक आहारात आढळले आहेत. त्यात खाण्यासाठी वापरले जाणारे मशरूम्स, विशिष्ट प्रकारचा हिरवा चहा, मसाले आणि औषधी वनस्पती (herbs) यांचा समावेश आहे.

२. रक्तवाहिन्या वाढण्यास मदत करणारी सूज आटोक्यात आणणाऱ्या सर्व गोष्टी.

कॅन्सर हा एक चिवट, हेकट आणि गूढ असा चमत्कार आहे. सगळी व्यवस्था बिघडवून टाकण्यासाठी लागणारी हुशारी, तो शरीरातल्या महत्त्वाच्या यंत्रणेकडून उधार घेऊन, ही यंत्रणाच भ्रष्ट करून, तिला स्वत:शीच वैर पुकारायला लावतो. ही यंत्रणा भ्रष्ट कशी होते हे नुकत्याच झालेल्या काही अभ्यासांमधून स्पष्ट झाले आहे. सूज अथवा दाह निर्माण करणे असो किंवा नव्या रक्तवाहिन्यांची निर्मिती असो, पुनर्निर्मितीचा जो मूळ स्वभाव आहे, त्याचेच अनुकरण करून अपेक्षेच्या नेमका विरुद्ध परिणाम कॅन्सर मिळवतो. हा परिणाम आरोग्याला अत्यंत घातक व आपल्यामधील चैतन्याला मारक असतो. पण याचा अर्थ त्याच्यावर मात करताच येत नाही असे मात्र नाही. त्याच्यावर मात करण्याचे अनेक मार्ग आपल्या प्रतिकार यंत्रणेला ठाऊक आहेत. आपल्या प्रतिकार यंत्रणेतील NK पेशींसह असलेल्या इतर

प्रतिकार पेशी या कॅन्सरला सतत मुळापासून उखडणाऱ्या सशक्त रासायनिक प्रक्रियेच्या ताफ्यातील प्रतिनिधी आहेत. आपल्या अत्यंत महत्त्वाच्या या प्रतिकारपेशी बळकट करणारी प्रत्येक गोष्ट, ही कॅन्सरच्या वाढीला प्रतिबंध करीत असते असे आढळून आले आहे. आपल्या प्रतिकार पेशींना उद्दीपित करून योग्य आहार, शारीरिक व्यायाम आणि भावनिक संतुलन याच्या मदतीने शरीरातील सूज येणाऱ्या प्रवृत्तीविरुद्ध लढून, अँजिओजेनेसिसला प्रतिकार करून कॅन्सरची वाढ आपण रोखू शकतो. पारंपरिक वैद्यकीय उपचारांबरोबर आपण आपल्या शारीरिक क्षमता (resources) वाढवू शकतो. अधिक सजग, संतुलित आणि सुंदर आयुष्य जगण्यासाठी ही किंमत द्यायलाच हवी.

५.
ब्रेकिंग द न्यूज

गंभीर आजार हा कमालीचा एकाकी प्रवास असतो. जेव्हा माकडांच्या एखाद्या टोळीवर संकटाची छाया पडते आणि त्यांना चिंता भेडसावू लागते, तेव्हा अंत:प्रेरणेने सगळी माकडे एकत्र येऊन एकमेकांची काळजी घेऊ लागतात. त्यामुळे संकटाची तीव्रता कमी होत नाही, पण एकाकीपणातून काहीसे बाहेर पडता येते. संकट आणि अनिश्चिततेच्या काळात कोणाची तरी सोबत असणे ही माणसाची एक मूलभूत गरज आहे. पण आपल्या आयुष्यात वाढणाऱ्या पाश्चिमात्य मूल्यांच्या आग्रहामुळे आपण त्याकडे दुर्लक्ष करू लागलो आहोत. सततची, अत्यंत विश्वासार्ह आणि आश्वासक अशी सोबत ही अतिशय सुंदर भेट आपले आप्त आपल्याला या काळात देऊ शकतात, पण याची जाणीव फार कमी लोकांना असते.

पीट्सबर्गमध्ये माझा एक फार जवळचा मित्र आहे, जो फिजिशियन आहे. सतत वाद घालीत, चर्चेद्वारा जगाचा नव्याने शोध घेणे हा आमचा अत्यंत आवडता उद्योग. माझ्या आजारपणाची दु:खद बातमी सांगण्यासाठी एके दिवशी सकाळीच मी त्याच्या ऑफिसमध्ये गेलो. मी बोलत असताना त्याच्या चेहऱ्यावरील रंग उडू लागले पण तरीही त्याने कोणत्याही भावना आपल्या चेहऱ्यावर उमटू दिल्या नाहीत. अशा परिस्थितीमध्ये मी काय करावे हे सुचवण्याची किंवा मला योग्य निर्णय घेता यावा म्हणून काही निश्चित स्वरूपात मदत करण्याची एक डॉक्टर म्हणून त्याची इच्छा होती. पण मी कॅन्सरतज्ज्ञाला आधीच भेटलो असल्याने त्याबाबतीत तो मला काहीच मदत करू शकला नाही. सल्ला देण्याच्या प्रयत्नात त्याने मला अनेक व्यवहार्य सूचना केल्या, पण माझ्या बाबतीत जे घडले त्याबद्दलच्या त्याच्या भावना मात्र त्याने अजिबात व्यक्त केल्या नाहीत.

या संभाषणाविषयी आम्ही नंतर एकदा जेव्हा बोललो तेव्हा काहीसा ओशाळा होत तो म्हणाला, 'काय म्हणावे मला काही सुचत नव्हते आणि केवळ काहीतरी बोलायचे म्हणून बोलण्यात काही अर्थ नव्हता.'

काही वेळा परिस्थितीमुळे आपल्याला कोणाच्या तरी सोबतीचे, सहवासाचे महत्त्व नव्याने जाणवते. डेव्हिड स्पायगेल हे आपल्या एका रुग्णाची कहाणी नेहमी

सांगतात. एका कंपनीच्या मुख्य कार्यकारी अधिकाऱ्याचा कंपनीच्या प्रमुखाशी विवाह झाला. दोघांनाही सतत कार्यमग्न राहण्याचे जणू व्यसनच. त्यांच्या आयुष्यातील लहानात लहान तपशिलांवर लक्ष ठेवण्याची या दोघांनाही सवय होती. त्यामुळे जेव्हा पत्नी कॅन्सरने आजारी पडली, तेव्हा तिच्यावर कोणते उपचार करायचे ह्यावर दोघांची अत्यंत विस्तारपूर्वक चर्चा झाली. पण त्याबाबतीत भावनिक पातळीवर काय परिस्थिती आहे याबाबत मात्र दोघेही एकमेकांशी फारच जुजबी बोलत होते. एक दिवस केमोच्या उपचारांमुळे थकून ती बाहेरच्या खोलीतच कोसळली. थकव्यामुळे ती उठूच शकत नव्हती आणि मग प्रथमच ती भावनिकदृष्ट्या खचली आणि रडायला लागली. त्या घटनेची आठवण सांगताना तिचा पती नंतर म्हणाला, 'त्यावेळी मी जे काही बोललो त्यामुळे ती अधिकच खचत गेली. काय करावे हे न सुचल्याने अखेर मीही तिच्याबरोबर जमिनीवर बसलो आणि रडू लागलो. तिला बरे वाटेल असे काहीही मी करू शकत नसल्याने मला कमालीचे पराभूत वाटत होते. पण प्रत्यक्षात मात्र माझ्या त्या एका कृतीमुळे तीही सावरली.'

स्वत:वर नियंत्रण ठेवून सतत काम करीत राहण्याच्या आपल्या संस्कृतीमुळे एकमेकांना सोबत करण्यासारख्या गोष्टीतील मूल्यच आपण गमावून बसलो आहोत. वेदनेच्या काळात, संकटाचा सामना करीत असतानाही आपला आतला आवाज आपल्याला सतत ढोसत असतो, 'नुसता बसू नकोस. काहीतरी करीत रहा.' मात्र काही परिस्थितीमध्ये आपल्याला आपल्या जवळच्या माणसाला सांगावेसे वाटते. 'काहीही न करता स्वस्थपणे फक्त बसून रहा.' अशा वेळी नेमके काय बोलायला हवे ते शब्द काही लोकांना अगदी अचूक सापडतात. स्तनांच्या कॅन्सरसाठी दीर्घकाळ आणि अगदी कठोर उपचार घेणाऱ्या एका स्त्रीमध्ये एवढा धीर आला कुठून असे मी तिला विचारले, तेव्हा तिने बरेच दिवस विचार करून मला ई-मेलवर काही लिहून पाठवले.

> मी आजारी पडल्या पडल्या माझ्या पतीने मला दिलेले एक शुभेच्छा कार्ड मी माझ्या कामाच्या ठिकाणी असलेल्या बुलेटिन बोर्डवर अगदी समोरच लावलेले आहे.
>
> मुखपृष्ठावर लिहिले आहे : 'हे शुभेच्छाकार्ड उघड आणि अगदी जवळ धर.'
>
> आतील पानावर त्याने लिहिले होते, 'तू माझे सर्वस्व आहेस. माझ्या प्रसन्न सकाळचा आनंद (जरी आपली रात्र शरीरसुखाविना घालवली असेल तरी!) माझे पहाटेचे मादक, आश्वासक आणि हसरे स्वप्न, माझ्याबरोबर आनंदाने जेवण घेणारी माझी सहचरी, भर दुपारी मला तरतरीत ठेवणारी माझी मैत्रीण, मी घरी

परततो तेव्हा मनाला आल्हाद देणारी माझी सखी, माझ्या कामाचा शीण घालवणारी आनंदगामिनी, माझी स्नेही, माझी प्रियतमा, माझे सर्वस्व...'

कार्डावर पुढे लिहिले होते – 'सगळे काही उत्तम होणार आहे आणि मी सदैव तुझ्या शेजारी, बरोबर राहणार आहे.'

पी.जे.

या वाटेवरील प्रत्येक पावलावर तो माझ्याबरोबर होता. त्याचे हे शुभेच्छाकार्ड माझ्यासाठी आनंदाचा ठेवा होता. मला या प्रवासात सतत धीर देणारे एक आश्वासन होते.

तुम्ही विचारले म्हणून हे लिहिले.

मिश.

आपल्यावर अत्यंत प्रेम करणाऱ्या जवळच्या व्यक्तींना या आजाराची बातमी सांगणे हे सर्वांत मोठे आव्हान असते. मी कॅन्सरग्रस्त होण्यापूर्वी, कितीतरी वर्षं आधी, माझ्या हॉस्पिटलमधील फिजिशियन्सना मी एक व्याख्यान देत असे ज्याचा विषय असायचा, 'आजाराची धक्कादायक बातमी इतरांना कशी सांगायची.' जेव्हा ती वेळ माझ्यावरच आली तेव्हा मला जाणवले, तो सगळाच प्रयोग म्हणजे केवळ पोपटपंची होती! ही बातमी सांगण्याची मला एवढी धास्ती वाटत होती की मी सारखी ती वेळ पुढे ढकलत होतो. मी पीट्सबर्गमध्ये होतो आणि माझे कुटुंबीय पॅरीसमध्ये. आणि मी त्यांना एक असा धक्का देणार होतो जो सहन करणे त्यांना भाग होते. सर्वांत आधी मी माझ्या तिघा भावांशी बोललो. त्यांनी या धक्क्यावर दिलेला प्रतिसाद साधा, सरळ होता. ते घाबरेघुबरे झाले नाहीत आणि मोठाले गुळमुळीत शब्द वापरीत त्यांनी माझे वा स्वत:चे सांत्वन करण्याचाही प्रयत्न केला नाही. ज्याला स्वत:च्या आयुष्याची शाश्वती नाही अशा माणसाला 'घाबरू नका, तुम्ही नक्की यातून बाहेर याल' असा खोटा दिलासा देण्याचा प्रयत्नही केला नाही. मी ज्या परिस्थितीतून जात होतो त्याबद्दल माझ्या भावांनी योग्य त्या शब्दात काळजी व्यक्त केली. ते सतत माझ्या पाठीशी उभे असल्याचे आश्वासन त्यांनी मला दिले. त्या शब्दांचीच मला खूप गरज होती.

भावांशी या विषयावर बोलण्याचे 'सराव सत्र' झालेले असतानाही जेव्हा माझ्या आई-वडिलांशी बोलण्याची वेळ आली, तेव्हा ते संभाषण मी कसे हाताळणार आहे हे माझे मलाच समजत नव्हते. मी खूप घाबरलो होतो. विपरीत परिस्थितीला अत्यंत खंबीरपणे सामोरे जाण्याचा कणखरपणा माझ्या आईमध्ये होता, पण माझ्या वडिलांचे मात्र आता वय झाले होते. ते कोलमडून पडण्याची शक्यता होती. जरी मला स्वत:ला अपत्य नव्हते तरी, स्वत:च्या अपत्याच्या आजाराला सामोरे जाणे किती वेदनादायी असते हे मी समजू शकत होतो.

अटलांटिक महासागराच्या दुसऱ्या किनाऱ्यावर असलेल्या वडिलांनी जेव्हा माझा फोन उचलला, तेव्हा माझ्या फोनमुळे त्यांना झालेला आनंद मला जाणवला. मी एकदम खचलो. जणू माझ्या वडिलांच्या छातीत मी खंजीर खुपसतोय असे मला वाटू लागले. मी माझ्या भाषणात जे नियम सांगत असे, त्याप्रमाणे मी टप्प्याटप्प्याने पुढे जात होतो. सर्वांत प्रथम थोडक्यात वस्तुस्थिती मांडायची; जशी आहे तशी. 'डॅड, मला मेंदूचा कॅन्सर झाल्याचे निदान झाले आहे. सगळ्या तपासण्यांमधून हाच निष्कर्ष निघाला आहे. आजार गंभीर आहे पण हाताबाहेर गेलेला नाही. मी अनेक वर्षे जगण्याची शक्यताही आहे. आणि हा आजार एवढा वेदनादायक पण नाहीय.'

नियम क्रमांक दोन. थोडा वेळ वाट पहा आणि त्या दरम्यान येणाऱ्या शांततेमध्ये निरर्थक काहीतरी बोलू नका. त्यांच्या घशात आवंढा दाटून आल्याचे मला ऐकू आले. 'डेव्हिड, असे कसे घडले?' अशा विषयांची सहसा आम्ही खिल्ली उडवत नाही. मी काय सांगतोय हे त्यांना उमगले होते. मी थोडा अधिकच काळ वाट बघत स्वस्थ राहिलो. आयुष्यात कधीही एखाद्या विषयाशी दोन हात करण्याची वेळ आल्यावर ते जसे ताठ उभे राहत तसेच त्याच्या टेबलापाशी ते उभे आहेत हे मला माझ्या घरी बसूनही दिसत होते. अत्यंत आव्हानात्मक परिस्थितीतही त्यांनी कधीही हार मानली नाही. पण आता लढाई शक्य नव्हती. कोणत्याच डावपेचांची आखणी करायची नव्हती आणि खरमरीत लेख लिहिण्याचीही गरज नव्हती. मी तिसऱ्या नियमाच्या पायरीवर आलो. तुमच्या ठोस कृतीबाबत बोला. 'लवकरात लवकर शस्त्रक्रिया करून घेण्यासाठी मी योग्य सर्जनचा शोध घेतो आहे आणि त्यावेळी जे आढळेल त्याप्रमाणे केमोथेरपी घ्यायची की रेडिएशन याचा निर्णय आम्ही घेऊ.' त्यांनी ते ऐकले आणि स्वीकारले.

थोड्याच काळात मला जाणवले की माझ्या या आजारामुळे मला एक नवी ओळख मिळते आहे आणि या नव्या परिस्थितीचे काही फायदेही आहेत. गेल्या अनेक दिवसांपासून मला एक खंत सतावत होती आणि ती म्हणजे माझ्या वडिलांच्या माझ्याकडून ज्या मोठ्या अपेक्षा होत्या, त्या मी पूर्ण करू शकत नव्हतो. मी आमच्या कुटुंबातील सर्वांत मोठ्या मुलाचा सर्वांत मोठा मुलगा; त्यामुळे माझ्या वडिलांबद्दल जशा त्यांच्या वडिलांच्या अपेक्षा होत्या, तशाच माझ्याकडूनही त्यांच्या काही अपेक्षा होत्या. त्यांनी कधीही तसे स्पष्ट बोलून दाखवले नाही, पण मी 'फक्त डॉक्टर' झाल्यामुळे ते निराश झाले होते, हे मी मनोमन जाणून होतो. मी त्यांच्याप्रमाणेच राजकारणात गेलो असतो तर त्यांना आवडले असते. त्यांच्या महत्त्वाकांक्षा ते पूर्ण करू शकले नव्हते, त्यामुळे मी त्या प्रांतात यशस्वी ठरलो असतो तर त्यांना बरे वाटले असते. पण याऐवजी ऐन उमेदीच्या वयात, अवघ्या तिशीत एका गंभीर आजाराने ग्रासल्याचा घोर अपेक्षाभंग त्याच्या वाट्याला आला. पण अकस्मात,

माझ्या आजारामुळे मी एकदम मुक्त झालो. जणू माझ्या लहानपणापासून माझ्या मानगुटीवर बसलेल्या ओझ्यातून माझी सुटका झाली. आता सतत वर्गात पहिले येण्याची किंवा माझ्या क्षेत्रातील संशोधनकार्यात सतत आघाडीवर राहण्याची गरज नव्हती.

६.
कॅन्सरविरोधी वातावरण

भाग १ : कॅन्सरची साथ

मायकेल लर्नर हे डॉक्टरेट झालेले प्राध्यापक सत्तरीच्या दशकात येल विद्यापीठातील नोकरी सोडून कॅलिफोर्निया येथे आले. मनात एक भन्नाट कल्पना घेऊन! असे केंद्र उभारायचे की तिथले जीवनमान हे गंभीर आजाराने बाधित व्यक्तीला शारीरिक व भावनिक दिलासा (healing) देणारे असेल. सॅनफ्रान्सिस्कोच्या उत्तरेला, पॅसिफिक समुद्रापासून बऱ्याच उंचीवरच्या या अति शांत ठिकाणचे जेवण नैसर्गिक (organic) म्हणजे रासायनिक खतांशिवाय पिकविलेले असते. लोक दिवसातून दोन वेळा योगसाधना करतात. एकमेकांशी मोकळेपणे काहीही बोलू/व्यक्त करू शकतात. साहजिकच इथे कॅन्सरग्रस्त डॉक्टरही हजेरी लावतात. वैद्यकीय महाविद्यालयात न सापडणारी उत्तरे मिळतात का हे बघायला.

गेल्या तीस वर्षांत, लर्नर व त्याची सहकारी रॅचेला रेसन, (एम.डी.) यांनी अनेक रुग्णांना मदत केली. त्यातले बरेच त्यांचे मित्र झाले. काहींमध्ये आश्चर्यकारक सुधारणा झाली, काहींचे आजार बरे झाले तर काही दगावले. बदलत्या काळाबरोबर एक गोष्ट जाणवू लागली की दगावणाऱ्यांमध्ये तरुणांचे प्रमाण वाढते आहे. जे कधीही धूम्रपान करीत नाहीत आणि ज्यांचा दिनक्रम बऱ्यापैकी संतुलित आहे, त्यांनाही कॅन्सर होतोय. तिशीतल्या बायका वेगाने पसरणाऱ्या स्तनांच्या कॅन्सरच्या कचाट्यात सापडत आहेत आणि वरकरणी तंदुरुस्त युवकांना आतड्याचा अथवा प्रोस्टेटचा कॅन्सर होण्याच्या शक्यता वाढत आहेत आणि याचे छुपे व अतर्क्य कारण (cause) या लोकांवर घोंगावते आहे. हल्ली तारुण्यात आजार होण्याचे प्रमाण वाढले आहे आणि याचे कुठलेही तर्कसंगत कारण वरकरणी तरी दिसत नाही.

मायकेल आणि रॅचेला यांना त्यांच्या केंद्रात आढळणारी ही गोष्ट जगभर आढळून आली आणि आकडेवारीने यावर शिक्कामोर्तब केले आहे. १९४० नंतर

सर्व औद्योगिक देशांमध्ये कॅन्सरचे प्रमाण वाढले आहे. हे प्रमाण १९७५ नंतर विशेषत्त्वाने वाढले आहे आणि ते देखील तरुणांत. अमेरिकेत १९७५-१९९४ दरम्यान पंचेचाळीसहून कमी वयाच्या स्त्रियांमधल्या कॅन्सरचे प्रमाण १.६ टक्के प्रतिवर्षी वाढले. आणि पुरुषांमध्ये तर हे वाढीचे प्रमाण आणखी जास्त म्हणजे १.८ टक्के होते. फ्रान्ससारख्या काही युरोपीय देशात तर गेल्या वीस वर्षांत कॅन्सरचे प्रमाण तब्बल साठ टक्क्यांनी वाढले आहे. साहजिकच आपण कॅन्सरच्या साथीच्या तोंडाशी तर उभे नाही ना अशी शंका येते.

तीन वर्षांपूर्वी मी एका निष्णात कॅन्सरतज्ज्ञाला हा प्रश्न विचारला तेव्हा त्याने दिलेले उत्तर हे साधारण जनतेला धीर द्यावा अशा प्रकारचे होते. ते म्हणाले 'यात काहीच आश्चर्यजनक नाही. १९४० पेक्षा हल्ली लोक जास्त वर्षे जगतात, साहजिकच कॅन्सरचे प्रमाण वाढते. याशिवाय बायकांना हल्ली मुले उशिरा होतात त्यामुळे स्तनाच्या कॅन्सरची शक्यता वाढते आणि सुधारित तपासण्यांमुळे अधिक लोकांच्या कॅन्सरचे निदान होते.' त्यांचा संदेश सरळ होता – 'देवास ठाऊक कशामुळे' अशी धोक्याची घंटा वाजवणाऱ्यांमुळे त्या भ्रमात राहू नका, उलट आता लवकर निदान व सुधारित उपचारासाठी संशोधनावर लक्ष केंद्रित करायला हवे.

माझ्या अनेक सहकाऱ्यांप्रमाणे आणि इतर कित्येक रुग्णांप्रमाणे मलाही फार वाटत होते की मीही त्यांच्यावर विश्वास ठेवावा कारण हे उत्तर मनाला आश्वस्त करणारे, दिलासा देणारे होते.

पण आज त्या डॉक्टरांचे मतही बदलले आहे. वास्तव आहेच एवढे भयानक. जागतिक आरोग्य संघटनेतर्फे कॅन्सरप्रतिबंध विषयक एपिडेमिओलॉजकिल (epidemiology) केंद्र सहा वर्षे चालवणाऱ्या ॲनी सॅस्को यांनी सादर केलेल्या आकडेवारीने वास्तवापासून दूर पळणाऱ्यांचेही मत बदलले. केवळ समाजातल्या लोकांचे वय वाढल्याने कॅन्सर वाढला हे स्पष्टीकरण निश्चितच पुरेसे नाही. जागतिक आरोग्य संघटनेने 'लॅन्सेट' या जगातील अधिकृत वैद्यकीय जर्नलमध्ये २००४ साली याकडे लक्ष वेधले. लहान मुले आणि पौगंडावस्थेतील मुले यांच्यातील कॅन्सरचे प्रमाण १९७० नंतर सर्वाधिक वाढले आहे. आता ही गोष्ट खरी आहे की वयाच्या तिशीनंतर पहिल्या अपत्याला जन्म देणाऱ्या स्त्रियांचे प्रमाण 'थोडेफार' वाढले आहे पण हे थोडेफारच. फक्त पुरुषांनाच होणाऱ्या प्रोस्टेटच्या कॅन्सरचे प्रमाण तर स्तनाच्या कॅन्सरच्या मानाने कितीतरी जास्त प्रमाणात वाढले आहे. अनेक युरोपीय देशात १९७८ ते २००० या काळात ते २०० टक्क्यांनी वाढले आणि अमेरिकेत तर २५८ टक्क्यांनी! कॅन्सरचे लवकर निदान झाल्याने त्याचे प्रमाण वाढले हा निष्कर्षही अपुराच आहे. नियमितपणे निदान चाचण्या (screening) न होणारे फुफ्फुस, मेंदू, वृषण, Lymphoma यांच्या कॅन्सरचे प्रमाणही भरपूर वाढले असल्याचे दिसते.

पाश्चिमात्य देशात खरोखर कॅन्सरची साथ आहे आणि तिचा उगम दुसऱ्या महायुद्धात शोधता येतो. 'सायन्स' या मासिकात प्रसिद्ध झालेले महत्त्वाच्या संशोधनाचे निष्कर्ष हेच सांगतात. BRCA1 व BRCA2 हे धोकादायक जीन्स असणाऱ्या पन्नाशीच्या आतल्या स्त्रियांमध्ये स्तनाचा कॅन्सर होण्याचे प्रमाण त्यांनी मोजले असता, ज्यांचा जन्म दुसऱ्या महायुद्धानंतर झाला होता त्यांच्यात हे तिप्पट आढळले.

मी जेव्हा वयोवृद्ध डॉक्टरांशी हे बोलतो, तेव्हा त्यांना मोठा धक्का बसतो. कारण त्यांच्या काळी तरुणांना कॅन्सर सहसा होत नसे. एका डॉक्टरांना तर त्यांच्या कॉलेज जीवनातील एका रुग्णाची आठवण येते. तिला केवळ पस्तिसाव्या वर्षी स्तनाचा कॅन्सर झाल्यामुळे इतर विभागातील डॉक्टरही ही 'केस' बघायला आले होते. १९५० च्या दशकात ती जगावेगळी केस होती. चार-पाच दशकांनंतरची परिस्थिती काय आहे? – मला एकतिसाव्या वर्षी कॅन्सर झाला आणि माझ्या दोन चुलतबहिणींना चाळिसाव्या, त्यातला एक युरोपात आणि दुसरा अमेरिकेत. माझी शाळकरी मैत्रीण चाळिसाव्या वर्षी स्तनांच्या कॅन्सरने दगावली. दुर्दैवाने संशोधकांचे आकडे अंदाजाने, किंवा कल्पनेने काढलेले नसतात.

श्रीमंत लोकांचा आजार

उत्तम दूरदृष्टी लाभलेल्या जनरल द गॉलने जागतिक आरोग्य संघटनेत (WHO) 'कॅन्सरचे कारण शोधणाऱ्या' पहिल्या आंतरराष्ट्रीय केंद्राची स्थापना केली. हे केंद्र लिऑन इथे १९६४ मध्ये स्थापन झाले. International Agency for Research on Cancer. (IARC) हे कॅन्सर संशोधनाचे आंतरराष्ट्रीय केंद्र आज कॅन्सरच्या एपिडेमिऑलॉजीच्या (epidemiology) अभ्यासाचे एक सगळ्यात मोठे केंद्र आहे. हे एक प्रकारचे गुप्त हेराचे काम आहे. विविध निरीक्षणांमधून तर्क काढून आणि काही गोष्टींचे संबंध जोडून एखाद्या रोगाची कारणमीमांसा व त्याची प्रगती याचा ते शोध लावतात. युरोप आणि अमेरिकेत कॉलराने हाहाकार माजवला त्या काळात साथीच्या रोगांचा अभ्यास सुरू झाला. कारण तोवर विषाणूंचा शोध लागला नव्हता आणि त्यामुळे कॉलरा कशामुळे होतो याची अतिप्रचंड भीती मनात होती.

जेव्हा एपिडेमिऑलॉजिस्टना (epidemiologist) एखाद्या रोगाचे कारण सापडत नाही तेव्हा आरोग्य अधिकारी लोकांना धीर देण्यासाठी विविध उपाय शोधतात. १८३२ मध्ये अमेरिकेत कॉलराची नवी साथ आली तेव्हा न्यूयॉर्कचे वैद्यकीय खाते हतबल झाले होते. त्यांनी एक पत्रक प्रसिद्धीस दिले. 'चिडखोर, अस्थिर, चंचल लोकांना किंवा चुकीची औषधे सेवन केल्याने कॉलरा होतो. त्यामुळे लोकांनी मद्यपान करू नये, सॅलड खाऊ नये व संतुलित जीवनशैली अनुसरावी.' १८८३ मध्ये रॉबर्ट

कॉकने कॉलराचा जंतू शोधला तेव्हा कच्चे सॅलड खाल्ल्याने खरोखर कॉलराचा प्रसार होतो असे आढळले. बाकी सर्व गोष्टी मात्र भोंदू होत्या.

ॲनी सॅस्कोला अजूनही आठवते की बाराव्या वर्षी तिने रोजनिशीत लिहिले होते की, ती आयुष्यात डॉक्टर होऊन आणि जागतिक आरोग्य संघटनेसाठी (WHO) काम करेल. कदाचित तेव्हा तिला तिच्या पोलीस अधिकारी असलेल्या वडिलांना हे दाखवायचे होते की ती पण आयुष्यात कुठल्यातरी ध्येयाकरता काम करू शकते. फ्रान्समध्ये वैद्यकीय शिक्षण आणि हार्वर्ड येथे एपिडेमिऑलॉजीमध्ये (epidemiology) डॉक्टरेट झाल्यावर तिने २२ वर्षे IARC मध्ये काम केले. खात्रीशीर तपशील मिळावा म्हणून ती चीन, ब्राझील, मध्य अमेरिका, आफ्रिका अशी बऱ्याच ठिकाणी गेली. या संशोधनाअंती तयार झालेले कॅन्सरचे नकाशे म्हणजे वेगाने पसरणाऱ्या या आजाराचे उत्तम संदर्भ आहेत. ती कॉम्प्युटरवर नकाशे दाखवते आणि कॅन्सरचे प्रमाण कुठल्या देशात अधिकतम आणि कुठे न्यूनतम याचा तुलनात्मक तक्ता तयार करते. त्यातला पहिला नकाशाच धक्कादायक आहे. एकाच वयोगटातले लोक घेतले तर स्तन, प्रोस्टेट ग्रंथी व मोठ्या आतड्याचे कॅन्सर हे विकसित/औद्योगिक (विशेषत: पाश्चिमात्य) देशांचे आजार आहेत. त्यांचे अमेरिका व उत्तर युरोपमधील प्रमाण चीन, कोरियापेक्षा नऊ पटीने तर जपानपेक्षा चार पटींनी अधिक आहे.

हे नकाशे बघितल्यावर साहजिकच मनात प्रश्न येतो की आशियाई लोकांच्या जीन्समध्येच कॅन्सरपासून संरक्षण करणारे घटक आहेत की काय. पण येथे जीन्स हे उत्तर नाही. चीनमधे पाहणी करताना ॲनी सॅस्कोने एकाला विचारले की 'येथे स्तनाच्या कॅन्सरचे प्रमाण कमी कसे?' मिश्किलपणे तो म्हणाला, 'हा तर श्रीमंत स्त्रियांचा आजार आहे. तुम्हाला तो हाँगकाँगमध्ये आढळेल, येथे नाही.'

पण वास्तविक हवाई आणि सॅनफ्रान्सिस्कोच्या चायनाटाऊन मधल्या चिनी व जपानीमधे कॅन्सरचे प्रमाण पाश्चिमात्यांमधल्या प्रमाणाएवढेच झाले आहे आणि गेल्या दशकात चीनमधल्या मोठ्या शहरात आणि हाँगकाँगमध्ये कॅन्सरचे प्रमाण तिप्पट झाले आहे.

IARC च्या अहवालाच्या प्रस्तावनेत जागतिक आरोग्य संघटनेचे जनरल डायरेक्टर लिहितात, '८० टक्के कॅन्सरमध्ये मुख्य प्रभाव बाह्य घटकांचा, उदाहरणार्थ जीवनशैली व सभोवतालचे वातावरण, असतो.' पाश्चिमात्य वैद्यकशास्त्राच्या कॅन्सरविरोधी लढ्यातला सगळ्यात मोठा विजय म्हणजे औद्योगिक जगतातून हद्दपार झालेला जठराचा कॅन्सर होय. १९६० च्या दशकातील सर्व वैद्यकीय विद्यार्थ्यांना हा कॅन्सर वॉर्डमध्ये सर्रास बघायला मिळत असे. आज मात्र वैद्यकीय महाविद्यालयात याची चर्चा अभावानेच होते. चाळीस वर्षांत हा जठराचा कॅन्सर नाहीसा होण्यामागे सुधारलेले रेफ्रिजरेशन व अन्न साठवण्यातला मीठ व नायट्रेटचा कमी वापर हे

घटक सगळ्यात महत्त्वाचे समजले जातात. म्हणजे पुन्हा बाह्य घटकच यास कारणीभूत ठरतात!

आज जीवशास्त्राने व वैद्यकशास्त्राने हे मान्य केले आहे की वातावरणातले अनेक विषारी पदार्थ हे शरीरात कॅन्सर पेशींचा उद्‌भव होण्यास व त्याची गाठ (tumor) होण्यास कारणीभूत असतात. या प्रक्रियेला कॅन्सर उद्‌भव प्रक्रिया (carcinogenesis) असे म्हणतात. नुकत्याच प्रसिद्ध झालेल्या एका अहवालात अमेरिकेतील कॅन्सर तज्ज्ञांनी लिहिले की उद्‌भव प्रक्रिया फक्त कॅन्सर सुरू होण्यापुरती मर्यादित नसते तर नंतरही चालू राहते. म्हणजे या घटकांपासून आपण संरक्षण घ्यायलाच हवे – आपण निरोगी असलो तरी आणि कॅन्सरबाधित असलो तरी. निर्विषीकरण (Detoxification) ही हिप्पोक्रेटीसपासून आयुर्वेदापर्यंत सगळ्यांनी सांगितलेली सगळ्यात मूलभूत संकल्पना आहे आणि आज तिची नितांत आवश्यकता आहे.

मला कॅन्सर असल्याचे निदान झाल्यावर इतरांप्रमाणेच माझ्या मनात आले की कॅन्सर न होण्यासाठी मी काय करू शकलो असतो आणि तो परत न होण्यासाठी मी काय करायला हवे. आश्चर्य म्हणजे, मला जी उत्तरे मिळाली ती वरवरची व सारवासारव करणारी होती. 'तुमच्या आजाराचे नक्की कारण आम्हास खरोखर ठाऊक नाही. धूम्रपान करू नका. आम्ही एवढाच सल्ला देऊ शकतो.' अगदी बरोबर. धूम्रपान किंवा ॲसबेस्टॉस आणि फुप्फुसाचा कॅन्सर याचा स्पष्ट संबंध सोडला तर इतर कुठलेही अन्न अथवा जीवनशैलीचा कुठल्याही कॅन्सरशी थेट संबंध जोडता येत नाही. पण आपण पुढे बघू की आपले 'संरक्षण करणारे बदल' करण्यासाठी पुरेसे सबळ कारण आज निर्माण झालेले आहे. आणि मुख्य म्हणजे त्याकरता विशेष प्रयत्नांची गरज नाही.

आज पाश्चिमात्य देशात कॅन्सर सर्वदूर पसरलेला आहे आणि १९४० पासून वाढतोच आहे. त्यामुळे आपल्याला हे बघायला हवे की दुसऱ्या महायुद्धानंतर आपल्या देशात काय काय बदल झाले. गेल्या पन्नास वर्षांत तीन महत्त्वाच्या गोष्टींनी आपले पर्यावरण (environment) विस्कळीत केले आहे.

१. जेवणात रिफाईन्ड साखरेचा मोठ्या प्रमाणात अंतर्भाव.
२. शेतीत व पशू उत्पादनाच्या पद्धतीत बदल व त्यामुळे आपल्या अन्नातील बदल.
३. १९४० पूर्वी अस्तित्वात नसलेल्या अनेक रासायनिक पदार्थांशी आपला येत असलेला संपर्क.

आता हे काही किरकोळ बदल नाहीत. या तीन घटकांनी कॅन्सरच्या प्रसारात मोठी भूमिका निभावली आहे असे मानण्यासाठी सबळ कारणे आहेत. त्यामुळे स्वरक्षणाकरता आपण हे घटक समजून घ्यायला हवेत.

भाग २ – पूर्वीच्याच आहारपद्धतीचा अवलंब

आपल्या जीन्सवर हजारो वर्षांच्या उत्क्रांतीच्या खुणा आहेत. पूर्वी मानव हा शिकार करणारा प्राणी होता. या जीन्समध्ये आपल्या पूर्वजांच्या सभोवतालच्या वातावरणानुसार बदल झाले (विशेषत: ते खात असलेल्या अन्नाशी निगडित) आणि आजही ते तसेच आहेत. माणूस शिकारी असताना जे खात असे त्याच अन्नाची आजही आपले शरीर अपेक्षा करते. या अन्नात भरपूर फळे, कंदमुळे व अधूनमधून मांस तसेच प्राण्यांची अंडी असत. या अन्नात ओमेगा-६ व ओमेगा-३ (fatty acids) याचे संतुलन तर असेच पण त्यात अतिशय कमी साखर (गोड पदार्थ) असे आणि मैदा नसेच. (साखरेचा एकमेव स्रोत म्हणजे मध आणि त्या काळी धान्य नव्हतेच.)

आज पाश्चिमात्य देशातल्या अन्नविषयक चाचण्या काय दर्शवतात? आपल्या अन्नातला ५६ टक्के उष्मांक अशा पदार्थांपासून मिळतो, जे पूर्वी अस्तित्वातच नव्हते आणि हे पदार्थ म्हणजे –

साखर

कोंडाविरहित पांढरे पीठ

वनस्पती तेल (सोया, सूर्यफूल, मका इ.)

आपल्या शरीराच्या कामकाजासाठी आवश्यक असे एकही प्रथिन, व्हिटॅमिन, क्षार किंवा ओमेगा-३ फॅटी ॲसिड हे या तीन प्रकारच्या पदार्थात नाही. उलट हे थेट कॅन्सरच्या वाढीला मदत करतात.

'साखर हे कॅन्सरचे अन्न'

रिफाईन्ड साखरेचे अन्नातले प्रमाण प्रचंड वाढले आहे. आपले जीन्स तयार झाले त्या काळात साधारणपणे वर्षाकाठी माणूस २ किलो मध खात असे. हेच प्रमाण १८३० मध्ये वर्षाला ५ किलो आणि विसाव्या शतकाच्या शेवटी वर्षाला तब्बल ७० किलो एवढे वाढले.

जर्मन जीवशास्त्रज्ञ वॉरबर्ग याने शोधून काढले की कॅन्सरच्या गाठींची वाढ ही तिच्या ग्लुकोज शोषण्याच्या प्रमाणावर अवलंबून असते. या संशोधनाकरता त्यांना

वैद्यकशास्त्राचा नोबेल पुरस्कार मिळाला. हल्ली कॅन्सरच्या निदानाकरता वापरली जाणारी PET Scan नावाची टेस्ट काय करते – तर शरीराचे जे भाग जास्तीत जास्त ग्लुकोज 'खातात' ते शोधते. जेथे ग्लुकोजचा वापर जास्त एकवटलेला, तेथे कॅन्सरची शक्यता जास्त.

जेव्हा आपण साखर किंवा पीठ असे उच्च साखर निर्देशांक (glycemic index, ग्लायसेमिक इंडेक्स) असलेले पदार्थ खातो तेव्हा रक्तातील ग्लुकोजचे प्रमाण झपाट्याने वाढते. हे ग्लुकोज पेशींमध्ये शिरावे याकरता शरीर अधिक इन्शुलिन तयार करते. त्याचसोबत IGF (इन्शुलिनसारखा ग्रोथ फॅक्टर) तयार होतो. हा फॅक्टर पेशींच्या वाढीस चालना देतो. थोडक्यात, साखरेमुळे पेशींचे पोषण होते व वाढ होते. इन्शुलिन व IGF मुळे पेशीसमूहांना सूजही येते. त्यामुळेही पेशींची वाढ होण्यास चालना मिळते व या सर्व गोष्टी 'गाठ' वाढण्यास खतपाणी घालतात.

आज हे सिद्ध झाले आहे, की रक्तात अचानक वाढलेले इन्शुलिन व IGF चे प्रमाण हे कॅन्सर पेशींच्या वाढीस कारणीभूत असतेच, पण ते कॅन्सरपेशी इतर अवयवांत पसरण्यासही साहाय्यभूत ठरते. संशोधकांनी स्तन कॅन्सरच्या पेशी उंदराच्या शरीरात सोडल्यावर आढळून आले की, त्याला साखर दिल्याने वाढलेले इन्शुलिनचे प्रमाण हे कॅन्सर पेशींवर होणारा केमोथेरपीचा प्रभाव कमी करते. म्हणजे कॅन्सरशी लढायला नवीन प्रकारचे औषध हवे, जे रक्तातील इन्शुलिन व IGF च्या एकदम वाढणाऱ्या प्रमाणास विरोध करेल.

पण अशा नव्या औषधाची वाट बघण्यापूर्वी आपण आत्तापासूनच साखर आणि मैद्याचे जेवणातले प्रमाण कमी करू शकतो. केवळ असे केल्याने रक्तातले इन्शुलिन व IGF चे प्रमाण कमी होते असे निदर्शनास आले आहे. शिवाय याचा आणखी एक परिणाम म्हणजे अधिक निरोगी त्वचा!

रक्तातील साखरेचे प्रमाण आणि पेशींना येणारी सूज यांचा संबंध ओढूनताणून जोडलेला वाटू शकतो. पण आपण त्वचेवरील मुरूम बघितले तर हा संबंध लगेच लक्षात येईल.

लोरेन कॉर्डेन (पीएच.डी.), हा कोलोरॅडो विद्यापीठातला पोषणशास्त्राचा संशोधक. त्याला जेव्हा कळले, की एका ठरावीक गटातल्या लोकांना चुकूनही मुरुमे होत नाहीत, तेव्हा त्याने या गोष्टीचा छडा लावण्याचे ठरवले. मुरूम होण्याच्या कारणांपैकी, त्वचेच्या बाह्य पेशीथराला आलेली सूज हे एक महत्त्वाचे कारण आहे. पाश्चिमात्य जगात ८० ते ९५ टक्के मुलांना पौगंडावस्थेत मुरुमे येतात. कॉर्डेन याने त्वचारोग तज्ज्ञांच्या एका गटासोबत न्यू गिनीमधील एका बेटावरच्या १२०० व पॅराग्वे देशातील अेक (Ache) इंडियन प्रजातीच्या १३० युवकांची तपासणी केली. हे दोन्ही गट उर्वरित जगाशी काहीही संपर्क न असणारे होते. या मुलांच्यात त्यांना

मुरुमांचा बारीकसा अंशही आढळला नाही. 'आर्काइव्ह्ज ऑफ डर्मिटॉलॉजी' या जर्नलमधल्या आपल्या शोधनिबंधात त्यांनी या चमत्कारिक शोधाचा संबंध पोषणाशी/आहाराशी जोडला. या गटांचा आहार आपल्या पूर्वजांसारखा, म्हणजे – ना साखर, ना मैद्याचे पदार्थ असा होता. म्हणजे रक्तात इन्शुलिन व IGF चे प्रमाण एकदम वाढण्याची शक्यता नाहीच.

ऑस्ट्रेलियात काही संशोधकांनी तरुणांना तीन महिने आहारात साखर व मैद्याचे पदार्थ न खाण्यासाठी 'प्रवृत्त केले.' काही आठवड्याच त्यांच्या इन्शुलिन / IGF च्या पातळी खाली आल्या आणि चेहऱ्यावरची मुरुमे गायब.

विसाव्या शतकाच्या उत्तरार्धात एका नवीनच पदार्थाने पाश्चिमात्यांच्या आहारात प्रवेश केला आणि एखाद्या वणव्यासारखा तो पसरला. हा पदार्थ म्हणजे मक्यापासून काढलेले फ्रुक्टोजचे द्रावण.

आधीच आपण खात असलेली साखर पचविणे आपल्या शरीराला जड जात होते. आता प्रक्रिया केलेल्या रेडीमेड पदार्थांमधील या साखरेच्या पाकाने त्यात आणखी भर घातली. सर्व फळांमध्ये फ्रुक्टोज असते[४], पण ते त्याच्या नैसर्गिक जागेवरून दूर केले आणि ग्लुकोजमध्ये मिसळले की आपल्या शरीरातील इन्शुलिन त्याचा बंदोबस्त करण्यास असमर्थ ठरते आणि बंदोबस्त झालाच तरी शरीराला होणारा अपाय/इजा टाळता येत नाही. म्हणजेच हे द्रव्य विषारी/तापदायक ठरते.

साखरेच्या वाढत्या वापराचा संबंध कॅन्सरच्या साथीशी जोडण्याकरता सबळ पुरावा आहे, कारण याचा संबंध इन्शुलिन व IGF च्या रक्तातील प्रमाणाशी आहे. उंदरांवरील प्रयोगात ही गोष्ट सिद्ध झाली आहे. अशा प्रकारचे प्रयोग आपण माणसांवर करू शकत नाही. पण आशियाई व पाश्चिमात्य आहाराचा अभ्यास केला तर एक गोष्ट प्रकर्षाने समोर येते. आशियाई आहाराचे (साखरेचे प्रमाण कमी) सेवन करणाऱ्यांपेक्षा, पाश्चिमात्य आहार (अधिक साखरयुक्त) घेणाऱ्या लोकांमध्ये हार्मोन्स निगडित कॅन्सरचे प्रमाण ५ ते १० पटींनी अधिक आहे.

शिवाय मधुमेहग्रस्त लोकांना कॅन्सर होण्याचा धोका अधिक असतो ही सर्वमान्य गोष्ट आहे. अमेरिका व कॅनडात संयुक्तरित्या केलेल्या एका अभ्यासानुसार सुसन हॉन्किन्सनने (हार्वर्ड मेडिकल स्कूल) असे दाखवून दिले की पन्नाशीच्या आतल्या ज्या स्त्रियांमध्ये IGF चे प्रमाण अधिकतम होते त्यांच्यात स्तनाचा कॅन्सर होण्याचा धोका न्यूनतम प्रमाण असलेल्यांपेक्षा 'सातपट अधिक' होता. दुसऱ्या अशाच एका तुकडीने हीच गोष्ट प्रोस्टेट ग्रंथीच्या कॅन्सर संबंधातही सिद्ध केली. त्यांना तर हे प्रमाण नऊ पटींनी अधिक आढळले. इतर संशोधनात हीच गोष्ट मोठे आतडे, स्वादुग्रंथी व अंडकोश (बीजांडे) यांच्या कॅन्सरच्या बाबतीतही खरी असल्याचे निदर्शनास आले.

तळटीप : फ्रुक्टोज, ग्लुकोज, माल्टोज, सुक्रोज हे साखरेचे प्रकार आहेत. सगळ्यांचे गुणधर्म सारखेच असले तरी हे वेगवेगळ्या अन्नघटकांमध्ये आढळतात. कार्बनच्या अणूंच्या संख्येवरून ती 'साखर' कोणती हे ठरते. (C_5= फ्रुक्टोज, C_6= ग्लुकोज इ.)

सर्व शास्त्रीय संशोधन एकच गोष्ट सांगते– ज्यांना स्वत:चा कॅन्सरपासून बचाव करावयाचा आहे, त्यांनी प्रक्रियायुक्त साखर व मैदा यांचे सेवन खूप कमी केले पाहिजे. म्हणजे बिनसाखरेची कॉफी प्यावी, (बिनसाखरेचा चहा पिणे तुलनेने सोपे) मिठाई खाऊ नये. (मात्र फळे कितीही खाऊ शकता. फक्त त्यासोबत कुठलाही 'पाक' नको.) एक पर्याय म्हणजे असे गोड पदार्थ वापरावेत, ज्यामुळे रक्तातील साखर व इन्शुलिन झटकन वाढणार नाही. (तक्ता क्र. २ पहा.)

पाव (bread) हासुद्धा मिश्र धान्यापासून बनवलेला असल्यास चांगले. म्हणजे मग पीठातील साखर रक्तात मिसळण्याची प्रक्रिया थंडावते. (मिश्रधान्य म्हणजे गव्हाच्या पीठासोबत oatmeal, rye, flaxceed). बेकरीतल्या केमिकल यीस्ट पेक्षा आंबवलेले पीठ (sour dough) चांगले. त्याचप्रमाणे साध्या पांढऱ्या तांदळापेक्षा पॉलिश न केलेला बासमती तांदूळ चांगला, त्याचा कार्बोदक निर्देशांक कमी आहे. या सगळ्याहून महत्त्वाचे म्हणजे भाज्या व वाटाणे, चवळी, तूर यांचे दाणे खाणे. यांचा कार्बोदक निर्देशांक कमी तर आहेच; शिवाय त्यांच्यातली प्रभावी फायटो रासायनिक द्रव्ये (phytochemicals) कॅन्सरचा अतिशय तीव्रपणे प्रतिकार करतात.

AGAVE NECTAR

सिडनी विद्यापीठातील काही संशोधकांनी ग्लायसेमिक इंडेक्स म्हणजे कर्बोदक निर्देशांक ही संकल्पना पहिल्यांदा मांडली. त्यांनीच साखरेला पर्याय म्हणून एक नैसर्गिक पदार्थ सुचवला (ज्याचा निर्देशांक खूपच कमी आहे.) निवडुंगाच्या चिकापासून बनणारा हा पदार्थ चवदार असतो. सौम्य मधासारखा– साखरेपेक्षा तिप्पट गोड असूनही त्याचा निर्देशांक मधापेक्षा ४-५ पटींनी कमी आहे. चहा, कॉफी, फळे, मिठाई यात याचा वापर करता येतो.

तक्ता क्र. २ (संदर्भ www.glycemicindex.com)

कर्बोदक निर्देशांकानुसार अन्न निवडा

उच्च निर्देशांक (हे अन्न टाळा)	**कमी निर्देशांक (भरपूर सेवन करा)**
साखर, मध, गोड पाक	नैसर्गिक साखर, डार्क चॉकलेट ज्यात कोको आहे.
पांढरे, प्रक्रियायुक्त पीठ वा मैदा, तांदूळ, मफिन्स केक, पॅनकेक व बटाटे, oats, नागली.	मिश्र धान्याची पोळी/पाव, आंबवलेले पीठ वापरून केलेले धिरडी
मसूर, वाटाणा, शेंगा, घेवडा, रताळे, कॉर्नफ्लेक्स,	कंद प्रकारात कोनफळ वा सुरण ओटमीलची खीर, Muesli, कोंडायुक्त पीठ
जॅम, जेली, साखरेच्या पाकातली फळे. Thyme नावाचे हर्ब, लिंबूपाणी, ग्रीन टी (हरित चहा)	फळे, विशेषत: चेरी, रास्पबेरी. सोडा, रस, कृत्रिम फळांचे रस
दारू/अल्कोहोल	जेवणासोबत एक ग्लास रेड वाईन. लसूण, कांदा, shallots (green onion)

दोन जेवणांच्या मधले 'खाणे' टाळायला हवे. जेवणांच्या मध्ये आपण काही गोड खातो, तेव्हा रक्तातील इन्शुलिनची वाढ अविरोध होते. जेव्हा त्यासोबत भाजी, फळे, विशेषत: तंतुमय फळे, घेतली जातात तेव्हा रक्तामध्ये साखरेचे शोषण, हळूहळू होते व इन्शुलिन पातळी एकदम वाढत नाही. इतर काही पदार्थ – कांदा, लसूण, रास्पबेरी याच प्रकारे रक्तातील साखरेची वाढ रोखतात.

अन्नसाखळीस धोका

आपल्या प्रत्येकाचा एखादा तरी मित्र स्थूल असतो. लहानपणापासूनच हा गुटगुटीत असतो. खाण्यावर ताबा आणि शारीरिक व्यायाम करूनही याचे वजन कमी होत नाही. याला शरीराची बरीच काळजी असते, पण खूप प्रयत्न करूनही वजनात थोडीशीच घट होते आणि प्रयत्न थांबवले की लगेच पुन्हा वजन वाढते.

तरी तो तूप खाणे टाळतो. तेलही सफोला किंवा तत्सम रिफाईन्ड वापरतो.

किंवा आपल्या प्रत्येकाच्या बघण्यात एखादी तरी स्थूल मुलगी असते. ही लहानपणापासूनच थोडी गुटगुटीत असते. बिचारी खाण्यावर खूप ताबा ठेवते, व्यायामही करते, पण हिचे शरीर काही 'नॉर्मल' होत नाही.

आधुनिक एपिडेमिऑलॉजी (epidemiology) शास्त्रातील कॅन्सरसारखेच एक गूढ म्हणजे स्थूलपणाची साथ. कॅन्सर होण्यासाठी कारणीभूत घटकांमध्ये तंबाखू खालोखाल स्थूलपणाचा नंबर लागतो. स्थूलपणा व कॅन्सर यांचा संबंध गेल्या काही वर्षांत प्रस्थापित झाला आहे. त्यांचे मूळही एकच आहे. कसे ते बघू या.

१९७६ ते २००० या काळात अमेरिकन लोकांच्या आहारातले स्निग्ध पदार्थ अकरा टक्क्यांनी कमी झाले आणि एकूण कॅलरीजही चार टक्क्यांनी कमी झाल्या. तरीही, त्या काळात स्थूलपणा तब्बल एकतीस टक्क्यांनी वाढला. हार्वर्ड येथील आहारशास्त्राचे विभागप्रमुख वॉल्टर विलेट, (एम.डी.,पीएच.डी.) यांनी एक लेख लिहिला. 'आहारातील चरबीयुक्त पदार्थांनी स्थूलपणा येतो की नाही?' आहारातील स्निग्धपदार्थ कमी होऊनही स्थूलता वाढण्याचे हे दृश्य आता अमेरिकेप्रमाणेच युरोप व इस्रायलमध्येही दिसते.

फ्रान्समधील संशोधकांनी या विरोधाभासामागील कारण पहिल्यांदा शोधले. साठीतले जेरार्ड आईलहाऊड, हे स्वत:ही थोडे स्थूल आहेत, पण त्यांच्या डोळ्यांत बुद्धिमत्तेची चमक दिसते. त्यांनी एक साधे निरीक्षण नोंदवले. स्थूलपणासाठी आहारातील चरबीचे वाढलेले प्रमाण व व्यायामाचा अभाव या कारणांना सगळे दोष देत होते, तेव्हा या तर्कातील चूक त्यांनी दाखवून दिली. अमेरिकेत १९७०-९० दरम्यान एक वर्षाखालील मुलांमध्ये चरबीचे प्रमाण दुप्पट झाले. त्यांनी लावलेल्या अद्‌भुत शोधांच्या पुस्तकात त्यांचा सहलेखक पिअर वाईल हा आईलहाऊडचे एक वाक्य उद्‌धृत करतो, 'निदान ६ ते ११ महिन्यांच्या मुलांना तरी तुम्ही मॅकडोनाल्ड, अति आहार आणि व्यायामाचा अभाव या गोष्टींबाबत दोष देऊ शकत नाही!'

बाळांना अति भरवले जात नाही. त्यांना तेवढेच दूध दिले जाते; ते आईचे असो वा डब्यातल्या पावडरीचे. आईलहाऊड व त्याच्या सहकाऱ्यांनी असे दाखवून दिले की या दुधाचे/दुधातील बदललेले घटक हे स्थूलपणाला कारणीभूत आहेत. हेच घटक स्थूलपणा व कॅन्सरच्या पेशींच्या वाढीला साहाय्यभूत होतात.

गायींसाठी व कोंबड्यांसाठी 'जंक फूड'

साधारणपणे गाय वसंत ऋतूत बछड्यांना जन्म देते, तेव्हा भरपूर गवत उपलब्ध असते. नंतर गाय अनेक महिन्यांपर्यंत दूध देते. वसंत ऋतूतील गवत हे

ओमेगा-३ फॅटी ॲसिडने विशेष समृद्ध असते. त्यामुळे गायीच्या दुधात व त्यापासून बनवलेल्या दही, ताक, तुपातही या ओमेगा-३ फॅटी ॲसिडचे प्रमाण मुबलक असते. या गवतावर चरणाऱ्या प्राण्यांच्या मांसातही हे ओमेगा-३ फॅटी ॲसिड आढळून येते.

पन्नासच्या दशकात दुग्धजन्य पदार्थ व प्राण्यांच्या मांसाची मागणी एकदम वाढली. गायीचे दूध वाढवण्याचे उपाय शोधले जाऊ लागले. त्याचबरोबर चरण्यासाठी उपलब्ध कुरणांचाही तुटवडा होऊ लागला. नंतर कुरणांची जागा पशुखाद्याने घेतली. गहू, मका, सोया यांच्यापासून बनवलेल्या या खाद्यात ओमेगा-३ फॅटी ॲसिड जवळजवळ नसतेच. उलट यात ओमेगा-६ फॅटी ॲसिड असते. ही दोन्ही फॅटी ॲसिड अत्यावश्यक या सदरात मोडतात. कारण ही आपल्या शरीरात तयार होत नाहीत. त्यामुळे आहारातून मिळतील तेवढीच ती शरीरात असणार. आहारातील त्यांचे प्रमाण हे गुरांच्या आहारातील त्यांच्या प्रमाणावर अवलंबून असते, म्हणजे गवत खाणाऱ्या गुरांच्या दुधात व अंड्यात ओमेगा ३ व ६ हे योग्य प्रमाणात (१:१) असतील तर मका व सोया खाणाऱ्या गुरांच्या बाबतीत हेच प्रमाण १:१५ किंवा अगदी १:४० इतके कमीपण असू शकते. **ओमेगा ६ युक्त वनस्पतीजन्य तेलाचे विसाव्या शतकात वाढत गेलेले उत्पादन आणि हे तेल आपल्या आहारात वापरले जाते.**

आपल्या शरीरातील घडामोडींचा समतोल राखण्याचे काम ही ओमेगा ३ व ६ फॅटी ॲसिड करतात. ओमेगा-६ ही चरबी साठवतात. तसेच बाहेरून उद्दीपन मिळाल्यास पेशी टणक व एकत्रित घट्ट करण्यास मदत करतात. शिवाय ते आपल्या शरीरातील चरबीच्या पेशी तयार करण्यास मदत करतात. याउलट ओमेगा-३ हे चेतापेशी तयार करण्यास मदत करतात आणि पेशी लवचीक बनवतात. हे चरबीच्या पेशींच्या उत्पादनावर नियंत्रण ठेवतात. थोडक्यात ओमेगा ३ व ६ यांच्या प्रमाणानुसार आपल्या शरीराची जडणघडण बदलते. आणि ओमेगाचे प्रमाण गेल्या ५० वर्षांत बदलले आहे. या बदलामुळे ज्याच्यावर परिणाम झाला असा गाय हा एकच प्राणी नाही. कोंबड्यांचा आहारही पूर्णपणे बदलला. ५० वर्षांपूर्वी अंड्यात फॅटी ॲसिड असत ती आता नसतात. (आणि अंडे हे नैसर्गिक अन्न मानले जाते.) अर्टेमिस सिमोपौलोस नावाची विद्वान आहारतज्ज्ञ अमेरिकेच्या राष्ट्रीय आरोग्य संस्थेत विभागप्रमुख आहे. 'न्यू इंग्लंड जर्नल ऑफ मेडिसीन' या अत्यंत मान्यताप्राप्त जर्नलमध्ये तिने एक आगळावेगळा लेख प्रसिद्ध केला. त्यात तिने दाखवून दिले की मक्यावर वाढलेल्या कोंबड्यांच्या अंड्यात ओमेगा-६ फॅटी ॲसिड्स ओमेगा-३ च्या वीसपटीने जास्त असतात. ग्रीसमधल्या फार्ममधील अंड्यात हेच प्रमाण १:१ भरले.

प्राण्यांचे आहारच नुसते बदलले नाहीत, तर त्यांचे वजन झपाट्याने वाढण्यासाठी त्यांना इस्ट्रोजेन व झेरोनॉल अशी हार्मोन्स दिली जाऊ लागली. ही हार्मोन्स प्राण्यांच्या चरबीत जमा होतात व दुधात त्यांचे स्रवण होते. नुकतेच rGBH म्हणजे प्राण्यांचे वाढ संप्रेरक नावाचे नवे हार्मोन दुग्धोत्पादन वाढविण्यासाठी वापरले जाऊ लागले आहे. त्याचा परिणाम गायीच्या स्तनांवर होतो व दुधाचे उत्पादन भरपूर वाढते. युरोप व कॅनडात या हार्मोनवर बंदी आहे, पण अमेरिकेत ते सर्रास वापरले जाते आणि व्यापारी करारांना अनुसरून अमेरिकेतील दुधापासून बनवलेल्या पदार्थांमधून ते जगभरात सगळीकडील अन्नात पोहोचते. या हार्मोनचे मानवी शरीरावर होणारे परिणाम अजून माहीत नाहीत. पण एक नक्की, की त्यामुळे गायीच्या शरीरात IGF तयार होते, ते गायीच्या दुधात उतरते व ते पाश्चरायझेशनच्या नंतरही दुधात तसेच राहते. आपण हे बघितले आहे की IGF मुळे चरबीच्या पेशींची वाढ होते आणि कॅन्सरच्या वाढीलाही चालना मिळते.

गवताऐवजी मका-सोया आहाराचा आणखी एक दुष्परिणाम आहे. आपल्या आहारात दुर्मीळपणे आढळणारा आणि ज्यात कॅन्सरविरोधी गुणधर्म आहेत असा घटक म्हणजे CLA (कॉन्जुगेटेड लिनोलेइक ॲसिड) होय. हे CLA चीजमध्ये आढळते, पण जर ते चीज गवत खाणाऱ्या प्राण्याच्या दुधापासून बनले असेल तरच! म्हणजे गाय-बकऱ्यांचा आहार बदलून आपण आहारातला एकमेव कॅन्सरप्रतिबंधक घटकही नाहीसा केला आहे.

'मार्गारीन' – बटरपेक्षा कितीतरी घातक

साठीच्या दशकानंतर ज्यामुळे आपला आहार निकृष्ट झाला आहे असा आणखी एक पदार्थ म्हणजे 'मार्गारीन' आणि हायड्रोजनयुक्त तूप/तेल. १९५० च्या दशकात

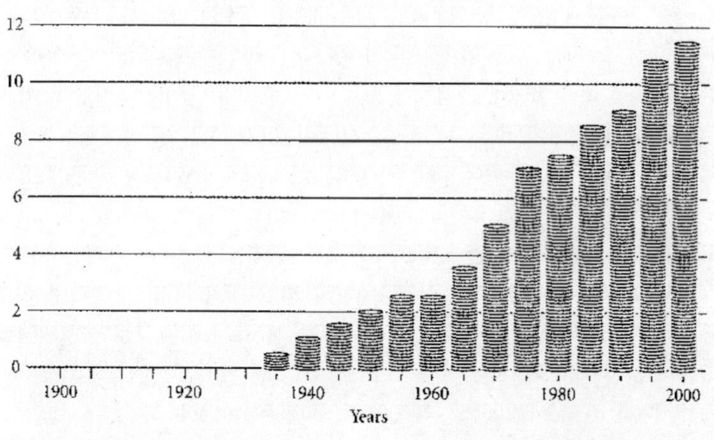

हृदयविकार आणि प्राण्यांची चरबी यांचा संबंध प्रस्थापित झाला. त्यानंतर अनेक आहारतज्ज्ञांनी 'वनस्पती' तुपाच्या वापराकडे लोकांची मने वळवली. पण एका गोष्टीकडे दुर्लक्ष झाले की त्यात सूर्यफुलाचे तेल असते. (ज्यात ओमेगा-६ हे ओमेगा-३ च्या ७० पट असतात.) किंवा सोया तेल असते (सात पट) किंवा कनोला (Canola) तेल (तिप्पट). वनस्पतीच्या वापरामुळे कोलेस्टेरॉलची पातळी कमी आली पण त्यामुळे अनेक आजारांचे प्रमाण वाढले, काही देशात तर हृदयविकाराचे प्रमाण सुद्धा वाढले.

इस्रायलचे उदाहरण बघितले तर ही गोष्ट स्पष्ट होईल. धार्मिक कारणामुळे जेवणात ते लोक मांस व दुग्धजन्य पदार्थ एकत्र खात नाहीत. त्यामुळे तूप नाही – मग जेवणात 'वनस्पती' किंवा 'मार्गारीन'चा मुबलक वापर असतो. अमेरिकन विरोधाभासासारखा एक 'इस्रायली विरोधाभास' निर्माण झालाय. पाश्चिमात्य जगात हा एकमेव देश असा आहे की जिथे रक्तातील कोलेस्टेरॉल लेव्हल सगळ्यात कमी आणि तरीही हार्ट अ‍ॅटॅकचे प्रमाण व स्थूलपणाचे प्रमाण सगळ्यात जास्त आढळून येते.

जेरुसलेममध्ये आहारशास्त्राचे प्राध्यापक इलियट बेरी यांनी स्थूलपणा, हृदयविकार व रक्तातील ओमेगा-६ चे प्रमाण यांचा एकमेकांशी संबंध शोधून काढला. आहार आणि आरोग्य यांच्यातील दुव्याचा अभ्यास करणाऱ्या एका सहकाऱ्याला बेरी एकदा गमतीने म्हणाले, 'मी धर्माचरण करणारा ज्यू आहे. त्यामुळे परमेश्वराशिवाय इतर कशावरही माझा विश्वास नाही. अर्थात ओमेगा-६ व ओमेगा-३ यांच्या प्रमाणाव्यतिरिक्त!'

प्रक्रिया केलेले अन्न : ट्रान्स फॅट्सचा उदय.

आपल्यावर केवळ मार्गारीनचे अधिराज्य नाही तर इतरही अन्नपदार्थ आहेत. जसे केक, पेस्ट्री, पिझ्झा, कुरकुरीत बिस्किटे किंवा बटाट्याचे वेफर्स, ज्यात वनस्पती – हायड्रोजनयुक्त तेल असते. यांनाच ट्रान्स फॅट म्हणतात. त्यात ओमेगा-६ तेल (विशेषत: सोया, पाम तेलात) असते जे नेहमीच्या तपमानातही घट्ट स्वरूपात असते. (खरे म्हणजे ही तेले फ्रीजमध्येसुद्धा द्रव स्वरूपात असायला हवीत.) या बदलामुळे ही पचायला आणखी अवघड व शरीराला ओमेगा-६ पेक्षाही अधिक त्रासदायक बनतात. पण त्याचा एक मोठा फायदा म्हणजे ती शिळी होत नाहीत. म्हणून अन्नावर प्रक्रिया करताना या 'वनस्पती' तेलाचा/तुपाचा वापर केला जातो. कारण हे अन्न दुकानांच्या फळ्यांवर महिनोन्‌महिने पडून राहणार असते. म्हणजे फक्त व्यावसायिक फायद्यासाठी या अपायकारक तेलांचा वापर वाढला आहे. १९४० पूर्वी अस्तित्वातही नसलेल्या या तेलांचे उत्पादन व वापर सध्या अतिप्रचंड वाढला आहे.

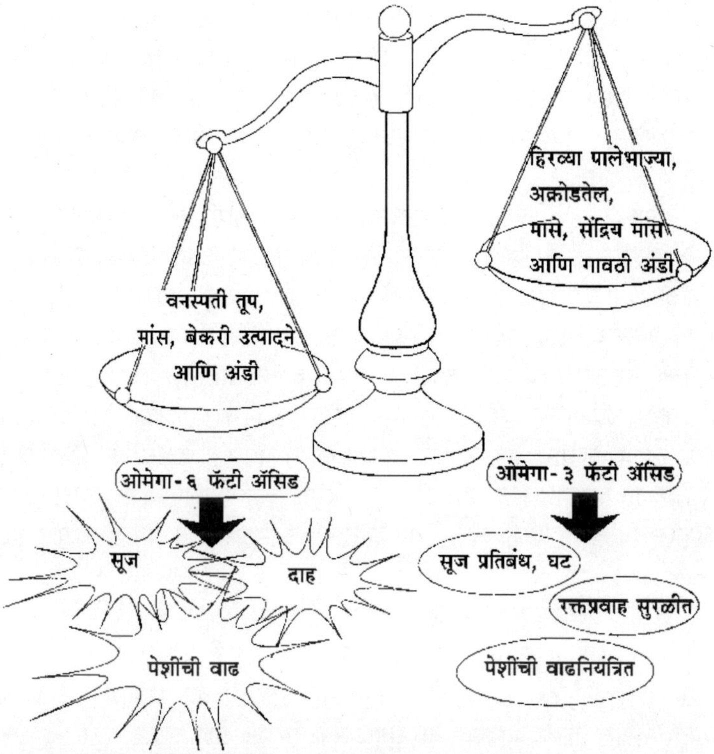

आकृती : आपल्या आहारात ओमेगा-६ व ओमेगा-३ फॅटी असिडमधला असमतोल हा सूज, दाह निर्माण करतो व चरबी आणि कॅन्सरच्या पेशींच्या वाढीस कारणीभूत होतो.

कुठल्याही पाकिटावरचे लेबल बघितले तर लक्षात येईल की हे पदार्थ सर्वव्यापी आहेत. चीज पिझ्झाचे उदाहरण घेऊ. एका भागाचे वजन १९० ग्रॅम. कॅलरीज ४९०, म्हणजे एका दिवसाच्या गरजेच्या २५ टक्क्यांहून अधिक. व्यक्तीच्या रोजच्या चरबीयुक्त पदार्थांच्या गरजेच्या ३९ टक्के फॅट्स. आणि हे फक्त एका जेवणातल्या एका डिशमधल्या एका भागात. चीजमुळे त्यात ओमेगा-६ भरपूर असतातच शिवाय २० टक्के ट्रान्स फॅट असतात.

हा पिझ्झाचा एक तुकडा नुसत्या कॅलरीजमध्येच अति असतो असे नाही, तर स्निग्ध पदार्थातही – आणि हे स्निग्ध पदार्थ कुठले, तर प्रकृतीला घातक असे. या सर्व गोष्टी लक्षात घेऊन न्यूयॉर्क व फिलाडेल्फिया या राज्यातील उपहारगृहांत आणि डेन्मार्क या देशात 'ट्रान्स फॅट्स' वर २००७ सालापासून बंदी घालण्यात आली.

या सर्व निरीक्षणांच्या एकत्रित अभ्यासातून असे दिसते की ओमेगा-६ फॅट्सचे

वाढलेले सेवन व स्थूलपणा आणि स्तनाचा कॅन्सर यांचे वाढलेले प्रमाण हे परस्परांशी निगडित आहेत. या निगडित गोष्टी म्हणजे काही पुरावा नव्हे पण त्यांचे एकमेकांशी संबंध तर निश्चितच आहे. कॅन्सर व स्थूलपणा याचे एखाद्या साथीप्रमाणे वाढलेले प्रमाण आपण आहारातल्या ओमेगा ६च्या वाढलेल्या प्रमाणाच्या आधारे स्पष्ट करू शकतो.

आपल्या आहाराच्या गरजा भागवणारे प्राणी ज्या परिस्थितीत वाढवले जातात, ती आपल्यासाठी आणि त्या गुरांसाठीही चिंतेची बाब आहे. आईल हाऊडच्या संशोधनाने हे दाखवून दिले, की माणसाच्या शरीरातल्या ओमेगा-६ व ओमेगा-३च्या पातळ्या बदलण्यासाठी गुरांच्या आहारात बदल करायला हवा कारण ते आपल्या अन्नाची गरज भागवतात! या गुरांचा आहार समतोल हवा.

जवस (किंवा आळशी) हा मध्ययुगातील रोमन लोकांच्या 'ग्रीक ब्रेड' चा घटक होता. लक्षात घेण्याची गोष्ट म्हणजे, वनस्पतींमध्ये जवस ही एकच 'बी' अशी आहे की जिच्यात ओमेगा-३ हे ओमेगा-६ च्या तिप्पट आहेत. गुरांना शिजवलेले जवस खाायला दिल्यास मांस, अंडी, तूप यातल्या ओमेगा-३ चे प्रमाण भरपूर वाढू शकेल.

'अमेरिकी विरोधाभासाचे' स्पष्टीकरण दिल्यानंतर (चरबीयुक्त पदार्थांचे सेवन कमी झाले, पण स्थूलपणाचे प्रमाण वाढले) प्रा. आईल हाऊड व वाईल यांनी इतरही संशोधकांना – जीवशास्त्रज्ञ, सांख्यिकी तज्ज्ञ, भौतिक शास्त्रज्ञ – आपल्या गटात सामील करून घेतले. या सगळ्यांनी मिळून एक प्रयोग केला. एकाच जातीच्या व एकाच वातावरणात वाढलेल्या गुरांचे त्यांनी दोन गट केले. 'अ' गटाला त्यांनी मका, सोया व गव्हाचे आधुनिक खाद्य दिले. 'ब' गटाला त्यांनी पारंपरिक पद्धतीने चरू दिले व त्यांच्या आहारात ५ टक्के शिजवलेले जवस मिसळले. यानंतर त्यांनी स्वयंसेवकांचे दोन गट केले. सर्व स्वयंसेवकांनी तीन महिने घरचेच अन्न खायचे. सगळ्यांना एकच आहार दिला. फरक इतकाच की स्वयंसेवकांच्या एका गटाला 'अ' गटातल्या गुरांपासून मिळालेले खाद्य व दुसऱ्या गटाला 'ब' गटाच्या गुरांपासून दिले गेले. तीन महिन्यांनी सगळ्यांच्या रक्तचाचण्या घेण्यात आल्या. ज्यांना 'अ' गटातील गुरांपासून खाद्य/आहार मिळाला होता त्यांच्या रक्तात ओमेगा ३ व ६ चे प्रमाण अगदी निकृष्ट म्हणजे १:१५ आढळले आणि जवसाचा ५ टक्के आहार करणाऱ्या गुरांपासून ज्यांना खाद्य मिळाले त्यांच्या आहारात हे प्रमाण तिप्पट चांगले होते. भूमध्य समुद्राच्या परिसरातल्या आहाराइतका हा आहार सकस होता.

हाच प्रयोग दोन वर्षांनी पुन्हा केला गेला तेव्हा संशोधकांना आणखी आश्चर्यकारक गोष्टी आढळल्या. या वेळी लठ्ठ मधुमेही रुग्ण यात सहभागी झाले होते. ज्या

रुग्णांनी 'पारंपरिक' अन्न खाल्ले त्यांचे सरासरी १.३ किलो वजन कमी झाले. मुख्य म्हणजे दोन्ही गटातल्यांनी सारख्याच प्रमाणात पशुजन्य खाद्य खाल्ले होते.

निष्कर्ष सरळ आहे : आपल्याला खाद्य पुरवणाऱ्या पशूंच्या आहाराचा आणि शरीराच्या गरजांचा आदर केला तर आपले शरीर संतुलित राहील. आश्चर्य म्हणजे आपल्या शरीराला हे जाणवते. काही संशोधकांनी स्वयंसेवकांवर चवीसंबंधी प्रयोग केले. प्रत्येक जण वेगळ्या खोलीत असे पन्नास जण घेऊन त्यांना ओमेगा ३ व ६ मध्ये संतुलित मांस, चीज व बटर खायला दिले. त्यांना ते बाजारात मिळणाऱ्या पदार्थांशी ताडून बघायचे होते. त्यांना अर्थातच कोणते पदार्थ कोठून आणले हे ठाऊक नव्हते. असे आढळून आले की बहुतेकांनी नैसर्गिकरित्या चरणाऱ्या प्राण्यांपासून मिळालेले अन्न चवदार असल्याचे सांगितले. शरीरासाठी योग्य काय आहे हे आपल्या जिभेच्या पेशींना जणू समजत असावे.

अन्नाचे निर्विषीकरण

डॉक्टर ॲनी सॅस्को जागतिक आरोग्य संघटनेने (WHO) बनवलेला कॅन्सर जगताचा नकाशा बघते तेव्हा अजूनही चक्रावून जाते. इतकी वर्षे काम करूनही आपण अनेक गोष्टींबाबत अनभिज्ञ आहोत. ब्राझीलचे उदाहरण बघा. विकास दर फारसा नाही, पण स्तनाच्या कॅन्सरचे प्रमाण कुठल्याही विकसित राष्ट्राएवढे. आमच्यातल्या अनेकांना वाटते की याचा संबंध दिवसातून तीन वेळा केल्या जाणाऱ्या मांसाहाराशी आणि प्राण्यांच्या वाढीसाठी वापरण्यात येणाऱ्या हार्मोन्सशी आहे.

प्रत्येक देशात मांसाहार व दुग्धजन्य पदार्थांचा आहार यांचा थेट संबंध कॅन्सरच्या प्रमाणाशी जोडता येतो. ज्या देशातल्या लोकांच्या आहारात भाजीपाला, कडधान्ये, वाटाणा याचे प्रमाण जास्त, तेथे कॅन्सरचे प्रमाण कमी.

प्राण्यांत केलेला अभ्यास व माणसांच्या गटांमध्ये केलेले सर्वेक्षण यांचे निष्कर्ष पुरावा म्हणून ग्राह्य धरता येत नाहीत. पण त्यावरून एक दिशा निश्चितपणे मिळते आणि आपल्या लक्षात येते की आपण आपल्या आहाराचे संतुलन बिघडवून कॅन्सरला अतिशय पोषक असे वातावरण निर्माण केले आहे. वातावरणातल्या विषारी घटकांमुळे कॅन्सर वाढीला चालना मिळते हे मान्य केले, की कॅन्सरशी लढा देण्यासाठी आपल्या अन्नातून या विषारी घटकांना हद्दपार करणे ही पहिली पायरी ठरते.

कॅन्सरचा प्रसार वेगाने होऊ नये याकरता काही साधे उपाय असे आहेत -

१. साखर आणि मैदा कमीत कमी खा. त्याऐवजी इतर पदार्थ वापरा (उदा. धिरडी, अनेक धान्यांची पीठे, भाजणीचे थालीपीठ....)

२. सर्व प्रकारचे वनस्पती तूप बंद करा. ओमेगा-६ ने भरपूर असे प्राण्यांचे मांस खाऊ नका. ऑलिव्हचे तेल चांगले. योग्य प्रमाणात ओमेगा-३ असलेले चीज व बटर (मार्गारीन नव्हे) चालेल.

जे प्राणी चरतात, गवत खातात किंवा जवस/आळशीचा समावेश त्यांच्या अन्नात असतो, अशा प्राण्यांपासून मिळणाऱ्या पदार्थांत ओमेगा-३ असतात. आपण पद्धतशीरपणे या गोष्टींचा उपयोग करून घ्यायला हवा. अशाने आपल्या अन्नसाखळीशी निगडित प्राण्यांचाही आहार चांगला राहील. याचा आणखी फायदा असा की प्राण्यांच्या आहाराकरता आपण मका आणि सोया यावर अवलंबून राहणार नाही. कारण मका आणि सोया यांना खूप पाणी, खत आणि कीटकनाशके लागतात. या कीटकनाशकांनी पर्यावरणाची हानी होते.

आणि निर्विषीकरणाच्या प्रयत्नांना पूर्णता येण्यासाठी आपण आपल्या सभोवतालचे केमिकल्स, विषारी घटक यापासून स्वत:चा बचाव करायला हवा. अर्थात, या घटकांचे प्रमाण या जगातूनच कमी करायला हवे.

इशारा : सध्या नैसर्गिक मांस, अंडी मिळतात. ही ओमेगा-३ ने संतुलित असतीलच असे नाही. फक्त मका/सोया यावर पोसलेल्या प्राण्यांपासूनच्या अन्नात ओमेगा-३ नसतात. याकरता प्राणी कुरणात चरणारे हवेत किंवा त्यांच्या आहारात गवत/झाडपाला/जवस यांचा समावेश असावा. खरेतर बाजारात मिळणाऱ्या अन्नपदार्थांच्या लेबलवर असा स्पष्ट उल्लेख हवा. (www.eatwild.com, TradiLin येथे यासंबंधी अधिक माहिती उपलब्ध आहे.)

भाग ३ – रोगिष्ट ग्रहावर तुम्ही निरोगी राहू शकत नाही.

ध्रुवीय प्रदेशात राहणारी अस्वले मानवी वस्तीपासून खूप दूर राहतात. ते राहत असलेल्या बर्फाळ प्रदेशात नागरी वस्ती व औद्योगिकीकरण शक्य नाही. आणि तरीही जगातील सर्व प्राण्यांत ध्रुवीय अस्वल हे घातक रासायनिक द्रव्यांनी सगळ्यात जास्त बाधित आहे. इतके की, त्याची रोगप्रतिकारशक्ती व प्रजननक्षमता धोक्यात आली आहे. ध्रुवीय अस्वल मोठे मासे आणि सील प्राण्यावर गुजराण करते आणि या मोठ्या माशांचे व सीलचे अन्न असते छोटे मासे. हे छोटे मासे आणखी छोटे मासे खातात, जे छोट्या समुद्रवनस्पतींवर जगतात. आपण नदीत टाकलेले सर्व प्रदूषणजन्य पदार्थ (Pollutants) हे शेवटी समुद्रात पोहोचतात. यातल्या अनेक पदार्थांचे विघटन होत नाही. ते समुद्रमार्गे जगभर पसरतात आणि

तळाशी जमा होतात. जे प्राणी (चुकून/जाणीवपूर्वक) त्यांना खातात, त्यांच्या शरीरात ते तसेच राहतात. म्हणजे ते छोट्या माशांच्या चरबीत साठतात आणि तिथून, त्यांना खाणाऱ्या मोठ्या माशांच्या. तेथून मोठे मासे व सील यांच्यात. जसजसे तुम्ही अन्नसाखळीत वर जाता तसतसे साठून राहणाऱ्या घातक पदार्थांचे प्रमाण वाढत जाते. धृवीय अस्वल हे या साखळीत सगळ्यात वर असल्याने साहजिकच त्याच्या शरीरात हे पदार्थ सगळ्यात जास्त प्रमाणात आढळतात.

आणखी एक सस्तन प्राणी अन्नसाखळीत अगदी वर आहे. ज्याची राहण्याची जागा धृवीय अस्वलासारखी संरक्षित नाही आणि तो म्हणजे मनुष्यप्राणी.

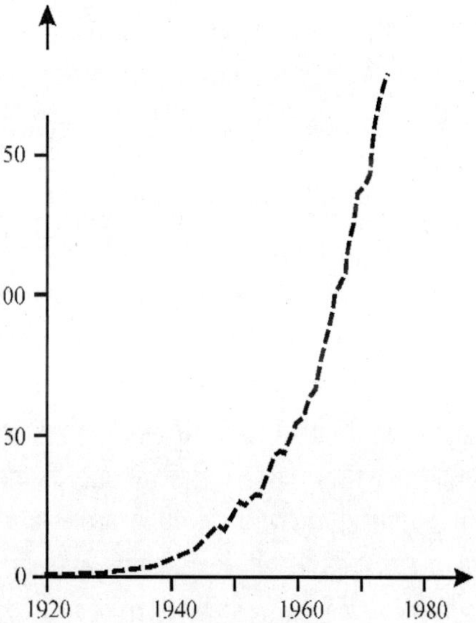

आकृती – २० व्या शतकाच्या अखेरीस कृत्रिम रासायनिक द्रव्यांचे उत्पादन आणि त्यातील घातक पदार्थ यात लक्षणीयरित्या वाढ झालेली दिसून येते

जागतिक वन्यजीव संस्थेचा (WWF) फ्रान्समधला अध्यक्ष, डॅनिअल रिचर्ड याला प्राण्यांबद्दल विशेष आस्था. बारा वर्षे तो कॅमार्ग या एका अभयारण्याच्या कडेला असलेल्या गावात राहिला. २००४ मध्ये या संस्थेच्या युरोप शाखेतर्फे एक पाहणी केली गेली ज्यात लोकांच्या शरीरात असलेले घातक पदार्थांचे प्रमाण मोजायचे होते. डॅनिअलने त्यात आपले नाव दिले आणि तपासणीचे निष्कर्ष बघून त्याला धक्काच बसला कारण १०९ पैकी ४२ घातक पदार्थ त्याच्या शरीरात वास करीत होते. असे का? 'मी मांसाहारी आहे' तो म्हणाला. याच पाहणीत युरोपीय

युनियनचे ३९ सभासद आणि विविध देशातले १४ अधिकारी/मंत्री यांचीही तपासणी करण्यात आली. सगळ्यांच्या शरीरात घातक पदार्थांचे प्रमाण लक्षणीय होते. तेरा रासायनिक टाकाऊ द्रव्ये तर प्रत्येकाच्या शरीरात आढळली. मंत्र्यांपैकी बहुतेकांच्या शरीरात इतर द्रव्यांबरोबरच २५ समान रासायनिक द्रव्यांचे अंश मिळाले. एक अग्निरोधक, दोन कीटकनाशक व २२ PCB (पॉलिक्लोरीनेटेड बायफिनील). बरं, हे काही युरोपीय मंत्र्यांपुरतेच मर्यादित नाही. अमेरिकेतही झालेल्या एका पाहणीनुसार सर्व वयोगटातल्या लोकांमध्ये १४८ प्रकारचे घातक पदार्थ रक्तात व लघवीत आढळले आहेत.

साखरेचा वाढता वापर आणि ओमेगा ३ व ६ चे बिघडलेले संतुलन, याबरोबरच शरीरातील व वातावरणातील घातक पदार्थांचे वाढते प्रमाण ही तुलनेने अलीकडची घटना आहे. तिची सुरुवातही दुसऱ्या महायुद्धानंतर झाली. कृत्रिम रासायनिक द्रव्यांचे उत्पादन १९३० मध्ये दहा लाख टन होते ते आज वीस कोटी टन झाले आहे. (तक्ता पहा.)

जेव्हा हे आकडे १९७९ मध्ये देव्रा ली डेव्हीसने प्रसिद्ध केले तेव्हा चाकोरीबाहेर जाऊन अनवट विचार करणारी, मॅव्हरीक (maverick) असे लेबल तिला लावले गेले. 'सायन्स' मधल्या तिच्या लेखाचे शीर्षक तिने धाडसीपणाने 'कॅन्सर व औद्योगिक रासायनिक उत्पादन' असे दिले होते. या विषयावर कोणालाच काही ऐकायची इच्छा नव्हती. आणि या लेखामुळे तिचे करीअर संपते की काय अशी शक्यता निर्माण झाली. पण डेव्हीसने हा विषय लावून धरला. अनेक लेख व दोन प्रभावी पुस्तके लिहिल्यावर तिला २००५ मध्ये जगातल्या पहिल्या पर्यावरणीय कॅन्सरशास्त्र केंद्राची संचालिका म्हणून सन्मानाने पाचारण करण्यात आले. आज कॅन्सर व पर्यावरण यांच्या संबंधाविषयी कोणीही शंकासुद्धा घेत नाही.

जागतिक आरोग्य संघटनेची आंतरराष्ट्रीय कॅन्सर संशोधन संस्था (IARC) ही वातावरणातील कॅन्सरजनक घटकांची यादी बनवते. गेल्या ३० वर्षांत त्यांनी ९०० संभाव्य पदार्थ तपासले आहेत. (खरे म्हणजे औद्योगिक कारखान्यांमधून १९४० नंतर एक लक्षाहून अधिक पदार्थ वातावरणात सोडले गेले असतील. ते सुद्धा अनेक टन.) या ९०० पैकी फक्त एक असा आढळला की ज्यामुळे कॅन्सर होण्याची शक्यता वाढत नाही. ९५ असे आहेत की ज्यांच्यामुळे कॅन्सर होतो हे सिद्ध झाले आहे. अशा पदार्थांना 'कार्सिनोजेन' म्हणतात. या ९०० पदार्थांपैकी ३०७ पदार्थ कार्सिनोजेन असण्याची 'खूपच शक्यता' आहे (म्हणजे प्राण्यांत हे आढळले आहे पण माणसांवर प्रयोग झालेले नाहीत किंवा परिणाम सिद्ध होईल असे निष्कर्ष मिळाले नाहीत.) ४९७ हे वर्गीकरण न झालेले (कारण निधीअभावी पुरेसा अभ्यास न होऊ शकलेले, पण निर्धोक मात्र नाहीत असे) आहेत.

अनेक ठिकाणी या पदार्थांचा सर्रास वापर होतो. यातलाच एक म्हणजे बेंझीन. हा पेट्रोल, प्लॅस्टिक, डिंक, यंत्राचे तेल (lubricants), कीटकनाशके यात असतो. उद्योजक/कारखानदार याच्या वापराचे समर्थन असे करतात की ग्राहकांच्या संपर्कात येणारा डोस/प्रमाण हा धोकादायक प्रमाणाच्या एक शतांश आहे. सॅन्ड्रा स्टाईनग्रॅबर, (पीएच.डी.) हिने मात्र हा दावा अयोग्य असल्याचे दाखवून दिले. १९९५ मध्ये National Toxicology Program मध्ये रासायनिक द्रव्ये प्राण्यावर वापरून एक पाहणी झाली. ही ४०० द्रव्ये म्हणजे बाजारातल्या ७५ हजार द्रव्यांपैकी प्रातिनिधिक अशी होती. त्यांचे निष्कर्ष असे : यापैकी ५ ते १० टक्के द्रव्यांमुळे माणसांत कॅन्सर उद्‌भवू शकतो. म्हणजे अशा ३७५० ते ७५०० द्रव्यांच्या आपण रोज संपर्कात येत असतो. म्हणजे ग्राहकाच्या संपर्कात येणारा डोस एक शतांश आहे या दाव्यात फारसे तथ्य नाही. कारण त्यांची एकूण कॅन्सरजनन क्षमता ३७ ते ७५ पट होते. (हे प्रमाण, ज्या डोसमध्ये प्राण्यांना कॅन्सर होईल, त्या डोसच्या ३७ ते ७५ पट) युरोपातील डॉक्टर व संशोधकांच्या एका मोठ्या गटाने युनेस्कोमध्ये झालेल्या परिषदेत हेच निष्कर्ष सादर केले. या सगळ्यांनी एक 'पॅरीस आवाहन' प्रसिद्ध केले. यानुसार कुठलेही नवे व घातक असू शकणारे रासायनिक द्रव्य वातावरणात (वापरात) आणण्याआधी अमलात आणावयाची तत्त्वे निश्चित केली. त्यामागे मुख्य विचार हा की नंतर पश्चात्ताप करण्यापेक्षा आधीच काळजी घेतली तर नुकसान कमी होईल. हे तत्त्व आपण रोजच्या जगण्यात वापरतो पण रासायनिक उद्योगाला ते कधीच लागू केले गेले नाही.

अ) कॅन्सर ज्यामुळे होऊ शकतो असे अनेक पदार्थ चरबीत साठून राहतात, अगदी सिगारेटच्या धुरातले देखील. (यात सगळ्यात धोकादायक असलेला बेन्झोपायरीन पदार्थ आलाच.) त्यामुळे गेल्या पन्नास वर्षांत पाश्चिमात्य देशात ज्या कॅन्सरचे प्रमाण वाढले ते सर्व अशा अवयवांचे होते, जेथे चरबीचे प्रमाण अधिक आहे. उदा. स्तन, बीजांडे, प्रोस्टेट, मोठे आतडे, लिम्फ नोड इ.

यापैकी ज्या कॅन्सरवर रक्तातल्या हार्मोन्सचा परिणाम होतो त्यांना हार्मोनावलंबी (हार्मोन डिपेंडंट) म्हणतात. उपचार म्हणून मग हार्मोनविरोधी औषधे दिली जातात. जसे स्तनाच्या कॅन्सरसाठी टॅमॉक्सीफेन. हार्मोन हे त्या पेशीवर जाऊन चिकटतात आणि एखाद्या चावीने कुलूप उघडावे तसे त्या पेशीत बदल घडून येतात. आता ही पेशी कॅन्सरची असेल तर हे बदल अति झपाट्याने होतात व जास्त विघातक असतात.

वातावरणातले अनेक प्रदूषणकारक पदार्थ (Pollutants) हे हार्मोनचे संतुलन बिघडवणारे असतात. ते पण पेशींवर जाऊन चिकटतात व त्यात बदल घडवून आणतात. यातही इस्ट्रोजेन नावाच्या हार्मोन सारखा परिणाम घडवून आणणारे पदार्थ जास्त आहेत. डेव्हरा ली डेव्हीसने यांना झेनोइस्ट्रोजेन, (ग्रीक भाषेत 'झेनो' म्हणजे

अनोळखी) इस्ट्रोजेन असे नाव दिले. कीटकनाशकांच्या माध्यमातून हे गुरांच्या शरीरात शिरतात व त्यांच्या चरबीत साठवले जातात. काही मात्र थेट प्लॅस्टिकमधून आपल्या शरीरात प्रवेश करतात. काही सौंदर्यप्रसाधनांमध्येही हे आढळून आले आहेत.

ब) हार्वर्ड येथे ९१ हजार नर्सेसची बारा वर्षांपर्यंत पाहणी/अभ्यास केला असता असे आढळून आले की त्यांना स्तनाचा कॅन्सर होण्याची शक्यता आहारातल्या रेड मीटशी निगडित होती. आठवड्यातून तीन वेळा मांस, रेड मीट खाणाऱ्यांपेक्षा रोज हे मांस खाणाऱ्यांत कॅन्सरचे प्रमाण दुपटीहून अधिक होते. याचा अर्थ फक्त आहारातले रेड मीट कमी करून तुम्ही कॅन्सर होण्याची शक्यता निम्म्यावर आणू शकता. युरोपमध्येही ४ लाख ७० हजार लोकांचा अभ्यास करणाऱ्या एका गटाचे निष्कर्षही असेच होते. त्यांनी मोठ्या आतड्याच्या कॅन्सरचा अभ्यास केला. अधिक मांसाहार करणाऱ्यांत ते प्रमाण दुप्पट आढळले. (ओमेगा-३ ने युक्त असे मासे खाणाऱ्यांत हे प्रमाण निम्म्याने कमी होते.)

आता हे नक्की सांगता येत नाही की मांसामधल्या ऑरगॅनोक्लोरीनमुळे कॅन्सरची शक्यता वाढते की मांस साठवून ठेवण्यासाठी वापरल्या जाणाऱ्या प्रिझर्वेटीव्ह्जमुळे! शिवाय मांस ज्यात साठवले जाते त्या प्लॅस्टिकमध्ये झेनोइस्ट्रोजेन असतातच. शिवाय मांस शिजवतानाही त्यात काही बदल होऊ शकतात. कदाचित असेही असेल की भाजीपाला खाणारे लोक मांसाहारी लोकांपेक्षा अधिक प्रमाणात 'अॅन्टी कॅन्सर' म्हणजे कॅन्सर प्रतिबंधक अन्न खातात.

एक निश्चित आहे की, मांस व डेअरी पदार्थ हे घातक पदार्थांपैकी ९० टक्क्यांहून अधिक पदार्थांचा उगम आहेत. यात डायोक्सीन, PCB आणि काही कीटकनाशकांचा समावेश आहे, ज्यावर खरेतर गेली अनेक वर्षे बंदी आहे. आणखी एक नक्की, भाजीपाल्यात मांसापेक्षा एक शतांश दूषित पदार्थ आहेत आणि नेहमीच्या दुधापेक्षा ऑरगॅनिक दूध चांगले.

कीटकनाशके ही वातावरणातल्या विषारी पदार्थांचा एक महत्त्वाचा स्रोत आहेत. कीटकनाशकांचा सगळ्यात जास्त वापर करणारा देश म्हणजे अमेरिका. दुसरा जपान आणि तिसरा फ्रान्स. फ्रान्समध्ये २००४ सालात ३६ हजार टन नाशके वापरली गेली. (१९३० पूर्वी हे पदार्थ अस्तित्वातच नव्हते.)

युरोपीय युनियन ही जगात कीटकनाशके बनवणारी सगळ्यात मोठी संघटना. यातले ७२ टक्के पदार्थ युरोपमध्येच वापरले जातात आणि यांचा वापर काही शेती व उद्योगधंद्यापुरता मर्यादित नाही. ८० ते ९० टक्के युरोपियन जनता ही घरगुती वापराच्या पदार्थांमुळे या घातक व विषारी नाशकांच्या संपर्कात येते.

पूर्वी डीडीटी जसे सुरक्षित समजले जाई तसेच अॅट्राझीन हे पेस्टीसाईड इतके फायदेशीर होते की त्याच्यापासून पर्यावरणाला व मानवाला असलेले धोके

हे 'चालतील' या सदराखाली समजले गेले. पण त्याचा बेडकांवर होणारा परिणाम बघून, (त्याच्यामुळे बेडकांचे लिंग बदलले, इतके ते प्रभावी झेनोइस्ट्रोजेन आहे) २००३ मध्ये फ्रान्सने त्याच्यावर बंदी घातली. शास्त्रज्ञ व उद्योजक यांचे याविषयी अनेकदा वाद घडून आले. शेवटी २००६ मध्ये संपूर्ण युरोपमध्ये त्यावर बंदी घातली. (पण १९६२ पासून प्रचंड मोठ्या प्रमाणावर त्याचा वापर झाल्यानंतर हे घडले.)

मेंदूतल्या अनेक प्रकारच्या गाठींना झेनोइस्ट्रोजेन प्रभावित करतात. मला झालेली गाठ अशीच होती. नुकतेच एका पाहणीत आढळून आले की वाईनरी कर्मचारी बुरशीनाशक व कीटकनाशकांच्या अतिरेकी संपर्कात येतात आणि त्यांच्यात ब्रेन ट्यूमरचे प्रमाण जास्त आढळते. माझ्या लहानपणी मी मक्याच्या शेतात बागडलो तेथे अॅट्राझीन फवारले जाई. नंतरही मी आयुष्यभर दूध पीत होतो आणि मांस खात होतो – कीटकनाशकयुक्त मक्यावर पोसलेल्या जनावरांचे. कीटकनाशक फवारणी मुबलक असलेली सफरचंदे मी न सोलता खात असे. माझ्या ज्या दोन चुलतबहिणींना स्तनाचा कॅन्सर झाला, त्यांनीही हेच सर्व खाल्ले. आम्हाला कॅन्सर होण्यात अॅट्राझीन अथवा इतर केमिकलचा भाग किती हे कदाचित कधीच समजणार नाही. हेही खरे की आमच्या भागातल्या अनेकांना काही आजार झाला नाही. पण म्हणून या केमिकलचा धोका 'चालेल' असे म्हणायचे का?

सेंद्रिय अन्नाचे काय?

अमेरिकेच्या वायव्येला पॅसिफिक समुद्र व डोंगररांगांच्या मध्ये वॉशिंग्टन हे सुंदर राज्य आहे. जेव्हा निसर्गसौंदर्य मुबलक असते, तेव्हा तिथले लोकही प्रगतीशील असतात. त्यामुळे सिएटल गावात सेंद्रिय अन्नाच्या अनेक सहकारी संस्था उदयास आल्या. अनेक लोकांनी या अन्नाला पसंती दिली. युरोपप्रमाणे येथेही 'ऑरगॅनिक' असे लेबल लावलेले अन्न हे रासायनिक खते न वापरता वाढवलेले असते. पण ते महाग असते आणि बाजूच्या शेतजमिनींमधून त्यात काही कीटकनाशकांचे अंशही आलेले असू शकतात. मग हे अन्न खरेच उपयुक्त आहे का?

वॉशिंग्टन विद्यापीठातील सिंथीया कर्ल नावाच्या संशोधिकेने यावर अभ्यास

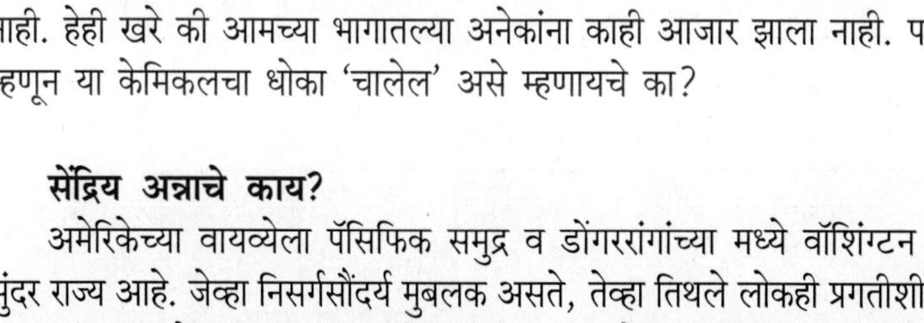

केला. दोन ते पाच वयोगटातील मुले असलेल्या बेचाळीस कुटुंबांची तिने पाहणी केली. या पालकांनी तीन दिवस आपल्या मुलाला काय खायला प्यायला दिले ते लिहून ठेवायचे होते. आहारात ७५ टक्क्यांपेक्षा जास्त अन्न सेंद्रिय असेल तर ते अन्न ऑरगॅनिक व ७५ टक्क्यापेक्षा जास्त अन्न इतर असेल तर ते पारंपरिक अशी विभागणी केली. या दोन्ही गटातल्या मुलांच्या लघवीच्या चाचण्या घेतल्या. लघवीतले ऑरगॅनोक्लोरीन कीटकनाशकांचे प्रमाण मोजले. असे आढळून आले की ऑरगॅनिक अन्न खाणाऱ्या मुलांमध्ये हे प्रमाण सुरक्षापातळीपेक्षाही कितीतरी कमी होते आणि पारंपरिक अन्न खाणाऱ्या मुलांमध्ये मात्र सुरक्षा पातळीच्या चौपट! (आकृती पहा)

कर्लच्या पाहणीचे निष्कर्ष न्यूयॉर्क टाईम्समध्ये प्रसिद्ध झाल्यावर त्यावरच्या प्रतिक्रिया अपेक्षेप्रमाणे साचेबद्ध होत्या.

तक्ता क्र. ३:
रोजच्या आहाराला संरक्षित करण्यासाठी करावयाच्या गोष्टी

हे कमी करा	**त्याऐवजी हे घ्या**
१. साखर, मैदा असे उच्च कार्बोदक निर्देशांक असलेले पदार्थ	फळे, पीठ
२. हायड्रोजनेटेड तेल	सूर्यफूल/सोया/ऑलिव्ह ऑईल, जवसाचे तेल. मका कुरणात चरणाऱ्या गुरांच्या नेहमीचे दुग्धजन्य पदार्थ, दुधाचे पदार्थ (rBGH नसलेल्या दुधाचे पदार्थ)
३. चिप्स, तळलेले अन्न	चेरी, टोमॅटो इ.
४. रेड मीट (लाल मांस)	भाज्या, पालेभाज्या, वाटाणे इ. गावठी अंडी व चिकन, कुरणांवर चरणाऱ्या प्राण्यांचे मांस (आठवड्यात २०० ग्रॅम्सहून कमी)
५. कीटकनाशके मारलेल्या फळांच्या साली.	साल काढलेली फळे किंवा सेंद्रिय फळे.

६. कीटकनाशकांचा अति वापर असलेल्या प्रदेशातले पाणी (त्यात नायट्रेट्स व इतर द्रव्ये खूप असतात.)	कार्बन फिल्टरने गाळून घेतलेले पाणी किंवा रिव्हर्स ऑस्मोसिसने गाळलेले पाणी, बाटलीतले मिनरल वॉटर. (बाटल्या उन्हात तापलेल्या नकोत.)

तक्ता क्र. ४

सर्वाधिक प्रदूषित/बाधित फळे व भाज्या

(www.foodnews.org.)

बाधित	**सुरक्षित** (कमी प्रदूषित)
सफरचंद, पिअर, पीच, स्ट्रॉबेरी,	केळी, संत्री, अननस, टरबूज,
चेरी, द्राक्ष, रास्पबेरी, कलिंगड, प्लम, किवी	खरबुज, मनुके, आंबा, पपई.
मिरी, हिरवे वाटाणे, बटाटे, पालक, लेट्यूस, काकडी, लाल भोपळा	कोबी, फ्लॉवर, मशरूम, टोमॅटो, कांदे, मुळा, ब्रोकोली, वाटाणे, बीट

तक्ता क्र. ५

घरगुती वापराच्या गोष्टी काय टाळा / काय वापरा

हे टाळा	त्याऐवजी वापरा
१. ड्रायक्लिनिंगमध्ये वापरली जाणारी रासायनिक द्रव्ये.	१. ड्रायक्लिन केलेले कपडे स्वच्छ हवेत बराच वेळ ठेवा व मग वापरा.
२. Deodorants ज्यात ॲल्युमिनियम आहे.	२. ॲल्युमिनियम नसलेले Deodorants
३. इस्ट्रोजेन अथवा प्लॅसेंटल गोष्टी असलेले शाम्पू, नेलपेंट, हेअरडाय सौंदर्यप्रसाधने, सनस्क्रीन, किंवा पॅराबेन (paraben) असलेली किंवा थॅलेट (Phthalate) असलेली किंवा (DBP /DEHP) प्रसाधने	३. Estrogen Paraben Phthalate नसलेल्या गोष्टी, ऑरगॅनिक प्रसाधने.
४. जंतुनाशके, कीटकनाशके	४. तेल/बोरीक ॲसिडपासून बनवलेली कीटकनाशके. www.panna.org बघा.
५. Phthalate असलेले परफ्यूम	५. परफ्यूम वापरू नका. किंवा फक्त eau de toilette वापरा यात Phthalate कमी असते.
६. PVC अथवा प्लॅस्टिकच्या भांड्यात चहा, कॉफी, इतर पदार्थ उकळणे.	६. काचेचे अथवा चिनीमातीचे भांडे वापरा.
७. टेफ्लॉन ओरखडे पडलेल्या (scratched pan) मध्ये अन्न शिजवणे	७. सरळ स्टीलचे भांडे वापरा. किंवा टेफ्लॉनला एकही ओरखडा नको.
८. Disinfectant द्रवसाबण किंवा phenol युक्त toilet sanitiser	८. white vinegar किंवा बेकिंग सोडा किंवा पांढरा साबण (white soap) वापरून फरशी/ओटा स्वच्छ करा.

७.
कॅन्सर उलटण्याचे धडे

माझे पहिले ऑपरेशन होऊन काही वर्षे उलटून गेली होती. सर्व काही मूळ पदावर आल्यासारखे वाटत होते. एके दिवशी माझ्या काही मित्रांसोबत चहा घेत बसलो असताना भविष्याचा विषय निघाला. एक मैत्रीण जरा बिचकतच म्हणाली, 'डेव्हिड, एक सांग – तू तुझ्या 'स्व-भूमी'वर (terrain) काय उपचार करतोहेस?' तिला ठाऊक होते की मी तिच्याइतका होमिओपॅथी व हर्बल मेडिसीनचा भक्त नाही. त्यामुळे ही 'स्व-भूमी'ची (terrain) संकल्पना मला अशास्त्रीय वाटे. त्यात मला काहीही रस नव्हता. मी तिला सांगितले की 'माझी उत्तम काळजी घेतली जाते आहे. आणि कॅन्सर उलटू नये अशी आशा करणे एवढेच उरले आहे. आणि मी विषय बदलला.'

मला माझा त्या काळचा आहार आठवतो. रुग्णालयातला वेळ वाचवण्यासाठी मी दुपारचे जेवण उभ्या उभ्या किंवा लिफ्टमध्ये खाता येईल असे कामचलाऊ घेत असे. आणि आहारात काय पदार्थ असत तर केक, कोक आणि असे पदार्थ की ज्यात ओमेगा-६, इतर घातक द्रव्ये प्रचंड प्रमाणात आहेत. ज्यांना एकदा कॅन्सर झालाय आणि जे त्यातून बाहेर आलेत, अशा लोकांना कॅन्सर म्हणजे न्यूमोनिया किंवा फ्रॅक्चरसारखे वाटते. मी सुद्धा ती एक 'घडून गेलेली गोष्ट' असे समजत होतो. माझे काम आणि आमच्या पहिल्या अपत्याचा जन्म यात मी एवढा गुंतलो होतो की माझा व्यायाम थांबल्यासारखाच होता. माझे मेडिटेशन (ध्यान धारणा/साधना) बंद होते. मला कॅन्सर झाला याचा अर्थ माझ्या 'टेरेन' मधल्या गोष्टी त्याला पोषक होत्या हीच गोष्ट अजून माझ्या मनावर पूर्णपणे ठसली नव्हती. त्यामुळे माझ्या शरीराचा मी पूर्ण ताबा घेतला तरच कॅन्सर उलटण्यापासून स्वत:ला वाचवेन, हेही डोक्यातून गेले होते.

एकदा मी एका रुग्णाबरोबर, तिच्या नातेवाइकांसोबत मेळाव्याला गेलो होतो. एका 'डॉक्टरने' तिला आजारातून बरे करावे अशी आत्म्याला/परमात्म्याला प्रार्थना केली. हा 'बाबा' मला विशेष कनवाळू, सच्चा आणि माणुसकीवाला वाटला. सहभागी झालेल्या प्रत्येकाची त्याने अतिशय साध्या शब्दात ओळख करून दिली

आणि या प्रत्येकाने ती रुग्ण जगावी आणि बरी व्हावी याकरता कसे योगदान दिले हे तिच्या नकळत तिला जाणवून दिले. त्या बाबाचे नुसते असणेसुद्धा विलक्षण 'गुणकारी' होते याबद्दल माझी खात्री पटली.

या बाबाच्या दैवी शक्तींबद्दल माझ्या मनात जिज्ञासा निर्माण झाली. कार्यक्रमानंतर मी त्याला माझ्या डोक्याला हात लावायला सांगितला आणि इथे काही गडबड जाणवते का असे विचारले. त्याने हळुवारपणे माझ्या डोक्यावर हात ठेवला, काही वेळ डोळे मिटले आणि म्हणाला, 'इथे काहीतरी होते पण ते निघून गेले आहे. आता तिथे काही नाही.' या उत्तराने मी फार काही प्रभावित झालो नाही. आत काही नाही मला ठाऊक होते, कारण माझ्या सर्व तपासण्या नॉर्मल आल्या होत्या. त्याला माझ्यातला आत्मविश्वास नक्कीच जाणवला असणार. पण त्याच्या डोळ्यांत खोडकर भाव तरळले आणि तो म्हणाला, 'सगळे मला भेटायला येतात, पण खरी डॉक्टरीणबाई माझी आई आहे.'

दुसऱ्या दिवशी आम्ही त्याच्या आईला भेटलो. ९० वर्षांची कृश स्त्री, त्या वयातही एकटी राहणारी, चेहऱ्यावर सुरकुत्यांचे जाळे, तोंडात एकही दात नाही. पण हसली की तिचे डोळे तारुण्याच्या झळाळीने चकाकत. तिने माझ्या डोक्याला हात लावला, मन एकाग्र केले आणि म्हणाली, 'काहीतरी गडबड आहे. तुला काहीतरी गंभीर दुखणे होते आणि ते परत आले आहे. पण काळजी करू नकोस, सर्व ठीक होईल.'

मी याकडे फार लक्ष दिले नाही. तीनच महिन्यांपूर्वी केलेल्या सीटी स्कॅनच्या निष्कर्षावर माझा जास्त विश्वास होता. पण माझ्या मनात कुठेतरी तिच्या बोलण्याचा परिणाम झाला. मी पुढच्या तारखेपर्यंत न थांबता तपासणी केली. ती म्हातारी 'डॉक्टरीणबाई' बरोबर होती – माझा कॅन्सर परतला होता आणि नेमका आधीच्याच जागी.

आपल्याला कॅन्सर आहे हे कळणे हा एक मोठा आघात असतो. आयुष्याने आणि तुमच्या शरीराने तुम्हाला फसविले आहे असे तुम्हाला वाटते. पण तुमचा कॅन्सर उलटला आहे ही बातमी तुम्हाला अक्षरश: घायाळ करून टाकते. जणू ज्या श्वापदाचा तुम्ही संपूर्ण नि:पात केला ते परतले आहे, अशी भावना होते. ते तुमच्या जवळपासच होते आणि त्याने पुन्हा तुम्हाला धरले असे वाटते. यातून कधीच सुटका नाही का? कॅन्सर उलटल्याच्या धक्क्यात असतानाच पहिल्या वेळच्या सर्व वेदना माझ्यासमोरून तरळून गेल्या. ते सर्व पुन्हा सहन करण्याची शक्ती माझ्यात खचितच नव्हती. माझ्या दुपारच्या सर्व अपॉइंटमेंट्स रद्द करून मी एकटाच चालत निघालो. डोके भणभणत होते. मला देवाशी बोलायचे होते पण त्याच्याबद्दल विश्वास वाटत नव्हता. शेवटी मी श्वासावर लक्ष केंद्रित केले, मनातला विचारांचा कल्लोळ शांत होऊ दिला आणि अंतर्मुख झालो. शेवटी त्याने एका प्रार्थनेचे स्वरूप घेतले,

'हे माझ्या शरीरा, माझ्या आत्म्या, माझी जीवनशक्ती, माझ्याशी बोला! तुम्हाला काय होते आहे याची मला जाणीव होण्यासाठी मदत करा. तुम्ही कुठे अपुरे पडलात, मला समजू द्या. तुम्हाला काय हवे सांगा. तुमचे पोषण कसे होते, तुमचे संरक्षण कसे करायचे सांगा. आपण दोघे यातून कसा मार्ग काढणार याचे मला मार्गदर्शन करा. कारण माझी एकट्याची बुद्धी वापरून मी अयशस्वी झालो आहे आणि काय करावे मला सुचत नाही.' जरा वेळाने माझ्यात धीर आला आणि तज्ज्ञांची मते घेण्यासाठी मी सज्ज झालो.

एकाच आजारावरच्या उपचारांची वेगवेगळ्या डॉक्टरांची वेगवेगळी मते ऐकून रुग्ण बरेचदा आश्चर्यचकित होतात. पण कॅन्सरच्या बाबतीत हा प्रकार एवढ्या थराला जातो की आजाराचा आघात दुप्पट होतो. या सर्व गुंतागुंतीमुळे प्रत्येक डॉक्टर हा, तो अनेक वर्षांपासून वापरत असलेल्या उपचार पद्धतीचाच अवलंब करतो कारण त्यावर त्याचे प्रभुत्व असते आणि विश्वासही. त्यामुळे माझ्या माहितीत अनेक डॉक्टर असे आहेत की जे स्वत:वर किंवा नातेवाइकांवर उपचार घेण्याची वेळ आली की कमीत कमी २-३ तज्ज्ञांचा सल्ला घेतात. या विविध तज्ज्ञांच्या उपचार पद्धतीत लक्षणीय फरक असू शकतात. स्तनाच्या कॅन्सरचे उदाहरण घेऊ. अमेरिकन तज्ज्ञांचा असा पक्का विश्वास होता की हा कॅन्सर उलटू नये याकरता स्तनाबरोबर सर्व लिम्फ नोड तर काढले पाहिजेतच पण काखेतल्या स्नायूंचा काही भागही काढला पाहिजे. याच काळात फ्रान्स व इटलीचे सर्जन मात्र फक्त गाठ काढत असत व किरणोपचार देत असत. जेणेकरून शरीराचा आकार शाबूत राहत असे. पुढे असे निष्पन्न झाले की दोन्ही उपचार पद्धतींची निष्पत्ती सारखीच आहे पण युरोपीय उपचारांत शारीरिक व मानसिक हानी कितीतरी कमी पोहोचते.

कॅन्सर रुग्णांमध्ये नेहमी घडते तसेच माझ्या बाबतीतही घडले. सर्जन म्हणाला की ऑपरेशन करणे उत्तम. क्ष-किरण तज्ज्ञ म्हणाला की किरणोपचार उत्तम आणि कॅन्सर तज्ज्ञ म्हणाला की शक्यतो औषधे/इंजेक्शनेच घ्यायला हवीत. या तीनही पद्धतींची विविध एकत्रित जुळणी करून उपचाराचे सल्लेही मिळाले. पण या सर्व उपचारांत गंभीर त्रुटी होत्या.

ऑपरेशन करायचे तर मेंदूचा मोठा भाग काढावा लागणार. कॅन्सरच्या कमीत कमी पेशी रहाव्या म्हणून थोडाफार नॉर्मल भागही काढून टाकणार. तरी या प्रकारच्या कॅन्सरमध्ये काही पेशी राहणारच. किरणोपचार घेतले तर दहा-पंधरा वर्षांनंतर स्मरणदोष/मनोविकार उद्भवणार. अगदीच शेवटचा इलाज म्हणून ते ठीक होते, पण माझ्या मते मी जास्त काळ जगू शकत होतो. माझ्या माहितीतल्या एका अत्यंत बुद्धिमान डॉक्टरांना किरणोपचारामुळे मानसिक दौर्बल्य आले होते. (आणि त्यांच्या मेंदूतली गाठ कॅन्सरची नव्हतीच.) मला तसे होऊ द्यायचे नव्हते.

कॅन्सरची औषधे, इंजेक्शने, म्हणजे बोलून चालून विषच. वेगाने पुनरुत्पादन होणाऱ्या पेशी, कॅन्सरच्या पेशी ते आधी मारते. पण त्याचबरोबर ते आतड्याच्या, केसांच्या आणि रोगप्रतिकार शक्तीच्या पेशी पण मारते. शिवाय त्याने षंढत्व येऊ लागते. मला असे विष शरीरात बाळगून जगण्याची फारशी इच्छा नव्हती. कारण तेवढे करूनही गुण येण्याची काहीही खात्री नव्हती.

अर्थातच मला 'पर्यायी' उपचार पद्धतींबद्दलचे अनेक सल्ले मिळाले, ज्या शंका यावी इतक्या गुणकारी होत्या. पण तरी त्रासदायक उपचार टाळून संपूर्ण बरे होण्याच्या शक्यतेचा किती मोह पडू शकतो हे मला जाणवले.

ढोंगी वैदूंपासून वाचण्याचे मार्ग

ढोंगी वैदू किंवा इतरांच्या सापळ्यात न अडकण्याकरता काही साधे नियम आहेत. असे वैदू टाळा जे –

- ☐ कॅन्सरतज्ज्ञासोबत काम करायला नकार देतात किंवा वैद्यकीय उपचार थांबवायला सांगतात.
- ☐ असे उपचार सुचवतात, ज्याचे धोके सिद्ध झालेत, मात्र गुण येण्याची खात्री सिद्ध झालेली नाही.
- ☐ असे उपचार सुचवतात, जे फायद्याच्या प्रमाणात कितीतरी महाग आहेत.
- ☐ खात्री देतात की तुमच्या मनात बरे होण्याची खरी ओढ असेल तर तुम्ही हमखास बरे व्हाल.

मला जशी अधिक माहिती मिळत गेली तसतसा मी अधिक गोंधळत गेलो. प्रत्येक डॉक्टर, शोधनिबंध किंवा इंटरनेटवरचे संकेतस्थळ अमुक अथवा तमुक पद्धती योग्य असल्याचे दावे करत असे, पटवून देत असे. मी निवड कशी करणार? शेवटी माझ्या अंतर्मनाच्या गाभ्यात शिरूनच माझ्यासाठी काय योग्य हे मला 'जाणवू' लागले. अद्ययावत अशी कॉम्प्युटर नियंत्रित सर्जरी मी नाकारली. ती मला सुचवणारा डॉक्टर माझी भीती आणि शंकांपेक्षा त्याच्या यंत्रमानवाबद्दलच बोलत होता. त्यापेक्षा ज्याचे 'असणे' सुद्धा आश्वासक होतं असा, काळजाचा वेध घेणाऱ्या नजरेचा सर्जन मी निवडला. त्याने मला तपासायच्या आधीच मला बरे वाटले. आणि याकरता फार काही लागत नाही – एक स्मितहास्य, काही शब्द आणि आवाजातले मार्दव. तो म्हणाला, 'आत काय निघेल कोणी सांगू शकत नाही. मी तुम्हाला कसलेही आश्वासन देऊ शकत नाही. मात्र मी एक खात्री देऊ शकतो की मला शक्य ते मी सारे करीन.' मला तो विश्वासपूर्ण वाटला. हा नक्कीच शक्य ते 'सगळे' करेल. मला हाच भरवसा, विश्वास हवा होता.

शेवटी ऑपरेशननंतर वर्षभर केमोथेरपी (इंजेक्शन्स) घेण्याचा मी निर्णय

घेतला. यामुळे जास्तीत जास्त कॅन्सरपेशी नष्ट होणार होत्या. आणि या ठिकाणी मी सर्व शास्त्रीय माहितीचा आणि त्याच्या निष्कर्षांच्या आकड्यांचा अभ्यास सुरू केला. मला संदेश मिळाला होता : मला माझ्या 'terrain' कडे, 'स्व-भूमी'कडे गांभीर्याने लक्ष द्यावे लागणार होते.

८.
कॅन्सरविरोधी आहार/अन्न

भाग १ – आधुनिक आहारवैद्यक

तिबेटीय तत्त्व

दलाई लामा जिथून आपला कारभार चालवतात, त्या भारतातील धरमशाला गावाच्या रस्त्यातून फिरताना माझे वैद्यकशास्त्राबद्दलचे मत बदलायला सुरुवात झाली. अनाथ तिबेटी मुलांशी निगडित मोहिमेवर असताना मी बघितले की, धरमशालामध्ये दोन प्रकारच्या वैद्यकप्रणाली काम करतात. पहिली म्हणजे डॅलॅक हॉस्पिटल, जेथे पाश्चिमात्य वैद्यकोपचार होतात. शस्त्रक्रिया, बधिरीकरण, क्ष-किरण, सोनोग्राफी व इतर विभाग त्यात आहेत. याच्या जवळपासच पाश्चिमात्य वैद्यक शास्त्राचे शिक्षण घेतलेल्या डॉक्टरांचे खाजगी दवाखाने आहेत. आमच्या चर्चेत मला लक्षात आले की आम्ही एकाच प्रकारच्या पुस्तकातून शिकलो होतो. आमची 'भाषा' जुळत होती आणि एक दुसऱ्याला काय सांगतोय हे नीट कळत होते.

पण याच गावात तिबेटी वैद्यकशास्त्र शिकवणारी एक शाळा/कॉलेज आहे. औषधे बनवणारी फॅक्टरी आहे आणि तिबेटी डॉक्टर आहेत. ज्यांच्या उपचार पद्धती मी शिकलेल्यापेक्षा संपूर्णपणे भिन्न आहेत. आपण बागेतली माती बघतो तसे ते माणसांना तपासतात. (उघड दिसत असलेली) रोगाची लक्षणं ते शोधत नाहीत. उलट ते आपल्या टेरेनमधल्या, शरीरप्रदेशातल्या त्रुटी शोधतात. या रोगापासून बचाव करण्यासाठी शरीराला काय हवे होते ते शोधतात. हे विशिष्ट शरीर, ही भूमी यांना अधिक कोणती कुमक पाठवावी, की ज्यामुळे या आजाराचा सामना ते स्वतःच करू शकतील याबाबत विचार ते करतात.

मी असा विचार कधीच केलेला नव्हता. त्यामुळे मी गोंधळलो. कारण शरीर 'मजबूत' करण्यासाठी माझे तिबेटी मित्र जे उपाय सुचवत होते, ते माझ्या मते गुप्त, अतर्क्य आणि त्यामुळे बहुतेक निरुपयोगी होते. त्यांच्या बोलण्यात ॲक्युपंक्चर, मेडिटेशन, हर्बल औषधी आणि विशेषत्वाने दुरुस्त करणाऱ्या आहाराविषयी गोष्टी असत. मी शिकलो होतो की यातली कुठलीही गोष्ट विशेष प्रभावी नाही. फार तर

यामुळे रुग्णाला थोडेफार बरे वाटते व काहीतरी उपचार चालू आहेत या कल्पनेने ते सुखावतात.

मनात विचार आला, की मी तिबेटी असतो आणि आजारी पडलो असतो तर काय केले असते? या दोन व्यवस्थांपैकी मी कुठली निवडली असती? धरमशालेत काम करत असताना भेटलेल्या प्रत्येकाला मी हा प्रश्न विचारला. मला तिथे ज्यांनी बोलावले होते त्या आरोग्यमंत्र्यांपासून ते मी ज्यांच्या घरी उतरलो होतो त्या दलाई लामांच्या भावापर्यंत सगळ्यांना मी हे विचारले. माझी नव्याने ओळख झालेल्या लामा डॉक्टरांनाही विचारले. मला वाटत होते की मी त्यांना द्विधा मन:स्थितीत टाकतो आहे. काय निवडणार? – आधुनिक व परिणामकारक पाश्चात्त्य वैद्यक की परंपरेशी नाळ सांगणारे प्राचीन वैद्यकशास्त्र?

मी एखादा वेडपट प्रश्न विचारतोय असं ते माझ्याकडे बघत. 'उघड आहे' ते म्हणत. 'न्यूमोनिया, अॅपेंडिक्स किंवा हृदयाचा तीव्र आजार असेल तर तुम्हाला पाश्चात्त्य डॉक्टरांकडे जायला हवे. त्यांच्याकडे जलद गुण येणाऱ्या तातडीच्या उपचारपद्धती आहेत. पण तुम्हाला जुना, अनेक दिवसांचा आजार असेल तर तिबेटियन डॉक्टरकडे जा. गुण यायला जास्त वेळ लागतो पण आजार मुळापासून उखडला जातो. 'स्व-भूमी' दुरुस्त होते. कायम स्वरूपी उपयोग होणारी ही एकच पद्धती आहे.'

मग कॅन्सरचे काय? असे म्हणतात की कॅन्सरची गाठ होण्यासाठी एक वर्ष ते चाळीस वर्षे, कितीही वेळ लागू शकतो. मग त्याला तातडीचा/तीव्र आजार म्हणायचे की जुना आजार? आणि आम्ही 'स्व-भूमी' दुरुस्तीसाठी काय करतो?

'पन्नास संशोधक आणि आहारौषधी'

रिचर्ड बेलीव्ह्यू हा जीवरसायनशास्त्रातला संशोधक कॅन्सर बायॉलॉजीवर काम करणारी जगातली सगळ्यात मोठी प्रयोगशाळा चालवतो. गेल्या वीस वर्षांत त्याने जगातल्या सर्व मोठ्या औषध कंपन्यांबरोबर – सँडोझ, मर्क, अॅस्ट्रा, नोव्हार्टीस – कॅन्सर वरील औषधांच्या कार्यप्रणाली संबंधी काम केले आहे. उद्देश असा की याच तत्त्वावर काम करणारी, पण कमी साइड इफेक्ट (दुष्परिणाम) असलेली औषधे बनवणे. बेलीव्ह्यू आणि त्याचे सहकारी काम करत होते ते विश्व आणि कॅन्सरने पीडित लोकांचे विश्व यात प्रचंड अंतर होते. एके दिवशी त्यांची प्रयोगशाळा मॉंट्रिअलमधील एका बालरुग्णालयात स्थलांतरित झाली आणि मग सगळं बदललं.

रक्त कॅन्सर विभागाचा प्रमुख त्याला म्हणाला की, 'किरणोपचार व केमोथेरपी यांचे दुष्परिणाम कमी करण्यासाठी व परिणामकारकता वाढविण्यासाठी काय करता येईल ते बघ. आमच्याकडच्या मुलांना मदत होईल अशी कुठलीही गोष्ट करायला

मी तयार आहे. सध्याच्या उपचारात समाविष्ट करता येईल असं काहीही. अगदी आहारसुद्धा.’

आहार? बेलीव्ह्यूला ही कल्पनाच नवी होती. या नवीन जागी आल्यावर त्याला रोज लहान मुलांच्या वॉर्ड जवळून जावे लागे. कधी काही पालक त्याला थांबवून विचारत. ‘आमच्या मुलीसाठी आम्ही आणखी काही करू शकतो का? आम्ही काहीही करायला तयार आहोत.’ कधी कधी ती मुलेही त्याला हे प्रश्न विचारायची. हे फारच क्लेशकारक होते. तो पुरता गोंधळून गेला होता. रात्री मध्येच त्याला एखादी कल्पना सुचे. पूर्ण जागा झाल्यावर लक्षात येई की त्यात फार तथ्य नाही. दुसऱ्या दिवशी काही नवीन धागा सापडतो का हे बघायला तो पुन्हा शास्त्रीय मासिक धुंडाळे. अशातच ‘नेचर’ या प्रख्यात नियतकालिकातला एक लेख त्याच्या वाचनात आला.

गेली काही वर्षे औषध उत्पादक कंपन्या एका नव्या पदार्थाच्या शोधात होत्या. कॅन्सरच्या गाठी वाढण्यासाठी ज्या नव्या रक्तवाहिन्या तयार होतात, त्यांची वाढ रोखणाऱ्या पदार्थांच्या. ‘नेचर’मधल्या या लेखात रिहाई काओ (पीएच.डी.) व रेनहाई काओ (पीएच.डी.) या स्टॉकहोमच्या संशोधकांनी पहिल्यांदाच असे दाखवून दिले की साधा चहासुद्धा या रक्तवाहिन्यांची वाढ थांबवण्याचे काम करू शकतो. दररोज दोन-तीन कप ‘ग्रीन टी’ पुरे.

त्याला ही कल्पना खूपच आवडली. म्हणजे आहारशास्त्राचा शोध घेणे आले. बहुतेक तपासण्या/निरीक्षणे ही या लेखाला पुष्टी देत होती. कॅन्सर बहुल व कॅन्सर नसलेल्या लोकसमूहात मुख्य फरक आहाराचा होता. आशियातल्या लोकांना होणारा स्तनाचा किंवा प्रोस्टेट ग्रंथीचा कॅन्सर हा पाश्चिमात्यांना होणाऱ्या कॅन्सरपेक्षा कितीतरी कमी तीव्रतेचा होता. ज्या प्रदेशात ‘ग्रीन टी’चे सेवन भरपूर होते, तेथे कॅन्सरचे प्रमाण कमी होते. बेलीव्ह्यूला पहिल्यांदाच ही जाणीव होत होती की काही अन्नपदार्थांमधले काही घटक हे कॅन्सर विरोधी आहेत. सगळ्यात महत्त्वाचे म्हणजे, गेल्या काही हजार वर्षांच्या सेवनाने हे सिद्ध झाले आहे की, या अन्नपदार्थांचे काही दुष्परिणाम नाहीत. अखेरीस कॅन्सरपीडित मुलांना देण्यासाठी निर्धोक असे काहीतरी बेलीव्ह्यूला सापडले होते. कॅन्सरविरोधी अन्नपदार्थ – ज्याला त्याने नाव दिले न्यूट्रास्यूटिकल्स (आहार औषधी).

मॉंट्रिअलच्या त्या बालरुग्णालयातील ती प्रयोगशाळा अतिशय सुसज्ज होती. बेलीव्ह्यूने त्यांचे पन्नास संशोधक सहकारी आणि उपलब्ध दोन कोटी डॉलर जर कॅन्सरविरोधी अन्नाच्या संशोधन कार्यास जुंपले असते तर फार मोठे संशोधन होणे शक्य होते. मात्र त्यात काही धोके होते. अन्नाला कुठले पेटंट नसते त्यामुळे यातून आर्थिक परतावा अशक्य. मग संशोधनाचा हा खर्च कोण करणार? अधिक स्पष्ट

व निश्चित पुरावा हाती येईपर्यंत अशी जोखीम घेणे आर्थिकदृष्ट्या शक्य नव्हते. पण जगातल्या कोणत्याही प्रयोगशाळेने केले नसते असे धाडस करण्यास बेलीव्ह्यूला उद्युक्त केले ते प्रत्यक्ष 'आयुष्या'नेच.

कॅन्सर आहे पण आजार नाही

एके दिवशी संध्याकाळी बेलीव्ह्यूला तातडीचा फोन आला. त्याच्या जवळच्या मित्राला स्वादुग्रंथीचा कॅन्सर झाला होता. हा मित्र– लेनी न्यूयॉर्कला राहत होता आणि तिथल्या सगळ्यात मोठ्या कॅन्सर हॉस्पिटलमध्ये होता. त्याला सांगण्यात आले होते की तो फार तर काही महिने जगेल. स्वादुग्रंथीचा कॅन्सर असाही भयंकर असतो आणि स्लोन-केटरींग हॉस्पिटलमध्ये असे सांगितले म्हणजे झालेच!

धिप्पाड देहयष्टीचा लेनी एखाद्या कादंबरीतल्या पात्रासारखा होता. खळाळते सात मजली हास्य, रागाचे जोरदार झटके आणि जुगार खेळण्याची आवड. मात्र यावेळी फासे उलटे पडले होते. त्याने शेवटपर्यंत नशीब आजमावयाचे ठरवले आणि काही करू शकतो का म्हणून बेलीव्ह्यूला फोन केला. लेनी काहीही करावयास तयार होता.

फोनवर लेनीची बायको होती. दु:खामुळे बिचारीच्या तोंडून जेमतेम शब्द फुटत होते. लग्नाला बत्तीस वर्षे झालेली आणि आता अचानक उद्‌भवलेला हा कॅन्सर.

बेलीव्ह्यूने लेनीची फाईल फॅक्सद्वारे मागवून घेतली. त्या विषयावर जगात कुठेकुठे संशोधन ट्रायल्स चालू आहेत हे नेटवर बघितले. फारशा ट्रायल्स नव्हत्याच. होत्या, त्या पण इतका पुढच्या टप्प्यावर गेलेला कॅन्सर रुग्ण घ्यायला तयार नव्हत्या. त्याने तसे लेनीच्या बायकोला कळवले. ती रडायलाच लागली. जरा वेळाने म्हणाली की कॅन्सर व आहार याबद्दलच्या अभ्यासाविषयी तिने ऐकले होते. 'मी सगळे करायला तयार आहे. अगदी शेवटच्या दिवसापर्यंत.' ती आणि लेनी दोघेही कशालाही तयार होते. घालवण्यासारखे काही नव्हतेच.

खरोखरच घालवण्यासारखे काही नव्हते. बेलीव्ह्यू विचार करू लागला. मेडलाईन ही नेटवरची साईट त्याने पालथी घातली. कॅन्सरचा सामना करण्यास मदत करू शकेल अशा आहारघटकांविषयी उपलब्ध असलेली सगळी माहिती गोळा केली. आपण खातो ते अन्न, शिजल्यावर मिळू शकणारे फायटोकेमिकल्स (एक प्रकारची रासायनिक द्रव्ये), त्यांचे आतड्यात होणारे पचन व शेवटी शरीरात भिनणारी मात्रा याचे अनेक हिशोब केले. तिसऱ्या दिवशी त्याने कॅन्सरशी दोन हात करणाऱ्या अन्न घटकांची पहिली यादी बनवली. (पुढे त्याने या विषयावर पुस्तकही लिहिले.) या यादीत कोबी, ब्रोकोली, आले, सोया, ग्रीन टी, हळद, रास्पबेरी, ब्ल्यूबेरी असे अनेक पदार्थ होते. लेनीच्या बायकोला त्याने फोनवर यादी सांगितली.

'कॅन्सर हा डायबेटिससारखा असतो. रोज त्याच्यावर लक्ष ठेवावे लागते. हाती थोडेच महिने आहेत. यादीतले पदार्थ आहारात रोज हवेत. रोज.' त्याने इतरही काही सूचना दिल्या. Olive, Canola व flaxeed oil व्यतिरिक्त इतर तेले न वापरण्याविषयी सांगितले. कारण त्यात ओमेगा-६ जास्त असते. लेनीच्या बायकोने सर्व सूचनांची टिपणे उतरून घेतली. सांगितल्यानुसार करण्याचे आश्वासन दिले.

सुरुवातीला ती वारंवार फोन करत असे. म्हणजे सूचनांचे पालन होत होते, पण मनात खूप भीती होती. अजूनही फोनवर बोलताना ती रडे. 'मला तो हवाय... मला तो हवाय...' दोन आठवड्यांनी तिचा आवाज बदलला. 'आज पहिल्यांदा तो उठून बसला. चार महिन्यांत पहिल्यांदा नीट जेवला.' हळूहळू सुधारणा दिसत होती. 'त्याला जरा बरे वाटते आहे... आज तो चालला... आज घराबाहेर पडला...'

बेलीव्ह्यूचा आपल्या कानांवर विश्वास बसेना. शेवटी तो स्वादुग्रंथीचा कॅन्सर होता. पण लेनीच्या शरीरात काहीतरी बदल होत होता हे नक्की.

निदानानंतर लेनी साडेचार वर्षे जगला. बराच काळ त्याची कॅन्सरची गाठ स्थिर होती. मधे काही काळ तर ती आकाराने कमी झाली. लेनी पुन्हा त्याच्या व्यवसायास लागला. त्याला तपासणारा कॅन्सरतज्ज्ञ म्हणाला की तो आयुष्यात असे काही पहिल्यांदाच बघत होता. लेनीची स्टोरी सांगताना बेलीव्ह्यू संकोचतो, 'मी पहिल्यांदाच अशा सूचना, असा सल्ला दिला होता. अर्थात ही एकच केस होती. त्यावरून सरसकट निष्कर्ष काढणे योग्य नव्हते, पण....'

केमोथेरपीच्या अभ्यासात आयुष्य घालवणाऱ्या संशोधकासाठी हा एक मोठाच धक्का होता. केमोथेरपी चालू असताना योग्य अन्न खायला हरकत काय असू शकणार? त्यात तोटा तर नक्कीच नाही ना? बेलीव्ह्यूला अनेकदा मध्यरात्री अचानक जाग येई. 'या माहितीचे मी काय करू' तो विचार करत बसे. 'इतक्या मौलिक माहितीवर अधिक शास्त्रशुद्ध संशोधन न करणे हा गुन्हा नाही का?' शेवटी त्याने निर्णय घेतला आणि या विषयावर काम करणारी सगळ्यात मोठी प्रयोगशाळा थाटली. त्याचे निष्कर्ष हे कॅन्सरपासून संरक्षणाच्या कल्पनेत मूलगामी बदल करणारे ठरले.

जमीन आणि बीज

कॉर्नेल विद्यापीठातल्या कॅम्पबेल या प्राध्यापकाने कॅन्सर व आहाराच्या सवयी याचा अभ्यास करणारी आजवरची सगळ्यात मोठी पाहणी केली. त्याचे बालपण शेतात गेले होते. त्यामुळे कॅन्सरच्या तीन अवस्था – सुरुवात, वाढ व फैलाव (initiation, promotion, progression) – यांची तुलना तो शेतातल्या तणाशी करे. सुरुवात किंवा आरंभ म्हणजे बीज जमिनीत स्थिरावते तो टप्पा. वाढ म्हणजे

बीजाचे रूपांतर झाडात होणे आणि फैलाव म्हणजे या झाडाचे तण सर्वदूर पसरणे. ज्यावर कसलाही ताबा नाही अशी अमर्याद वाढ होणे.[१]

आजाराची सुरुवात ही मुख्यत्वे आपल्या जीन्समध्ये असते आणि वातावरणातल्या विषारी पदार्थांमध्ये (किरणोत्सर्ग, रासायनिक द्रव्ये इ.) हे झाले बीज. पण त्याच्या वाढीसाठी लागते पोषक वातावरण : जमीन, पाणी आणि सूर्यप्रकाश.

पस्तीस वर्षे या क्षेत्रात काम केल्यावर कॅम्पबेलने एक पुस्तक लिहिले. त्यात तो म्हणतो, 'जर आधी कॅन्सरच्या वाढीकरता पोषक असे वातावरण मिळाले असेल तर ही वाढ थांबवता येते.' आणि येथे आहार घटकांचे महत्त्व सगळ्यात जास्त आहे. काही घटक कॅन्सर वाढीला मदत करतात. काही घटक विरोध करतात. म्हणजे आहारात कुठले घटक आहेत यावर कॅन्सरची वाढ वेगाने होईल की हळूहळू ते ठरते.

जेव्हा आहार घटक हे कॅन्सर वाढीला खूप पोषक असतात (उदा. पाश्चात्त्य आहारामध्ये) तेव्हासुद्धा दहा हजारातली एक पेशी इतर अवयवांत पसरण्याच्या क्षमतेची होते. म्हणजे जमिनीवर किंवा या कॅन्सर बीजांच्या पेशी जिथे स्थिरावणार आहेत त्या अवयवांवर आपण असा परिणाम करू शकतो की कॅन्सर उद्‌भवणारच नाही. आशियाई लोकांच्या बाबतीत बहुधा हेच घडते. म्हणजे त्यांच्याही शरीरात भरपूर 'बीजे' असतात पण त्याचे कॅन्सरच्या गाठीत रूपांतर होत नाही. जसे बागेत तण वाढू नये याची आपण काळजी घेतो – तणनिवारक घटकांचा मुबलक पुरवठा करतो – तसे.

स्टीफन पॅजेट या द्रष्ट्या ब्रिटिश सर्जनने १८८९ मध्ये 'लॅन्सेट' या प्रतिष्ठित जर्नलमध्ये हाच मुद्दा मांडला होता आणि लेखाला नाव दिले होते – 'बीज आणि जमिनीचे गृहीतक.'

शंभर वर्षांनंतर कॅलिफोर्निया विद्यापीठातल्या संशोधकांनी नेचर या मासिकात हीच संकल्पना उचलून धरली. विशेषतः आक्रमक कॅन्सर पेशींबद्दल. जर गाठीच्या वाढीसाठी आवश्यक असणारे सूज उत्पादक घटक कॅन्सरच्या पेशींना मिळू दिले नाहीत, तर ती पसरणार नाही. हे घटक म्हणजे कॅन्सरच्या झाडाला मिळणारे खत आहे आणि हे थेट अन्नातून पुरवले जाते. यातले सगळ्यात महत्त्वाचे म्हणजे

---

१ : हे ट्यूमर्सच्या बाबतीतही लागू होते. अंगावरील ह्या गाठीच असतात. त्या उगवतात, वाढतात, निघून जातात. थोडक्यात त्यांचे वर्तन सुसंस्कृत, सभ्य असते. काही मिलिमीटरचा अपवाद वगळता त्या आसपासच्या पेशीसमूहावर आक्रमण करीत नाहीत किंवा अन्य अवयव वा शरीराच्या अन्य भागात पसरत नाहीत. या गाठी तणासारख्या नाही, फुलासारख्या असतात. कारण त्यांच्यामुळे शरीरसौंदर्यात भरच पडते.

साखर, जी इन्शुलिन व IGF चे प्रमाण वाढवते आणि ओमेगा-३ चे प्रमाण कमी करते. ओमेगा ३ व ६ चे संतुलन बिघडवते. याउलट आहारात काही चांगले घटक असतात. विशेषत: काही भाज्यांमध्ये व काही फळांमध्ये, जे या 'खतां'पासून संरक्षण करतात.

बेलीव्ह्यू जेव्हा पाश्चात्त्य आहाराबद्दल बोलतात, तेव्हा त्यांना क्लेश होतात. ते म्हणतात 'इतक्या वर्षांच्या संशोधनानंतर माझ्या लक्षात आले आहे की कॅन्सर वाढीकरता सगळ्यात 'पोषक' आहार बनवायचा ठरला तर सध्याच्या आहारात काही बदल करण्याची गरज नाही.'

औषधाचे काम करणारा आहार

जेवणातले काही पदार्थ गाठींसाठी खत म्हणून काम करत असतील तर काही पदार्थ कॅन्सर विरोधक म्हणूनही काम करतात. निसर्गात झाडांवर जेव्हा आक्रमण होते तेव्हा ती लढूही शकत नाहीत आणि पळूनही जाऊ शकत नाहीत. जगण्यासाठी मग त्यांच्याकडे अशी प्रभावी रसायने असतात की, जी त्यांचे कीटक, जंतू व वातावरणापासून संरक्षण करतात. ही म्हणजे फायटोकेमिकल रसायने – ज्यांच्यात जंतू/बुरशी/कीटकनाशक गुणधर्म असतात. त्यांच्यात अॅन्टीऑक्सीडन्ट गुणधर्मपण असतात जे दमटपणा व सूर्यकिरण दोन्हींपासून वनस्पतींचे संरक्षण करतात.

ग्रीन टी काय करतो?

ग्रीन टी दमट हवामानात वाढतो. त्यात कॅटेचिन हे एक प्रकारचे पॉलिफिनॉल असतात. यातले एक EGCG नावाचे कॅटेचिन हे सगळ्यात उपयोगी आहे. कॅन्सर गाठीची वाढ होताना ज्या नवीन रक्तवाहिन्या तयार होतात त्यांना प्रतिरोध करणारे द्रव्य म्हणजे हे EGCG. चहाचे फर्मेंटेशन होऊन त्याचा 'काळा' चहा तयार होतो तेव्हा हे EGCG नाश पावते. दोन-तीन कप ग्रीन टी प्यायला तरी रक्तात हे EGCG भरपूर मात्रेमध्ये आढळते. रक्तावाटे ते शरीरभर पसरते. याचे रेणू पेशींना जाऊन चिकटतात आणि मग त्या पेशी कॅन्सर पेशींच्या अतिक्रमणाच्या किंवा पसरणाऱ्या संदेशांना प्रतिसाद देईनाशा होतात.

मॅन्ट्रिअलमधल्या त्यांच्या प्रयोगशाळेत बेलीव्ह्यू व त्यांच्या टीमने काही प्रयोग केले. ग्रीन टी मधून मिळालेल्या EGCG चा कॅन्सरपेशींवर होणारा परिणाम याचा अभ्यास केल्यावर त्यांना आढळून आले की EGCG मुळे कॅन्सरपेशींची वाढ मंदावते. ल्यूकेमिया (रक्तपेशींचा कॅन्सर), स्तनाचा कॅन्सर, प्रोस्टेट, किडनी, त्वचेचा कॅन्सर अशा अनेक पेशींवर त्यांना हाच परिणाम आढळून आला. हा ग्रीन टी आणखी एक महत्त्वाचे काम करतो, ते म्हणजे, शरीरात तयार होणारे विषजन्य

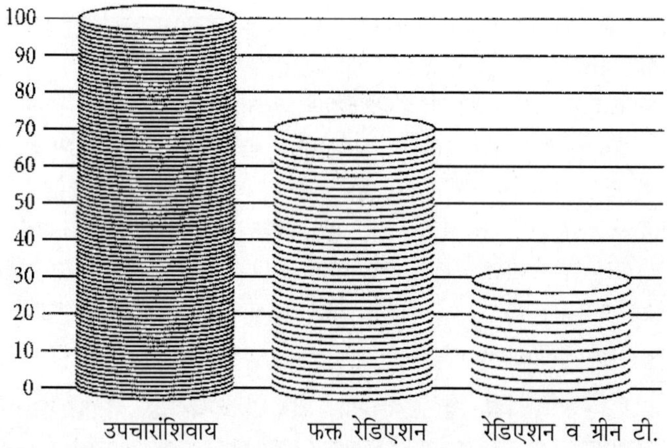

आकृती : ग्रीन टी मधील सक्रिय अणू हे मेंदूच्या कॅन्सरवरील उपचारासाठी दिल्या जाणाऱ्या रेडिएशनचा प्रभाव वाढवतात.

पदार्थ शरीराबाहेर टाकण्याचे जे काम यकृत करते त्याला मदत करणे. कारण हे पदार्थ शरीरात साठले की कॅन्सर गाठीच्या वाढीला ते कारणीभूत ठरू शकतात.

ग्रीन टी मधल्या EGCG चा परिणाम काही पटींनी वाढवण्याचे काम अन्नातील इतर पदार्थ करतात. (उदा. सोया.) ग्रीन टी व सोया यांचा एकत्रित परिणाम कितीतरी अधिक प्रभावी आहे. हार्वर्ड येथे केलेल्या प्रयोगात ही गोष्ट सिद्ध झाली. या प्रयोगात त्यांनी स्तन व प्रोस्टेट कॅन्सर रुग्णांचा अभ्यास केला होता. आपल्या लेखाच्या निष्कर्षात ते म्हणतात, 'इस्ट्रोजेन अवलंबी स्तनाच्या कॅन्सरसाठी ग्रीन टी व सोया यांचा संयोग हा उपयुक्त आहे. तो प्रभावीपणे कॅन्सर पसरण्यास प्रतिबंध करतो.'

'सोया'चे कार्य

सोयामध्येही असे फायटोकेमिकल पदार्थ असतात, जे कॅन्सर वाढीला प्रतिबंध करतात. या पदार्थांना 'आयसोफ्लेव्हॉन्स' असे नाव आहे. इस्ट्रोजेन या स्त्री हार्मोनशी यांचं बरंच साम्य असते त्यामुळे यांना फायटोइस्ट्रोजेन असेही नाव आहे. स्त्रियांच्या शरीरात नैसर्गिक इस्ट्रोजेनचे प्रमाण अधिक असेल तर स्तनाच्या कॅन्सरची शक्यता जास्त असते. पण सोयामधील फायटोइस्ट्रोजेनची कार्यक्षमता नैसर्गिक इस्ट्रोजेनच्या एक शतांश असते. त्यामुळे ते दिले तर वाईट परिणाम होत नाहीत, मात्र शरीरात पुरेसे इस्ट्रोजेन आहे असा सिग्नल मेंदूला मिळून नैसर्गिक इस्ट्रोजेन स्त्रवण्याचे प्रमाण कमी होते. सोयाचा उपयोग स्तनाच्या कॅन्सरची वाढ कमी करण्यासाठी होऊ शकेल असे संकेत मिळत आहेत. दहाव्या वर्षापासून नियमितपणे सोया खाल्ले तरच

स्तनाच्या कॅन्सरपासून ते काही संरक्षण देऊ शकते, असे आजचे संशोधन सांगते. मोठे झाल्यावर सोया खाल्ले तर त्याचा फारसा उपयोग नाही.

स्तनाचा कॅन्सर असलेल्या काही रुग्णांना सोया खाऊ नका असा सल्ला दिला जातो. सत्य काय आहे? शास्त्रीय जर्नलमध्ये एकमत आहे की सोयाचा वाईट परिणाम नाही. एक दोन परीक्षणात खूप जास्त डोसमध्ये सोया दिल्यावरच त्याचा धोकादायक परिणाम आढळला होता. पण इतक्या जास्त प्रमाणात त्याचे सेवन कधीच केले जात नाही. सध्या तरी कमी प्रमाणात सोयाचे नियमित सेवन हे फायदेशीर समजले जाते. रजोनिवृत्तीनंतर दिले जाणारे तीव्र मात्रेतील आयसोफ्लेव्हॉन टाळावे असा सल्ला French Agency for Food Safety ही संस्था देते.

अन्न शिजविल्याने त्यातील कॅन्सरविरोधी तत्वे नष्ट होतात काय?

शिजविण्याच्या बहुतेक पद्धतींमध्ये त्या पदार्थातील अँटी ऑक्सिडंट तत्त्वे नष्ट होत नाहीत. ही तत्त्वे सर्व पेशींमधील विषारी व घातक पदार्थ शरीराबाहेर टाकण्याच्या प्रक्रियेत महत्त्वाची भूमिका बजावतात. टोमॅटोच्या बाबतीत तर, तो शिजवल्याने त्यातील घटकतत्त्वांची परिणामकारकता वाढते. (विशेषत: लायकोपीनची) भाज्यांचे सूप, भाजी बनवण्यात त्यांच्यातील पोषक द्रव्यांचे आहारमूल्य अगदी थोड्या प्रमाणातच कमी होते. मात्र ब्रोकोली उकळल्याने त्यातील बरीच उपयुक्त द्रव्ये नाश पावतात. मासे शिजवताना वाफवणे व कमी उष्णतेवर सावकाश भाजणे उत्तम. नाहीतर त्यातले ओमेगा-३ फॅटी ॲसिडचे प्रमाण घटते.

हळद : एक गुणकारी औषध

हळदीचे औषधी गुणधर्म बघितले तर थक्क व्हायला होते. सर्वसाधारण भारतीय माणूस रोज दीड ते दोन ग्रॅम हळद खातो. फोडणीत वापरला जाणारा हा महत्त्वाचा पदार्थ आयुर्वेदिक औषधातही हमखास आढळतो. इतर कुठल्याही पदार्थात हळदीइतके सूज कमी करणारे (अँटीइन्फ्लमेटरी) गुणधर्म नाहीत. करक्युमिन (curcumin) नावाचा हळदीमधला घटक हा या दृष्टीने सगळ्यात प्रमुख आहे. प्रयोगशाळेत केलेल्या प्रयोगात आढळून आले आहे की हा घटक जठर, मोठे आतडे, यकृत, फुप्फुस, स्तन, रक्तपेशी अशा अनेक कॅन्सरच्या वाढीस प्रतिबंध करतो. कॅन्सर गाठीत नव्या रक्तवाहिन्या तयार होण्यासाठी या घटकामुळे आडकाठी येते. भारतीय वातावरणात अनेक कॅन्सरजनक पदार्थ असूनही पाश्चात्त्यांपेक्षा येथे सर्व प्रकारच्या कॅन्सरचे प्रमाण कमी आढळते. फुप्फुस : एक अष्टमांश, आतडे : एक नवमांश, स्तन : एक पंचमांश, किडनी : एक दशांश – याचे रहस्य या हळदीत तर दडले नसेल?

ह्यूस्टन येथील कॅन्सर सेंटरमध्ये प्रा. भरत अग्रवाल हे ख्यातकीर्त कॅन्सर

संशोधक आहेत. संदर्भ म्हणून ज्यांच्या संशोधनाचे दाखले दिले जातात, त्यात कॅन्सर विभागात अग्रवाल यांचा जगात प्रथम क्रमांक लागतो. कॅन्सर उपचार हा त्यांच्या आवडीचा विषय. अतिशय क्लिष्ट अशा रसायनशास्त्र व औषधोत्पादन शास्त्र या विषयात काम करत असूनही, नवीन काही मिळते का याविषयी त्यांचे मन नेहमी सतर्क असते. बर्कले विद्यापीठात पीएच.डी. केल्यावर ते जेनेंटेक या जेनेटिक इंजिनियरिंग कंपनीत रुजू झाले. नव्वदीच्या दशकात त्यांनी शोधून काढले की एन.एफ. कप्पा-बी हा घटक कॅन्सर होण्यात महत्त्वाची भूमिका बजावतो आणि याला आटोक्यात ठेवणे हा जीवन-मरणाचा प्रश्न बनू शकतो.

पंजाबमधील बटाला या त्यांच्या मूळच्या गावी लहानपणी आयुर्वेदिक औषध म्हणून हळद वापरताना त्यांनी बघितले होते. त्यांनी त्यावर संशोधन सुरू केले. पेशींच्या culture मध्ये कॅन्सरपेशींच्या विरुद्ध सगळ्यात प्रभावी घटक करक्युमिन (curcumin) आहे. हे त्यांनी सप्रमाण दाखवून दिले. उंदरामध्ये प्रत्यारोपित केलेल्या स्तनाच्या कॅन्सरच्या पेशींची वाढ या करक्युमिनने थांबल्याचे आढळले. केमोथेरपीला प्रतिसाद न देणाऱ्या कॅन्सरपेशी करक्युमीनला प्रतिसाद देतात, असे त्यांना आढळले.

अग्रवाल काम करत असलेल्या केंद्राचे प्रमुख व अमेरिकेतील प्रभावी कॅन्सरतज्ज्ञ जॉन मेंडलसन यांनी एका परिषदेत अग्रवाल यांना शोधनिबंध सादर करताना ऐकले. 'तुमच्या निष्कर्षांना शास्त्राचा एवढा भक्कम आधार आहे याची मला कल्पनाच नव्हती' असे मग ते म्हणाले. ह्यूस्टनच्या परतीच्या प्रवासात त्यांनी तीन अभ्यास चाचण्या सुरू करण्याची योजना ठरवली. यात रक्तपेशींचा, स्त्रीजननेंद्रियांचा व फुप्फुसांचा अशा कॅन्सरचा समावेश आहे. ह्या चाचण्या अजूनही चालू आहेत आणि निष्कर्ष अजून समोर आले नाहीत.

परंपरागत आहारपद्धत कशी शास्त्रीय आहे याचे उत्तम उदाहरण म्हणजे हळद. तैवानमध्ये काही शास्त्रज्ञांनी हळदीची कॅप्सूल भरून ती लोकांना खाऊ घातली तेव्हा तिचे पचन अगदीच कमी प्रमाणात झाल्याचे आढळले. हीच हळद मिरीबरोबर खाल्ली तर तिचे आतड्यात होणारे शोषण दोन हजार पटींनी वाढते. दोन हजार! म्हणजे भारतीयांचे चातुर्य व हुशारी आधुनिक शास्त्राच्याही दोन पावले पुढेच म्हणायची! हळूहळू संशोधनाद्वारे असे सिद्ध होते आहे की हळदीमधले करक्युमिन हे अतिशय प्रभावी व परिणामकारक एन.एफ. कप्पा-बी प्रतिबंधक आहे आणि गेल्या दोन हजार वर्षांतल्या सेवनाने हे सिद्ध केलंय की हळदीचे आरोग्यावर काहीही दुष्परिणाम होत नाहीत.

मशरूम

जपानमध्ये शईताके, मईताके, कावरताके इ. प्रकारचे मशरूम हा जेवणातला प्रमुख घटक असतो. यात असलेला लेंटिनियन नावाचा पदार्थ आपली प्रतिकारक शक्ती उद्दीपीत करतो. हल्ली कॅन्सर रुग्णांना केमोथेरपीबरोबर मशरूमही आहारात देण्यात येतात. जपानमधील अनेक हॉस्पिटलमध्ये यावर संशोधन चालू आहे. एका पाहणीत आढळले आहे की जपानमध्ये मशरूम खाणाऱ्या लोकांमध्ये जठराचा कॅन्सर होण्याची शक्यता, न खाणाऱ्यांपेक्षा निम्म्याने कमी असते.

बेलीव्ह्यूच्या प्रयोगशाळेतही स्तनाच्या कॅन्सर पेशीवर विविध प्रकारच्या मशरूम्सचा होणारा परिणाम यावर संशोधन चालू आहे. (आकृती पहा)

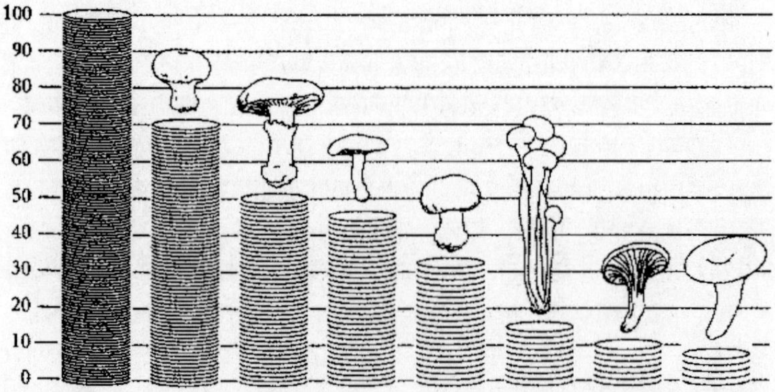

विविध प्रकारच्या मशरूम्सचा स्तनाच्या कॅन्सरवर होणारा परिणाम. सर्वात डावीकडील आकृती उपचाराशिवाय दिसणारी कॅन्सरची वाढ दर्शवते. त्यानंतर डावीकडून अनुक्रमे बटण, पोर्टोबेलो, शिताक, क्रेमिन, एनीकितेक, ऑयस्टर व थिस्टल ऑयस्टर या प्रकारच्या मशरूम्सचे कॅन्सर वाढीवर होणारे परिणाम

नव्वदीच्या दशकापासून रिचर्ड बेलीव्ह्यू त्याच्या प्रयोगशाळेत संशोधन करत आहेत. नव्या रक्तवाहिन्या तयार होण्यास प्रतिबंध करतील अशा औषधी द्रव्यांच्या ते शोधात आहेत. पेशींच्या समूहावर, दिलेल्या औषधी द्रव्यांचा सूक्ष्म अंश टाकायचा आणि नवीन रक्तवाहिन्या कशा तयार होताहेत यावर लक्ष ठेवायचे. थोडासाही बदल दिसला, मग त्याला अनेक दिवस लागले तरी चालेल, पण अधिक अभ्यास करायचा. हे संशोधन सतत चालू असते. एखादे नवे द्रव्य उपयुक्त आहे असे वाटले तर त्याचे उंदरावर प्रयोग करायचे आणि त्यात धोका नाही असे दिसले तर मग माणसांवर, या सर्व प्रक्रियेत ९५ टक्क्यांहून जास्त द्रव्ये बाद होतात. राहिलेल्यांवरचे प्रयोग चालू राहतात.

मसाला पदार्थ व काही जडीबुटी

२००१ साली अमेरिकेच्या अन्न व औषध प्रशासनाने ग्लीव्हेक नावाच्या कॅन्सरविरोधी औषधाला मान्यता दिली. ल्युकेमिया व एक प्रकारच्या आतड्याच्या कॅन्सरमध्ये ते गुणकारी आहे. डॉ. लॅरी नॉर्टन यांनी हे औषध म्हणजे 'चमत्कार' असल्याचे न्यूयॉर्क टाइम्स वृत्तपत्राला दिलेल्या मुलाखतीत सांगितले.

खरोखर कॅन्सरतज्ज्ञांसाठी ग्लीव्हेकने उपचाराचे एक नवेच दालन उघडले. कॅन्सरपेशी मारण्यापेक्षा (जे काम केमोथेरपी करते) हे औषध त्या प्रक्रिया थांबवते ज्यामुळे कॅन्सरपेशींची वाढ व प्रसार होत नाही. म्हणजे कॅन्सर आहे तसा व तेवढाच राहतो. मग त्याचा धोका राहत नाही. म्हणजे कॅन्सर आहे पण आजार नाही अशी अवस्था येते.

असे लक्षात आले आहे की अनेक झुडपांचा पाला व काही मसाल्याचे पदार्थ हे शरीरावर ग्लीव्हेकसारखाच परिणाम करतात. हे विशेषकरून लेबिएट जातीच्या (मिंट मार्जोरम, थाईम इ.) वनस्पतींबाबत आढळून येते. यांच्यात टर्पीन प्रकारची फॅटी अॅसिड असतात. ही टर्पीन कॅन्सरमध्ये अतिशय उपयुक्त असल्याचे सिद्ध झाले आहे.

रोझमेरीत आढळणारे कार्नोसोल हे टर्पीन कॅन्सरपेशी पसरण्याची क्षमताच नाहीशी करून टाकते असे संशोधकांना आढळून आले आहे.

ओव्यात मुबलक असलेले अॅपिजेनिन हे गाठ वाढण्यास आवश्यक असलेल्या रक्तवाहिन्यांच्या वाढीस जोरदार प्रतिबंध करते. अगदी कमी प्रमाणातला ओवाही याकरता परिणामकारक असल्याचे बेलीव्ह्यूच्या टीमला आढळून आले.

आहारघटकांचा समन्वय

सुदैवाने कॅन्सर प्रतिबंधक क्षमता असलेल्या अन्नपदार्थांची संख्या आपल्याला वाटते त्याहून कितीतरी अधिक आहे. या पुस्तकात एका परिशिष्टात ही यादी दिली आहे.

आतापर्यंत आपण बघितलेल्या गोष्टी अशा –

अ) काही अन्नघटक कॅन्सरवाढीला चालना देतात (प्रकरण ६)

ब) काही अन्नघटक कॅन्सरवाढीला प्रतिबंध करतात. ते वाढ रोखतात अथवा कॅन्सरपेशींच्या विनाशास मदत करतात.

क) अन्नघटक रोज, दिवसातून तीनदा शरीरावर परिणाम करतात. त्यामुळे कॅन्सरवाढ/प्रतिबंधासाठी त्यांचा प्रभाव अधिक असतो.

औषध हे सहसा एका घटकावर परिणाम करते. म्हणजे आजाराच्या साखळी प्रक्रियेत कुठल्यातरी एका टप्प्यावर त्या विशिष्ट औषधाचा परिणाम होतो. अशा गुणधर्मामुळे त्यांचे दुष्परिणाम कमी होतात. मात्र कॅन्सरविरोधी अन्नघटक हे एकाच

वेळी त्या साखळीतल्या अनेक टप्प्यावर परिणाम घडवून आणतात आणि तो पण हळुवारपणे. आपण हे अन्न वेगवेगळ्या 'कॉम्बिनेशनमध्ये' म्हणजे वेगवेगळ्या वेळी वेगवेगळ्या पदार्थांबरोबर खातो. म्हणजे यांचा एकत्रित परिणाम सर्वदूर पसरणारा असतो. पण याचमुळे त्यांची प्रयोगशाळेत चिकित्सा करणे अतिशय जिकीरीचे होऊन बसते.

ह्युस्टन येथील कॅन्सर सेंटरमध्ये डॉ. फिडलर हे त्यांच्या सहकाऱ्यांसमवेत कॅन्सरपेशी पसरण्याची प्रक्रिया व त्याकरता मदत (अथवा विरोध) करणारे घटक यावर संशोधन करतात. सूक्ष्मदर्शकाखाली स्वादुग्रंथीच्या कॅन्सरची स्लाईड ते दाखवतात. त्यांच्या टीमने वाढीस मदत करणाऱ्या विविध घटकांना वेगवेगळे रंग देण्याची किमया साध्य केली आहे. स्वादुग्रंथीच्या कॅन्सरच्या प्रयोगात ही गाठ विविधरंगी दिसते. लाल, पिवळा, हिरवा.... 'याचा अर्थ काय?' फिडलर विचारतात. 'लाल घटकाविरुद्ध उपचार करा. हिरवा घटक कॅन्सरवाढ घडवेल, हिरवा दुरुस्त करा, लाल घटक तुमचा जीव घेईल. थोडक्यात, सर्व घटकांवर एकाच वेळी प्रहार करावयास हवा.'

नवी दिल्ली येथील संशोधकांनी एक प्रयोग केला. उंदरांच्या माद्यांना खूप काळ DMBA या घटकाच्या संपर्कात ठेवले तर त्यांना स्तनाचा कॅन्सर होतो असे आढळले. हा कॅन्सर सर्व १०० टक्के उंदरांमध्ये झाला, मात्र विशिष्ट अन्न खायला दिल्यावर सर्व १०० टक्के उंदरांमध्ये झाला नाही. या अन्नात सेलेनियम (कडधान्ये व भाज्या), मॅग्नेशियम (पालक, बदाम, दाणे इ.) व्हिटॅमिन सी (फळे, भाज्या, कोबी) व्हिटॅमिन ए (गाजर, भाज्या, अंडी) हे घटक होते. यापैकी एकच घटक दिला, तर कॅन्सर होण्याचे प्रमाण ५० टक्क्यांवर आले आणि ज्यांना हे चारही पदार्थ आहारातून मिळाले त्या उंदरांमध्ये फक्त १० टक्के कॅन्सरची वाढ झाली. म्हणजे केवळ विशिष्ट अन्न खाल्ल्याने ९० टक्के उंदरांची कॅन्सर वाढीपासून सुटका झाली. हा एकत्रित परिणाम हा विविध घटकांमधला समन्वय म्हणजे फिडलरने सांगितलेल्या तत्त्वाचा प्रत्यक्ष अविष्कार होता.

कॅन्सरशी लढण्यासाठी भाज्यांचे 'कॉकटेल'

बेलीव्ह्यू व त्याच्या टीमने प्रयोगशाळेत आणखी एक प्रयोग केला. हा प्रयोग 'न्यूड' उंदरांवर होता. हे 'न्यूड' उंदीर म्हणजे, जेनेरीक प्रक्रियेमुळे ज्यांच्यात रोग प्रतिकारशक्ती नाही व अंगावर केस नाहीत असे उंदीर. माणसातल्या फुप्फुसाच्या कॅन्सरपेशी या उंदरांच्या त्वचेखाली टोचल्या की त्यांच्या शरीरात मोठाल्या गाठी तयार होतात. या उंदरांना बेलीव्ह्यूच्या टीमने एक 'कॉकटेल' (मिश्रण) प्यायला दिले. त्यात ब्रोकोली, कडधान्ये, लसूण, हळद, काळी मिरी, कॅनबेरी व थोडा ग्रीन टी अशा गोष्टी एकत्र उकळल्या होत्या. आपण आहारात घेतो तशा प्रमाणात या पदार्थांचे मिश्रण केले होते.

उंदरांच्या एका गटाला त्यांनी हे सूप पाजले. असे आढळून आले की ज्यांना हे सूप पाजले नव्हते त्यांच्या शरीरात मोठाल्या गाठी झाल्या. मात्र सूप दिलेल्या

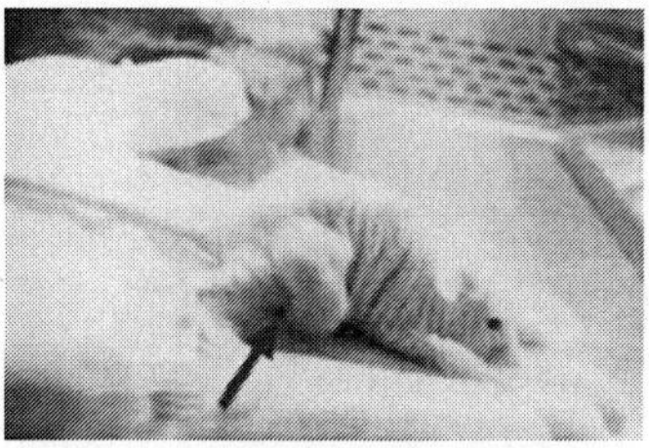
१. वाढणाऱ्या आक्रमक गाठी

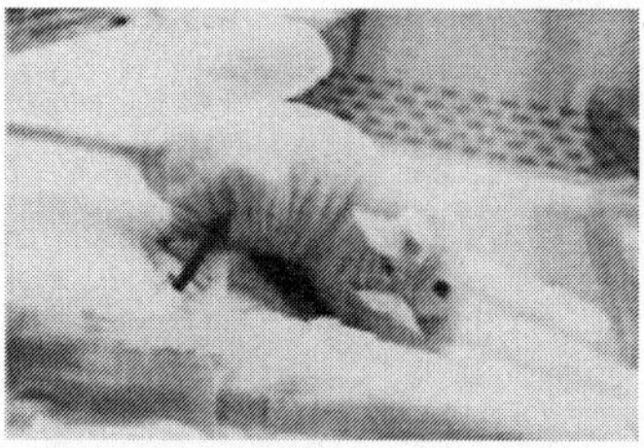
२. आटोक्यात येणाऱ्या गाठी

गटात गाठी उशिरा आल्या, छोट्या होत्या, उंदरांची तब्येत तुलनेने चांगली होती व मुख्य म्हणजे त्यांना भूक लागत होती, हालचाल भरपूर होती.

स्वादुग्रंथींचा कॅन्सर असूनही लेनी इतकी वर्षे जगला, त्याचे 'आहार' हे कारण असू शकेल काय? आपण नक्की सांगू शकत नाही. एक मात्र निश्चित की या आहाराने अपाय झाला नसेल.

आपल्या शरीराला टॉक्सीनपासून, विषकारक घटकांपासून मुक्त करेल, आपली प्रतिकारशक्ती वाढवेल असा आहार आपण रोजच्या जीवनात घ्यायला हवा. ते स्वातंत्र्य आपल्याला आहे. अन्नासोबत पोटात जाणाऱ्या कीटकनाशकांचे (जे भाज्यांवर, फळांवर फवारलेले असतात) काय? असे आढळले आहे की अन्नघटक हे भेसळीवर/नाशकांवर नेहमीच मात करतात.

वाईनचे काय करायचे?

२००९ साली ऑक्स्फर्ड विद्यापीठ व फ्रेंच कॅन्सर इन्स्टिट्यूट यांनी दोन अहवान प्रसिद्ध केले. त्यात त्यांनी स्पष्ट म्हटले होते की दारूमुळे कॅन्सर होतो, मग ती दारू म्हणजे रेड वाईन असली तरीही.

या दोन अहवालांपाठोपाठ फ्रान्समधल्या एका मोठ्या पाहणीचा अहवाल प्रसिद्ध झाला. यात त्यांनी जवळवळ १ लाख लोकांची २५ वर्षेपर्यंत तपासणी केली होती. त्यांनी सांगितले की दारूमुळे अनेक प्रकारच्या कॅन्सर वाढीस मदत होते हे खरे असले तरी विशिष्ट मर्यादेत घेतलेली रेड वाईन ही काही प्रकारच्या कॅन्सरचे प्रमाण कमी करण्यास मदत करते.

या परस्परविरोधी निष्कर्षांच्या मुळाशी जाण्याचे आम्ही ठरवले. माझे सहकारी डॉ. बेलीव्ह्यू व डॉ. मायकेल लॉरगेरील यांच्यासह मी उपलब्ध असलेल्या सर्व

संशोधनाचा अभ्यास केला त्याचे निष्कर्ष खालीलप्रमाणे आहेत –

✪ दारू कॅन्सरवाढीस व इतरही आजारांस चालना देते हे सप्रमाण सिद्ध झाले आहे.

✪ कुठल्याही कॅन्सरविरोधी आहारात वाईनचा समावेश करा असा सल्ला मी देणार नाही.

✪ मात्र दारू कुठल्या परिस्थितीत, कशासोबत घेतली जाते यावर तिच्या दुष्परिणामांची तीव्रता ठरते. उदा. हिरव्या पालेभाज्या कमी खाणाऱ्या लोकांसाठी दारू अधिक घातक असते. स्थूल शरीर प्रकृतीच्या व अधिक चरबी असलेल्या लोकांसाठी दारू अधिक घातक असते. (ब्रिटनमध्ये बरेच लोक स्थूल असल्याने त्यांच्या पाहणीत घातक परिणामांचे प्रमाण अधिक आले.)

✪ अमेरिकेत २००८ साली केलेल्या एका अभ्यासात ८४,१७० लोकांची पाहणी केली असता लक्षात आले, की रेड वाईनचे नियमित सेवन करणाऱ्यांमध्ये फुप्फुसांच्या कॅन्सरचे प्रमाण बरेच 'कमी' होते. अर्थात कॅलिफोर्नियामध्ये वाईन पिणाऱ्या लोकांमध्ये सिगारेट व मांसाहाराचे सेवन कमी असते व फळे, भाज्या यांचे जास्त. कदाचित त्यामुळेही असे निष्कर्ष आले असू शकतात.

भाग २ – कॅन्सर उपचारात आहारविषयक सल्ल्याचा अभाव का असतो?

गेल्या पाच हजार वर्षांपासून जगभरातल्या विविध उपचार पद्धती आहाराचा उपयोग औषधोपचारात करत आहेत. इ.स. पाचशे वर्षांपूर्वी हिफेक्टीसने लिहिले होते, 'अन्न हेच तुझे औषध असू दे आणि औषध हे अन्न.' 'नेचर' या प्रसिद्ध नियतकालिकाने २००३ साली एक प्रदीर्घ लेख प्रकाशित केला, ज्याचा निष्कर्ष असा होता, 'अन्नघटकांमधली रासायनिक द्रव्ये हा कॅन्सर उपचाराचा एक महत्त्वाचा स्वस्त, सहज उपलब्ध असणारा भाग आहे.'

माझा कॅन्सर उलटल्यावर माझे दुसऱ्यांदा ऑपरेशन झाले. त्यानंतर एक वर्षाची केमोथेरपी सुरू करताना मी डॉक्टरांना आहाराविषयी विचारले. आहार कसा असावा म्हणजे मला या उपचारांचा अधिकतम फायदा होईल हे मला हवे होते. हा डॉक्टर त्याच्या विषयातला तज्ज्ञ. माझ्याविषयी त्याला विशेष आस्था. पण त्याचे उत्तर ठोकळेबाज होते, 'आवडेल ते खा त्याने काहीही फरक पडत नाही. मात्र वजन कमी होऊ देऊ नकोस.'

मग मी ऑन्कॉलॉजी, (कॅन्सर) विषयीच्या क्रमिक पुस्तकांकडे वळलो. Cancer

: Principles and Practice of Oncology हे प्रा. व्हिन्सेंट डे. व्हिटा यांनी लिहिलेले पुस्तक या विषयावरील प्रमाणभूत पुस्तक मानले जाते. प्रा. डे व्हिटा यांनी हॉजकिन डिसिजच्या केमोथेरपीचा क्रांतिकारी शोध लावला होता. आजही जगभरात हे पुस्तक अभ्यासग्रंथ व संदर्भग्रंथ म्हणून वापरले जाते. मला लक्षात आले की या पुस्तकात आहाराविषयी एकही प्रकरण नाही.

सर्व कॅन्सर रुग्ण करतात तसे मीसुद्धा दर ६ महिन्यांनी दवाखान्यात हजेरी लावतो व सर्व तपासण्या करून घेतो. असाच एकदा हॉस्पिटलच्या प्रतीक्षालयात बसल्याबसल्या तिथल्या काही पुस्तिका चाळत होतो. आहारावरील एक पुस्तिका मला दिसली. ती मी काळजीपूर्वक वाचली. त्यात रुग्ण व नातेवाइकांसाठी मार्गदर्शक सूचना होत्या. फळे व भाज्या जास्त प्रमाणात खा. मांसाहार अधूनमधून टाळा. स्निग्ध पदार्थ व मद्याचे आहारातले प्रमाण कमीत कमी ठेवा वगैरे. पण शेवटी एक वाक्य होते – 'आहार तुमच्या कॅन्सरला उलटण्यापासून वाचवू शकतो. या विषयी फारच जुजबी संशोधन झाले आहे.'

माझ्या कॅन्सरतज्ज्ञ मित्रांनी माझा जीव वाचवला. मला त्यांच्याबद्दल अतीव कृतज्ञतेची भावना आहे. रुग्णांसाठी ते ज्या समपर्णाच्या भावनेने काम करतात त्याविषयी मला आदर आहे. मग इतके चांगले डॉक्टर अशा चुकीच्या कल्पना का पसरवतात? मी माझ्या मित्रांशी बोललो. मला काही कारणे लक्षात आली ती अशी–

'असे असते तर आम्हाला नक्कीच माहीत असते.'

सर्व डॉक्टर आपले ज्ञान अद्ययावत ठेवण्यासाठी कायम प्रयत्न करत असतात. ते परिषदांना हजेरी लावतात, व्याख्याने आयोजित करतात, जर्नल्स वाचतात, अनेक कंपन्यांचे प्रतिनिधी-मेडिकल रिप्रेझेंटेटिव्ह्ज त्या त्या कंपनीची औषधे सांगण्यासाठी डॉक्टरांना भेटतात. या सर्व गोष्टींमुळे प्रत्येक डॉक्टरला वाटत असते की त्याच्या क्षेत्रातील प्रत्येक घडामोड त्याला ठाऊक आहे.

पण वैद्यकीय क्षेत्रात एक असा नियम आहे की कुठलेही औषध प्रत्यक्ष उपयोगात येण्याआधी त्याला 'डबल ब्लाईंड' चाचणी यशस्वीरित्या पूर्ण करावी लागते. या चाचणीत एका मोठ्या गटावर या औषधाचे परिणाम इतर औषधांशी तुलनात्मकरित्या मोजले जातात. आपण औषध वापरतो आहोत की दुसरा पदार्थ हे त्या रुग्णाला व डॉक्टरला दोघांना ठाऊक नसते. म्हणून त्याला 'डबल ब्लाईंड ट्रायल' असे नाव आहे. आता अशा चाचण्यांशी तुलना करताना एपिडेमिऑलॉजी किंवा एखाद्या समूहावर, प्रादेशिक स्तरावर केलेला अभ्यास हा गृहीतक म्हणून समजला जातो. कॅन्सर रुग्ण तपासणाऱ्या डॉक्टरकरता प्रयोगशाळेत किंवा उंदरांवर केलेले प्रयोग काहीच उपयोगाचे नसतात, कारण माणसावर मोठ्या प्रमाणावर

डबल ब्लाईंड ट्रायल केल्याशिवाय कुठलेही निष्कर्ष पुरावा म्हणून ग्राह्य धरले जात नाहीत. अगदी 'नेचर' किंवा 'सायन्स' या शास्त्रीय नियतकालिकांमध्ये प्रसिद्ध झाले तरीही. साहजिकच अशी काही माहिती या 'बिझी' डॉक्टरांच्या कानावर पडली तरी ते त्याकडे दुर्लक्ष करतात.

पुरेशा प्रयोगानिशी एखादे कॅन्सरवरील औषध बाजारात आणायचे म्हटले, तर त्याला सरासरी ५० ते १०० कोटी डॉलर्स एवढा खर्च येतो आणि कंपन्या एवढा खर्च करायला तयार असतात, कारण 'टॅक्सॉल' या तशा साध्या औषधापासून कंपनीला 'दर वर्षी' १०० कोटी डॉलर्सचे वार्षिक उत्पन्न मिळते. मग महागड्या व तीव्र कॅन्सर औषधांविषयी बोलायलाच नको. आता एवढा पैसा एखादी कंपनी ग्रीन टी, ब्रोकोली, रास्पबेरी किंवा हळदीवर संशोधन करण्यास का खर्च करेल? एकतर यांचे पेटंट मिळणार नाही आणि विक्रीतून हा खर्च वसूल होणे अशक्यच. साहजिकच हे अन्नघटक कॅन्सरवर कितीही प्रभावी उपचार घटक असले तरी ते कधी सिद्ध होऊ शकणार नाही. प्राण्यांवरचे प्रयोग तसे कमी खर्चिक असतात. पण दुर्दैवाने उंदरावरील अभ्यासातून निघणारे निष्कर्ष माणसांवर लागू होण्याची काहीही शाश्वती नसते.

केवळ याचसाठी अन्नाचे कॅन्सरविरोधी गुणधर्म अभ्यासण्यासाठीच्या संशोधनाला चालना मिळायला हवी. विविध संस्था, ट्रस्ट यांनी याबाबतीत आर्थिक मदत करायला हवी. अर्थात मोठ्या प्रमाणावर प्रयोग/अभ्यास होऊन या अन्नाची उपयुक्तता सिद्ध होण्याची वाट आपण बघायला हवी असेही नाही. सरळसरळ आपल्या आहारात त्यांचा वापर करायला काय हरकत आहे? शरीरावर त्याचा दुष्परिणाम नाही हे हजारो वर्षांच्या सेवनाने सिद्ध झालेले आहेच. महत्त्वाचे म्हणजे कॅन्सर व्यतिरिक्त संधिवात, हृदयरोग अशा अनेक विकारांवर ते गुणकारी ठरू शकतात.

'ते तुमचे आहारशास्त्र जरा बाजूला ठेवा.'

वैद्यकीय अभ्यासक्रमात आहारशास्त्र फारसे शिकवलेच जात नाही. मी तिबेटमध्ये वास्तव्यास होतो त्याच्या आधी माझे आहाराबद्दलचे ज्ञान कुठल्याही सामान्य माणसाएवढेच होते म्हणजे –

अ) आहारात पिष्टमय पदार्थ, प्रथिने (प्रोटीन्स), स्निग्ध पदार्थ (फॅट्स) तसेच क्षार व जीवनसत्त्वे असतात.

ब) स्थूल माणसांनी कमी कॅलरीज खाव्या.

क) रक्तदाब असेल तर मीठ कमी खावे. मधुमेह असेल तर साखर कमी खावी वगैरे.

– साहजिकच आहाराच्या वैद्यकीय उपयुक्ततेकडे मी कायम तुच्छतेने बघत असे. एका हृदयरोगतज्ज्ञाच्या मीटिंगमध्ये मी 'नैराश्य व हृदयरोग' या विषयावर

व्याख्यान देण्यासाठी गेलो होतो. अधिक डॉक्टरांनी हजेरी लावावी म्हणून हे व्याख्यान आयोजित करणाऱ्या औषध कंपनीने एका नामांकित हॉटेलमध्ये सगळ्यांना आमंत्रित केले होते. जेवणात त्या हॉटेलची खासियत असलेले 'स्टीक' खायचा आग्रह झाला. एक डॉक्टर म्हणाले, 'माझे कोलेस्टेरॉल वाढले आहे, मला याऐवजी फिश मिळेल का?' लगेच त्यांच्या टेबलवर बसलेल्या इतरांनी त्यांची हेटाळणी सुरू केली. 'खा हो! आणि एक 'लिपिटॉर' (कोलेस्टेरॉल कमी करणारी गोळी) घेऊन टाका. तुमच्या आहारशास्त्राला जरा बाजूला ठेवा!'

मला त्या प्रतिक्रियेत त्यावेळी फारसे वावगे वाटले नाही. म्हणजे आम्हा डॉक्टरांची मन:स्थिती कशी असते बघा. त्रास आहे ना, मग औषध घ्या. त्याचे कारण शोधण्याचा आणि त्यावरचा उपाय करण्याच्या फंदात पडू नका.

'तज्ज्ञांचे एकमत होत नाही.'

१९७७ मध्ये मी वडिलांबरोबर वॉशिंग्टनचे तेव्हाचे सिनेटर जॉर्ज मॅकगव्हर्न यांना भेटायला त्यांच्या ऑफिसमध्ये गेलो होतो. अमेरिकेच्या अध्यक्षपदाची निवडणूक लढवलेल्या या मोठ्या माणसाचे ते साधे छोटे ऑफिस बघून मला तेव्हा आश्चर्य वाटले होते. ते प्रतिनिधित्व करत असलेल्या साऊथ डकोटा राज्याचा नकाशा त्यांच्या ऑफिसात लावलेला होता. विरळ, फारशी वस्ती, गावे नसलेला तो भूप्रदेश होता. मॅकगव्हर्न चिंतातूर होते. 'माझ्या राजकीय कारकिर्दीतील सगळ्यात मोठी चूक मी केली आहे.' ते म्हणाले. जनतेसाठी आरोग्याच्या दृष्टीने योग्य अशा आहारात बदल सुचवणाऱ्या समितीचे अध्यक्षपद (Committee for Public Health Recommendation on Nutrition) त्यांनी स्वीकारले होते. त्या विषयातल्या तज्ज्ञांनी त्यांचे निष्कर्ष सादर केलेले होते आणि त्यात स्पष्ट म्हटले होते की दुसऱ्या महायुद्धानंतर हृदयरोगाचे प्रमाण लक्षणीयरित्या वाढलेले आहे. ज्या देशांमध्ये मांसाहाराचे प्रमाण नगण्य आहे, तेथे हृदयरोग जवळजवळ अस्तित्वातच नाही. त्या तज्ज्ञांना असेही आढळून आले होते की युद्धकाळात मांस व डेअरी पदार्थांचे सेवन मर्यादित असताना हृदयरोगाचे प्रमाण घटले होते.

साहजिकच या समितीने एक अहवाल सादर केला ज्यात 'अमेरिकेकरता आहारविषयक उद्दिष्टे' या शीर्षकाखाली 'मांसाहार व डेअरी पदार्थांचे सेवन कमी करणे' अशी सूचना केली.

गडबड इथेच झाली. अमेरिकेत मांस उत्पादक व दुग्धजन्य पदार्थ उत्पादकांची मोठी लॉबी आहे. अत्यंत सधन व शक्तिमान अशी ही संघटना मॅकगव्हर्न यांच्या विरोधात सर्व शक्तिनिशी उतरली. विरळ वस्तीच्या साऊथ डकोटा राज्यात माणसांच्या तुलनेत प्राण्यांची संख्या कितीतरी पटीत होती. काय घडणार हे स्पष्ट दिसत होते.

तीन वर्षांनंतर झालेल्या निवडणुकीत मांस उत्पादक उद्योजकांनी आपली सारी ताकद मॅकगव्हर्न यांच्या विरोधी उमेदवाराच्या पाठीशी लावली. इतकी की त्यांची राजकीय कारकीर्द संपुष्टात आली. त्यानंतर सर्व क्षेत्रातील तज्ज्ञांनी सांगितले की कुठल्याही एका प्रकारचे अन्न खाण्यास सुचवणे चुकीचे आहे. समितीच्या अहवालात मांसाहार व डेअरी प्रॉडक्ट नको असे सुचवले, ते योग्य नाही. कारण त्यात जी सॅच्युरेटेड फॅट्स असतात ती माशांमध्येपण असतात. (प्रत्यक्षात ही माशांत असतात, पण अतिशय कमी प्रमाणात!) नंतर या उद्योगातील कंपन्यांनी अहवालातल्या सूचना बदलून घेतल्या. कुठल्याही एका प्रकारच्या अन्नावर ठपका ठेवणे योग्य नाही असे सुचवले. यामुळे लोकांच्या मनात उत्पन्न झालेला गोंधळ वर्षानुवर्षे कायम होता. म्हणजे साधासरळ निष्कर्ष देणारा हा संदेश एका गुंतागुंतीच्या आणि किचकट शब्दबंबाळात हरवून गेलेला होता. जेव्हा काही बदल न करता आहे तसेच चालू द्यायचे असते तेव्हा जनतेला एकच संदेश दिला जातो : 'या विषयावर तज्ज्ञांचे एकमत नाही.'

रुग्णांप्रमाणेच डॉक्टरही दोन कंपन्यांमधल्या भांडणाच्या कात्रीत सापडलेले असतात. एका बाजूला औषध उत्पादक उद्योग असतो ज्याला प्रत्येक आजारावर उपचार म्हणून औषध द्यायला लावायचे असते आणि दुसरीकडे अन्न उत्पादक कंपन्या असतात, ज्यांना आहार व आजार यांचा संबंध जोडला गेलेला नको असतो. या दोन्ही गटात समानतेचा धागा एकच असतो, तो म्हणजे कोणालाही आहे ती परिस्थिती बदलायची नसते.

पण माझ्यासारखे जे लोक कॅन्सरपासून स्वत:चा बचाव करू इच्छितात, ते या आर्थिक हितसंबंधाचे बळी होणे स्वीकारू शकत नाहीत. सुदैवाने आज अन्नामधल्या कॅन्सरविरोधी गुणांना सिद्ध करणारा पुरेसा पुरावा उपलब्ध आहे.

'लोकांना बदल नकोय.'

एकदा मी एका गावी 'दुसऱ्या महायुद्धानंतरच्या काळात पाश्चात्त्य जगातील लोकांच्या आहाराच्या (बिघडलेल्या) सवयी' या विषयावर व्याख्यान द्यायला गेलो होतो. तेव्हा एक डॉक्टर मला म्हणाले, 'तुमचे बरोबर असेल कदाचित, पण लोकांना बदल नकोय. त्यांना आहाराबद्दल सांगण्यात काही अर्थ नाही. औषध घेणे व आहार विसरून जाणे एवढेच त्यांना करायचेय.'

त्यांचे म्हणणे बरोबर की चूक मला ठाऊक नाही, माझ्यापुरते मात्र ते चूक आहे आणि मला वाटते की असा विचार करणारा मी एकटा नसेन.

९.
कॅन्सरविरोधी मन

भाग १ – शरीर व मनाचा संबंध

दोष माझा आहे?

१९८० सालची गोष्ट. 'कॅन्सर आणि ताणतणाव यांचा परस्पर संबंध, या विषयावर एका प्रख्यात मानसोपचार तज्ज्ञाचे संशोधनावर आधारित व्याख्यान ऐकण्यासाठी एका अमेरिकन विद्यापीठातले फिजिशियन जमले होते. व्याख्याता उत्साहाने आपले निष्कर्ष सांगत होता. कॅन्सर गाठीच्या वाढीवर मानसिक घटकांचा निर्विवाद प्रभाव पडतो असे ते निष्कर्ष सुचवत होते. मुख्य प्रश्नाला ते हात घालणार, तोच अस्वस्थ झालेला पहिल्या रांगेत बसलेला एक सर्जन उठून उभा राहिला आणि गरजला, 'या बकवासवर तुमचा खरोखरच विश्वास आहे?' त्या सर्जनचा उडालेला भडका हा त्या काळच्या एकूण प्रवृत्तीचा अस्सल नमुना आहे. अगदी अलीकडे पर्यंत, मानसिक घटनांचा शरीर क्रियेवर व पर्यायाने आजारावर परिणाम कसा होऊ शकतो याविषयी कोणालाही काहीही कल्पना नव्हती.

आज वीस वर्षांनंतरही, असा काही परिणाम असू शकतो याबद्दल काही शास्त्रज्ञ व मानसरोगतज्ज्ञ शंका घेतात. मनोव्यापाराचा कॅन्सरवर प्रभाव पडतो, ही कल्पनाच काहींना एक (खोटी) आशा, फॅन्टसी, कल्पनारम्य समजूत वाटते. अलीकडे प्रसिद्ध झालेल्या एका समीक्षेत हे मान्य केले होते की मानसोपचार घेतल्याने जीवनाचा स्तर सुधारतो, पण पुढे असेही बजावले होते की, 'मनोव्यापारातील घडामोडी, मानसोपचार व गाठींची वाढ यात काही संबंध आहे याविषयी कुठलाही पुरावा उपलब्ध नाही.'

ठळक निष्कर्षांवर आधारित असूनही कॅन्सर व मानसशास्त्र यातील नाते हे कठोर पुराव्यांपेक्षा अंत:प्रेरणेवर अधिक अवलंबून असते, असा समज होतो हे मात्र खरे.

२००० वर्षांपूर्वी ग्रीक डॉक्टर गॅलेन यानेदेखील असे निरीक्षण नोंदवून ठेवले आहे की मानसिकदृष्ट्या खचलेल्या लोकांना या आजाराचा धोका जास्त असतो. १७५९ साली एका ब्रिटिश सर्जनने (शल्यचिकित्सकाने) लिहून ठेवले आहे की,

'कॅन्सर म्हणजे आयुष्याचा अत्यंत त्रासदायक व दुःखदायक असा विनाशाकडे जाणारा प्रवास आहे.' १८४६ मध्ये ब्रिटिश आरोग्यतज्ज्ञांनी लक्षात आणून दिले की 'मानसिक दुर्दशा, नशिबाचे अचानक होणारे चढउतार आणि स्वभावाची सततची चंचलता ही या आजाराची अत्यंत महत्त्वाची कारणे आहेत.' या लेखमालेचे लेखक डॉ. वॉल्टर हाईल वॉल्श, एक प्रथितयश शल्यचिकित्सक आणि या विषयावर प्रभुत्व असणारे असे व्यक्तिमत्त्व होते, त्यांनी १९ व्या शतकाच्या मध्यंतराच्या काळात आपली स्वतःचीही काही निरीक्षणे नोंदवली होती, 'माझ्याकडेही असे अनेक रुग्ण आले, ज्यांच्यामध्ये हा परस्परसंबंध इतका स्पष्ट दिसत होता की त्यावर शंका घेणे म्हणजे तार्किकावर शंका घेण्यासारखे होते.'

स्तनांचा कॅन्सर झालेल्या स्त्रियांच्या मनात पक्की खात्री असते की त्यांचा आजार हा आयुष्यातल्या मोठ्या तणावाचा – उदा. गर्भपात, अपत्याचा आजार, नोकरीवरून हकालपट्टी – परिपाक आहे. अनेक पाहण्यांत हे दिसून आले आहे. आपण कशावर विश्वास ठेवायचा? आयुष्यातले अपरिहार्य चढउतार आणि कॅन्सर यात कार्यकारण भाव आहे का? खरेच आपण स्वतः कॅन्सरला निमंत्रित करतो का?

मी यावर बराच विचार केलाय. विशेषतः माझ्या स्वतःच्या आजारासंदर्भात. खूप विचाराअंती, वाचनानंतर आणि विविध तज्ज्ञांशी केलेल्या चर्चेनंतर मी ज्या निष्कर्षाप्रत आलोय, तो मी तुमच्याशी शेअर करू इच्छितो, कारण मला विश्वास वाटतो की आजार टाळण्यासाठी अथवा त्याचा सामना करण्यासाठी त्यांचा निश्चितच उपयोग होईल.

एखाद्या पेशीच्या विकृतीच्या स्वरूपातील कॅन्सरच्या 'बीजा'चे दृगोच्चर होणाऱ्या कॅन्सरच्या गाठीत रूपांतर होण्यासाठी सर्वसाधारणपणे १० ते ४० वर्षांपर्यंतचा काळ लागतो. या 'बीजा'चा जन्म एखाद्या सुदृढ पेशीमध्ये होण्याची कारणे म्हणजे, विचित्र प्रकारचे जीन्स (आनुवंशिकतावाहक) किंवा त्याहूनही साधारण कारणे म्हणजे किरणोत्सर्गी पदार्थांशी संबंध येणे, पर्यावरणातील विषारी पदार्थ किंवा सिगारेटच्या धुरामधील बेन्झोपायरीन नामक कॅन्सरजन्य पदार्थ ही होत. 'कॅन्सरचे बीज स्वतः तयार करू शकेल अशी एकही मानसिक गोष्ट आजपर्यंत कधीच सापडलेली नाही.'

परंतु मानसिक ताणतणावांच्या ज्या प्रतिक्रिया होतात, त्या हे बीज ज्या मातीत रुजते (शरीर), त्यावर प्रचंड प्रमाणात प्रभाव टाकू शकते. अनेक व्यक्तींना असे अनुभव नक्कीच असतात की ज्यांच्या कॅन्सरचे निदान होण्याअगोदरचा आयुष्यातला कालखंड (महिन्यांमध्ये किंवा वर्षांमध्येही) ठरावीक प्रकारच्या मानसिक ताणतणावांनी भरलेला होता. हा ताणतणाव बहुधा आयुष्यातल्या एखाद्या सत्त्वपरीक्षेनंतर येतो, जेव्हा माणूस पूर्णपणे खचलेला असतो. आपल्यापैकी अनेकांना आयुष्यात प्रदीर्घ द्वंद्वाचा सामना करावा लागतो. उपकारांच्या व त्यामुळे येणाऱ्या बंधनांच्या अतिदडपणामुळे

गुदमरल्याची भावना निर्माण होते. कदाचित, ही परिस्थिती कॅन्सरला उद्दीपीत करीत नसेल, पण 'नेचर रिव्ह्यूज कॅन्सर' मध्ये २००६ साली प्रकाशित झालेल्या एका लेखामध्ये म्हटल्यानुसार, कॅन्सर वेगात वाढण्यासाठी किंवा पसरण्यासाठी संधी मात्र निश्चितच उपलब्ध करून देते. कॅन्सर होण्याची कारणे खरे तर इतक्या पुष्कळ संख्येने व इतकी विविध आहेत की कोणीही व्यक्तीने त्यासाठी स्वत:ला जबाबदार धरू नये किंवा त्यासाठी अपराधी वाटून घेऊ नये. जर तुमच्या मांजराला कॅन्सर झाला, तर तुम्ही असे स्वप्नातही म्हणू शकणार नाही की त्यासाठी मांजरच जबाबदार आहे!! तरीदेखील ज्या कोणाच्या बाबतीत कॅन्सरचे निदान झालेले आहे, त्यांनी त्यांचे जीवन वेगळ्या पद्धतीने जगण्यास शिकण्याची ती एक संधी आहे, ज्याचा फायदा त्यांना या आजारातून सावरण्यासाठी होणार आहे. मला हेच करावे लागले.

भावनांचा कोंडमारा

कुटुंबातील सर्वांत मोठ्या मुलाचा सर्वांत मोठा मुलगा म्हणून मी जन्मलो. मी जेव्हा जन्मलो तेव्हा लगेचच मला माझ्या आईच्या हातातून आणि आईच्या दुधापासून दूर नेले गेले. कारण ते अपुरे आहे अशी काळजी डॉक्टरांना वाटत होती. आपल्या कौटुंबिक जबाबदाऱ्या जो पुढे चांगल्या रितीने पार पाडेल अशा बाळांच्या सुरक्षिततेसाठी एक अत्याधुनिक आणि अधिक परिणामकारक अशी जी बालसंगोपनपत्रिका समजली जाते – अशा संगोपनगृहात मला सोपविले गेले; म्हणजे बालसंगोपन मदतनिसांकडे! मी रडून आकांत केला. मला वाटते, कदाचित इतर नवजात बालकांसारखेच मलाही त्या आवाजरहित पेटीतील इनक्युबरेटरमध्ये राहण्यापेक्षा माझ्या आईच्या कुशीत झोपणे जास्त आवडले असते म्हणूनच! मला जन्म दिला तेव्हा माझी आई २२ वर्षांची होती. तिची हुशारी आणि वागणूक विचारात घेतली तर जाणवते की अख्ख्या देशाचे सर्वांत मोठे 'न्यूज मॅगेझिन' चालवणाऱ्या ३७ वर्षांच्या तिच्या नवऱ्याच्या मानाने ती एक छोटी मुलगीच होती. लवकरच माझ्या आजीने, वडिलांची आई, जाहीर करून टाकले की माझी आई माझी काळजी घेण्यास असमर्थ आहे आणि मला घरीच राहणाऱ्या संगोपनकर्त्या आयाकडे मोठ्या विश्वासाने सोपविण्यात आले. माझ्या आईला या ताटातुटीचा भयंकर त्रास झाला. तिला आठवते की रात्री तिच्या स्तनांमधून दूध अक्षरश: गळत असे, पण तिला माझ्याकडे येण्यास मात्र पूर्ण मज्जाव होता. त्यानंरच्या काळामध्येही आम्ही आमच्या नात्यामधला दुरावा संपवू शकलो नाही, कारण त्यामध्ये होत्या फक्त हालअपेष्टा आणि शारीरिक व मानसिक क्लेश.

पुढे लवकरच माझ्या तीन भावांचा जन्म झाला आणि तिने स्वत:ला त्यांच्यामध्ये गुंतवून घेतले. माझे संपूर्ण बालपण माझ्या आईच्या सहवासाविनाच पार पडले.

आजही अगदी भावनावश होऊन 'आई माझे सर्वस्व होती' असे कोणी सांगताना ऐकले की मला असे लक्षात येते, की ते काही मला पुरेसे जाणवत नाही! नवजात बालक असताना जी दुःखदायक पोकळी मी अनुभवली, त्याची स्मृती माझ्या शरीरात अजूनही जशीच्या तशी आहे. मी जसजसा मोठा झालो, तसतसे माझे मलाच भावनिक संतुलन ठेवणे जमू लागले, यासाठी खरे तर माझ्या नानीचे (आया) आभार मानायला हवेत. मी अगदी तीन महिन्यांचा असल्यापासून तिने माझी काळजी घेतली. माझ्यावर अगदी मनापासून प्रेम केले. अर्थात कधीतरी अडचणीची वेळ येत असे, कारण कितीही झाले तरी ती फक्त १८ वर्षांची होती. या प्रेमाने माझी भावनिक पोकळी भरून काढण्यासाठी लागणारा प्राणवायू मात्र नक्कीच दिला. पण मी हे कधीच विसरू शकलो नाही, की तिचं मी ऐकावं म्हणून ती मला नेहमीच आठवण करून देत असे की मी जर चांगला वागलो नाही, तर ती मला सोडून जाईल. या धमक्यांमुळे मात्र मी अगदी शक्तिहीन आणि लाचार होत असे. त्यामुळेच मी माझ्याकडून, विशेषतः थोरल्याकडून ज्या अपेक्षा असतात, त्या पूर्ण करण्यास झटपट शिकलो. ना कधी हट्ट केला, ना भावनांचा उद्रेक होऊ दिला. फक्त शिस्त आणि वागण्याबोलण्यावर काटेकोर लक्ष. मला वाटते की माझी थोरलेपणाची बूज राखण्यासाठी लागणारी भूमिका मी व्यवस्थित पार पाडली, अगदी माझ्या भावनांवर दडपून पांघरूण घालून!!

तीस वर्षांनंतरही, जेव्हा मला ॲना भेटली तेव्हाही एखाद्या स्त्रीवर पूर्ण विश्वास टाकणे मला जमत नव्हते. मला सोडून जाण्याची धमकी न देता माझ्या चुकांवर पांघरूण घालण्याच्या तिच्या क्षमतेवर खरेच माझा विश्वास नव्हता. जेव्हा आमच्या लक्षात आले की मला मृत्यूकडे नेणारा हा आजार झाला आहे, तेव्हाही ॲना मला सोडून गेली नाही. मला तिच्या शांत आणि सुंदर चेहऱ्यावर तेच, आईचे बिनशर्त, संपूर्ण प्रेम दिसले – जे मी कधीच अनुभवले नव्हते. ती असा एक कातळ बनून राहिली, ज्यावर मी माझ्या तारुण्यातल्या आयुष्याची इमारत बांधू शकलो. मी जेव्हा एकटा होतो आणि डोळे मिटून घेतले, त्या त्या वेळी तिची मूर्ती माझ्यासमोर उभी राहिली आणि तिच्या सहवासाची जाणीव मला झाली.

जसे काही तिच्या अस्तित्वाचा काही भाग माझ्यामध्ये मिसळून कायमच माझ्याबरोबर राहत होता. 'मी तुझ्यावर प्रेम करतो' म्हणण्यासाठी ॲमेझोनमधील यॅनोमॉमी इंडियन्स म्हणतात, 'या पिही इराकेमा.'

अगदी तसंच काहीसं मला ॲनाबद्दल वाटले. माझ्या गुळगुळीत टकलावरचा एक मोठा 'L' आकाराचा व्रण घेऊन मी जेव्हा माझ्या पहिल्या शस्त्रक्रियेतून नुकताच बाहेर आलो, तेव्हा अतिशय हळुवारपणे तिला विचारले, 'तू माझ्याशी लग्न करशील?' त्यावेळी तिने दिलेले कोणतेही आढेवेढे नसलेले आणि हृदयात

खोलवर जाणवलेले उत्तर म्हणजे माझ्या आयुष्यातल्या अत्यंत सुंदर क्षणांपैकी एक क्षण होता. तिच्यासारख्या अतिशय हुशार, खंबीर आणि चैतन्यमयी स्त्रीने त्यावेळी तरी अत्यंत नाजूक, अस्थिर बुद्धीच्या आणि काहीशा अनाकर्षक माणसाबरोबर गाठ का बांधावी, हे माझ्या तर्कबुद्धीला समजलेच नाही. पण माझे हृदय मला सांगत होते की तिने पूर्ण विचारांतीच 'हो' म्हटले आहे आणि मृत्यूपेक्षाही शक्तिशाली अशा बंधनाने आम्ही बांधलेलो होतो. प्रेम, आमचं प्रेम, यामुळेच भीतीचा लवलेशही माझ्या राहिला नाही.

केप फिअर नदीच्या प्रवाहातील सुंदरशा नावेमधला आमचा मधुचंद्र मला आठवतो. त्या दिवसांमधील बराच काळ खरे तर आम्ही वीज, पाणी आणि इंधनाच्या तुटवड्यामध्येच घालवला. आम्हाला मदत येईपर्यंतचा, जवळजवळ दुसऱ्या दिवसापर्यंतचा काळ खूप होता. पण ॲना इतकी खेळकर होती आणि आम्हीही एकमेकांच्या प्रेमात इतके आकंठ बुडून गेलो होतो की, तो त्रास म्हणजे आमच्यासाठी एकमेकांबरोबर हसण्या-खेळण्याची, स्वयंपाक शिकण्याची, प्रणय करण्याची आणि मुक्तपणे सर्वत्र आकाशातल्या सुंदर चांदण्या पाहण्याची एक संधीच होती. आणि त्यानंतर आमचे संपूर्ण आयुष्यच अशा प्रकारच्या स्वच्छंदी, हलक्या-फुलक्या क्षणांनी प्रेरित झालेले असायचे. आमचा 'मधुचंद्र' चांगला दोन वर्षे चालला. मला 'अजिंक्य' असल्यासारखे वाटले. जो पर्यंत आम्ही दोघे बरोबर होतो, कोणत्याही प्रसंगाचा सामना करण्यास सज्ज होतो. अगदी पहिल्यांदाच मला खोलवर वाटून गेले, मी एक सुंदर आयुष्य जगतोय! आणि ॲनाला मूल व्हावे असे वाटू लागले. अर्थात माझी याविषयी तिच्याबरोबर बोलण्याची हिंमत नव्हती. तिने एकटीनेच त्या मुलाला वाढवावे असे मला वाटत नव्हते. इतकेच नाही तर असेही वाटत होते की, बाळाने असे वाढू नये की, त्याला आपले वडील कोण हे महत्प्रयासाने आठवावे लागेल. आणि म्हणूनच जेव्हा ॲना म्हणाली की ती आई बनण्यास सिद्ध आहे आणि काहीही झाले तरी माझ्यापासून एक मूल हवे आहे, तेव्हा मी अगदी हलून गेलो. ॲना काही तडकाफडकी निर्णय घेणाऱ्यांपैकी नव्हती. मला माहीत होते की तिने यावर पूर्ण विचार केला आहे. मला हेही माहीत होते की ती एकटीसुद्धा बाळाला वाढवण्यास पूर्ण सक्षम होती. ती लगेचच गर्भवती राहिली.

माझ्या मुलाचा जन्म म्हणजे माझ्या आयुष्यातला आणखी एक अतिशय सुंदर दिवस होता. ॲनाला बाळाला शक्य तेवढ्या नैसर्गिक पद्धतीने जन्म द्यावयाचा होता आणि एखादी व्यक्ती जसे मॅरेथॉन जिंकणाऱ्या ऑलिंपिक खेळाडूला पाहते, तसा मी तो सोहळा पाहिला! बाळाला जन्म देण्याच्या त्या महत्त्वाच्या आणि आनंददायी कामात ती अतिशय एकाग्र झाली होती. कधीकधी, दोन प्रसूतीवेदनांच्या मधल्या काळात ती माझ्याकडे हळूच पाहत असे किंवा माझा हात घट्ट धरत असे. वसंत

ऋतूच्या आगमनाबरोबरच, पीट्सबर्गमधील रस्त्यांच्या बाजूला असलेल्या निवडुंगाला पहिलावहिला पांढराशुभ्र बहर आला होता, त्याच बहरातील एका रात्री 'साचा'चा जन्म झाला. तिने त्याला अगदी संपूर्ण रात्रभर छातीशी कवटाळून धरले होते. पण मला हे माहीत नव्हते की हे जे सुंदर प्रेम मला मिळाले, त्यानेच आमच्या दोघांमधल्या प्रेमाचा अंतही जाहीर केला असेल!!

साचा प्रचंड झोपत असे. आम्ही रात्री त्याला आमच्या बिछान्यावर घेऊन जात असू आणि नंतर ॲना त्याला सोडतच नसे. दिवसा तो तिच्या हातामध्येच खूप डुलक्या काढत असे. बालसंगोपन करणाऱ्या आयाकडे त्याला सोपवण्यास ती कायमच नकार देत असे. संपूर्ण पाच वर्षांमध्ये आम्ही एकदाही आठवड्याची सुटी एकत्र घालवली नाही. माझे एक मन ॲनाच्या अविश्वसनीय अशा झोकून दिलेल्या मातृत्वाच्या प्रेमाचे कौतुक करीत होते. पण दुसरे मन या नवीन नात्याच्या गहिरेपणामुळे येणारा आमच्यातील दुरावा सहन करू शकत नव्हते. लवकरच मला, तिला भेटण्याआधीचा एकाकीपणा पुन्हा जाणवू लागला. दिवसभर थकूनभागून सायंकाळी ती माझी वाट बघत असे; तिच्या कामाचा थोडासा भार तरी मी उचलावा म्हणून. पण ती मला साचाची जी काळजी घ्यावयास सांगत असे ते माझ्या आवाक्याबाहेरचे होते. मी तिच्यापासून तुटक होत असल्याचे मला जाणवले आणि आमच्या नात्याने जी शक्ती मला दिली होती, तीही हळूहळू कमी होऊ लागली. मी माझ्या संशोधनाच्या कामातही चांगलाच मागे पडत चाललो होतो. अनेक वेळा मी ऑफिसमध्ये माझ्या कुत्र्याशेजारी एकटाच झोपलेला असे. परिस्थिती चांगलीच बिघडली होती. माझ्या जीवनाला अर्थ देणारी प्रत्येक गोष्ट माझ्यापासून दूर गेली होती. माझे व्यावसायिक यश, माझ्या पत्नीचे प्रेम, इतकेच काय माझ्या स्वतःच्या मुलाबरोबरचे नातेदेखील! अनेक वर्षे माझ्याकडून ज्या अपेक्षा होत्या, जे करण्यासाठी मी स्वतःला सतत ढकलत होतो, त्या गोष्टींमुळे मला समाधान मिळेल ही आशा पूर्ण मावळली होती. पती-पत्नी हे नाते आमच्यामध्ये पुन्हा प्रस्थापित होण्याची आशा मी पूर्ण सोडून दिली. एका परीने, माझे आयुष्य पुन्हा एकदा, माझ्या स्मरणात पक्क्या ठसलेल्या माझ्या बालपणातल्या आयुष्यासारख्या वळणावर येऊन पोहोचले. जगण्यासाठी फक्त थोडेसे प्रेम आवश्यक होते. घर आणि लग्न तोडण्याच्या माझ्या निर्णयानंतर बरोबर दोन आठवड्यांनंतर एक क्षण असा आला की माझ्या कॅन्सरने पुन्हा उचल खाल्ल्याचे माझ्या लक्षात आले. बर्नार्डप्रमाणेच मला त्याचे आश्चर्यही वाटले नाही.

कॅन्सर होण्याकडे कल असणारे व्यक्तिमत्व?

सॅनफ्रान्सिस्को येथील कॅलिफोर्निया विद्यापीठाच्या मानसशास्त्र विभागातील लिडीया टेमोशॉक व ॲन्ड्र्यू नियर (दोघेही पीएच.डी.) यांनी कॅन्सरचे रुग्ण आणि हृदयरोगाचे रुग्ण यांच्या भावनिक प्रतिक्रियांची तुलना केली. त्यांनी या रुग्णांना कमी तीव्रतेचे विजेचे झटके दिले आणि त्यांच्या नैसर्गिक प्रतिक्रियांची मोजणी केली. त्यांनी त्या दोन्ही गटाच्या रुग्णांना या प्रयोगाच्या वेळी काय वाटले होते याचे वर्णन करण्यास सांगितले. या एकूणच नैसर्गिक प्रतिक्रियांच्या मोजणीनुसार असे आढळून आले की कॅन्सरच्या रुग्णांच्या प्रतिक्रिया हृदयरोग्यांपेक्षा जास्त तीव्र स्वरूपाच्या होत्या. पण असेही निदर्शनास आले की कॅन्सरचे रुग्ण जेव्हा संशोधकांच्या प्रश्नांना उत्तरे देत होते, तेव्हा आपल्याला झालेला त्रास कमी असल्याचा आव मात्र आणत होते. टेमोशॉकने कॅन्सर रुग्णांसाठी 'टाईप सी व्यक्तिमत्त्वाची संकल्पना' सुचविली. (जी नेहमीच्या हृदयरोग्यांच्या उतावळ्या व आक्रमकतेकडे कल असलेल्या 'टाईप A' व्यक्तिमत्त्वाच्या बरोबर उलट होती.) कॅन्सरच्या रुग्णांबरोबर काम करणाऱ्या बऱ्याच मानसोपचार तज्ज्ञांनी; डॉ. ओ कार्ल, स्टिफन सिमोन्टोन, डॉ. लॉरेन्स लेहान व इयन गॉलर यांनी देखील या रुग्णांचे मानसिक गुणधर्म या पद्धतीच्या (टाईप C) व्यक्तिमत्त्वाशी जुळत असल्याचे निदर्शनास आणून दिले.

ज्या लोकांना लहानपणी जाणता-अजाणता आपुलकीची वागणूक कधीच मिळालेली नसते, त्या लोकांचे 'टाईप C' व्यक्तिमत्त्व दिसून येते. त्यांचे पालक बहुधा अत्यंत हिंसक व तापट असावेत किंवा अतिशय थंड, अंतर ठेवून वागणारे आणि मुलांकडून सतत अपेक्षा बाळगणारे असावेत. या मुलांना खूप कमी वेळा प्रोत्साहन मिळालेले असते आणि त्यामुळे त्यांच्यात न्यूनगंडाची व दुबळेपणाची भावना निर्माण झालेली असते. नंतर, जेव्हा त्यांना कशीही का होईना पण प्रेम मिळण्याची शाश्वती मिळते, तेव्हा स्वतःच्या इच्छा-आकांक्षांना अनुसरून जगण्यापेक्षा ते आपल्या जबाबदाऱ्या पार पाडण्यासाठी आपल्या ताकदीचा पुरेपूर वापर करण्यास प्राधान्य देतात. अशा व्यक्ती मग अगदी कमी रागावणारे (किंवा कधीच न रागावणारे), कायम दुसऱ्याला मदत करण्यास सज्ज असलेले म्हणजे अगदी 'संत' बनून जातात!! हे लोक संघर्ष टाळतात आणि आपल्या स्वतःच्या इच्छा आकांक्षांना सतत मागे ढकलतात – अगदी संपूर्ण आयुष्यभर सुद्धा. भावनिक सुरक्षिततेला हे लोक इतके महत्त्व देतात, की ती कायम राहावी म्हणून आयुष्यातील ठरावीक गोष्टींमध्येच, म्हणजे व्यवसाय, लग्नसंबंध आणि मुलांमध्येच स्वतःची प्रमाणाबाहेर गुंतवणूक करून घेतात. पण मग या गुंतवणुकीला जेव्हा धक्का बसतो, व्यावसायिक अपयश, घटस्फोट, निवृत्ती किंवा अगदी साधे म्हणजे मुले घर सोडून बाहेर निघून

जातात, तेव्हा हे बालपणीचे दुःख पुन्हा त्यांच्या पदरात पडते. बऱ्याच वेळा त्यामुळे ते लोक उद्ध्वस्त होतात. कारण त्यांना सतत असे वाटत राहते की या अशा प्रकारच्या भावनिक क्लेशांपासून कधीच सुटका होऊ शकत नाही. टाईप C व्यक्तिमत्त्वाची संकल्पना कितीही आकर्षक वाटली तरीही त्याला शास्त्रीय आधार नाही आणि त्यामुळे ती सोडून देण्यात आली आहे. मी येथे तिचा वापर करतो आहे कारण तिने एका महत्त्वाच्या कॅन्सरजनक घटकाकडे लक्ष वेधण्याचे काम केले – हतबलपणाची भावना. आज या 'हतबलपणाच्या भावने'वर अनेक जण संशोधन करत आहोत.

हे कसोटी पाहणारे प्रसंग हे 'दुसऱ्या आघाता'चे काम करतात आणि जुन्या नीट न भरलेल्या जखमा पुन्हा उकरून काढतात. मग येते ती हतबलपणाची, निराशेची, विरक्तीची भावना. आज आपल्याला सर्वांनाच हे ठाऊक झाले आहे की हे विचार आपले मानसिक व शारीरिक संतुलन बिघडवतात.

माझा एक उपचारतज्ज्ञ सहकारी याला लहान मुलांच्या 'युद्धनौका' या खेळामधील 'आघात करा आणि बुडवा' ही पद्धत संबोधतो. बालपणीचा पहिला आघात सहन करणे अवघड असते, पण ते कसे तरी शक्य केले जाते. पण जेव्हा दुसरा आघात नेमक्या त्याच ठिकाणी होतो, तेव्हा संपूर्ण मानसिक रचना, इतकेच नाही तर शारीरिक इमारतही कोसळू शकते. फॉईड या मानसशास्त्रज्ञाने हीच संकल्पना मानसशास्त्रामध्ये मानसशास्त्रीय आजाराबाबत बोलताना मांडली आहे. त्यांने या संकल्पनेला 'मानसिक आघात व त्यानंतरची परिस्थिती' असे म्हटले आहे. वरील 'आघात करा आणि बुडवा' या संकल्पनेशी तंतोतंत जुळणारी एक पाहणी अटलांटा येथील एमोरी विद्यापीठातील चार्ल्स बी. नेमेरॉफ (एम.डी.,पीएच.डी.) यांच्या प्रयोगशाळेनेही प्रकाशित केला आहे. ज्यांना लहानपणी मानसिक धक्का बसला आहे व ज्यांना डिप्रेशन आहे असे लोक कॅन्सर होण्यास कारणीभूत होणाऱ्या दाहकारक गोष्टी व कृत्रिमरित्या दिलेल्या ताणतणावास अतिशय संवेदनशील असता.

हतबलपणाची भावना – कॅन्सरचे खाद्य

माणसांमधील, असहाय असण्याची भावना कॅन्सरवाढीवर परिणाम करते, हे सिद्ध करणे सरळ सोपे काम नाही. केमोथेरपीचा किती उपयोग होणार यावरही त्याचा परिणाम होतो. पण हे बघण्यासाठी कॅन्सर रुग्णावर प्रयोग करू शकत नाही. मग आपण प्रयोगशाळेतल्या प्राण्यांवर होणारे परिणाम अभ्यासतो. बाह्य हस्तक्षेपामुळे उत्पन्न झालेली असहायता उंदरामधल्या कॅन्सरची वाढ व प्रसार कसा बदलते हे एका अतिशय कौशल्यपूर्ण प्रयोगाद्वारे दाखविले गेले.

पेनसिल्व्हानिया विद्यापीठातील मार्टीन सेलिग्मन (पीएच.डी.) यांच्या प्रयोगशाळेत

उंदरांमध्ये ५० टक्के मरणाकडे नेणाऱ्या गाठींमधील पेशींचे रोपण करण्यात आले. या प्रयोगामध्ये उंदरांचे तीन गट करण्यात आले. पहिल्या गटामध्ये प्राण्यांमध्ये रोपण करण्यात आले पण इतर कोणतीच ढवळाढवळ केली गेली नाही. दुसऱ्या गटातील उंदरांना कमी तीव्रतेचे विजेचे धक्के देण्यात आले. पिंजऱ्यातील टेकूला ढकलून त्यातून सुटका करून घेण्यास त्यांनी आपोआप शिकून घेतले. तिसऱ्या गटातील प्राण्यांनाही असेच विजेचे धक्के दिले गेले, पण त्यातून सुटका करून घेण्याची कोणतीच सुविधा त्यांना देण्यात आली नव्हती.

'सायन्स' या मासिकात प्रकाशित झालेले या प्रयोगाचे निष्कर्ष स्पष्ट होते. ज्या उंदरांना विजेचे धक्के देण्यात आले नव्हते अशा पहिल्या गटातील प्राण्यांमध्ये ५० टक्केच जगू शकले. ज्यांना विजेचे धक्के दिले होते, पण टेकू ढकलून त्यातून सुटका करण्याची संधी होती अशा दुसऱ्या गटातील ६३ टक्के उंदरांमध्ये पेशीरोपण यशस्वी होऊ शकले नाही. (गाठ वाढू शकली नाही.) तसेच पहिल्या गटापेक्षा या गटात उंदीर जिवंत राहण्याचे प्रमाणही जास्त होते. उलटपक्षी, तिसऱ्या गटातील, विजेच्या धक्क्यातून सुटकेची सुविधा नसलेल्या उंदरांपैकी फक्त २३ टक्केच कॅन्सरपासून बचावले. याचाच अर्थ, त्यांच्या परिस्थितीतील मानसिकदृष्ट्या खचलेपणा कॅन्सरची गाठ वाढण्यास मदत करणारी ठरली. या अभ्यासावरून एक महत्त्वाचा धडा मिळतो. फक्त ताणतणावाची परिस्थितीच (जसे की विजेचे धक्के) कॅन्सरला कारणीभूत ठरते असे नाही, तर त्या तणावाचे प्रत्येकाचे आकलन आणि त्यामुळे निर्माण होणारे मानसिक खचलेपण या आजाराविरुद्धची शरीराची प्रतिक्रिया ठरवत असते.

इयान गॉलर यांची आश्चर्यकारक मन:शांती

जर मानसिक खचलेली स्थिती किंवा लाचारीची भावना कॅन्सरच्या वाढीस मदत करत असेल, तर मन:स्वास्थ्य, मनाचा आनंदीपणा कॅन्सरच्या वाढीस रोखू शकतात काय? काही अपवादात्मक रुग्ण बघता यात तथ्य आहे असे वाटते. ऑस्ट्रेलियातील मेलबर्नमधील इयान गॉलर या पशुरोगतज्ज्ञास असे आढळून आले की त्यांना स्वत:लाच हाडाचा कॅन्सर झाला असून त्यामुळे त्यांच्या पायास इजा पोहोचली आहे. पायाचा काही भाग कापून टाकल्यानंतर, एक वर्ष नेहमी दिले जाणारे उपचार देखील कॅन्सरच्या गाठीची वाढ रोखू शकले नाहीत.

कॅन्सर त्यांच्या कमरेच्या हाडामध्ये आणि छातीच्या हाडामध्येही पसरला आणि त्यामुळे त्यांना अगदी सहज दृष्टीस पडणारी व्यंगे निर्माण झाली. त्यांच्यावर उपचार करणाऱ्या कॅन्सरतज्ज्ञाच्या अंदाजानुसार त्यांचे आयुष्य आता फक्त काही आठवड्यांचे होते. कदाचित एक महिन्याहूनही कमी! आता तसे काहीच गमावण्यासारखे

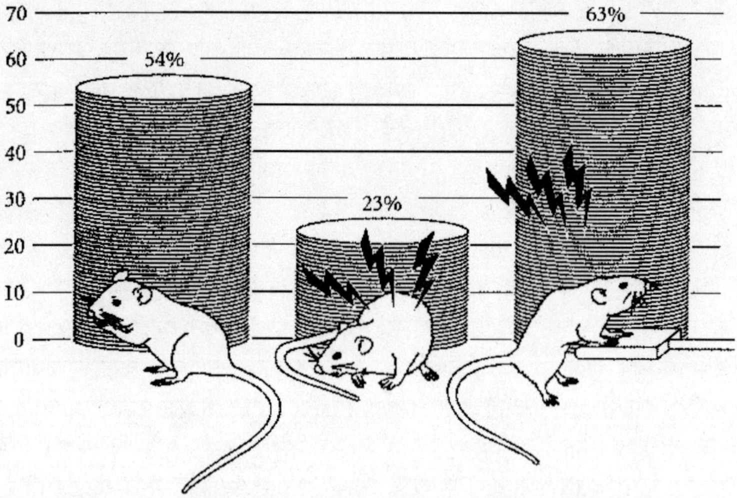

आकृती – ज्या उंदरांना विजेचे धक्के दिले व त्यातून सुटका नव्हती, त्यांना कॅन्सरच्या गाठी मोठ्या प्रमाणात झाल्या. ज्यांना त्यातून सुटका करून घेता येत होती, ते कॅन्सरपासूनही बचावले.

नसल्यामुळे गॉलर यांनी पत्नीच्या पूर्ण सहकार्याने, मन:शांतीचा अभ्यास अतिशय तीव्रतेने सुरू केला. त्यांना 'योगा' करताना ज्या 'शांत' भावनेचा अनुभव आला होता, त्याचाच आनंद त्यांना उर्वरित आयुष्यात घ्यावासा वाटत होता. त्यांचे डॉक्टर डॉ. मिअर्स यांनी भारतात आले असताना या मन:शांतीच्या अभ्यासास सुरुवात केली होती आणि त्यांना यामध्ये जादूमय गूढ अनुभव आला होता. त्यांचे काही रुग्ण या 'शांत' भावनेचे अनुभव घेण्यात ज्या पद्धतीने यशस्वी झाले होते, त्याने डॉ. मिअर्स खूप प्रभावित झाले होते. त्यांनी याचा संबंध या रुग्णांच्या आयुष्याच्या शेवटच्या दिवसांतील विशेष मन:शांतीशी जोडला. पण या पद्धतीच्या उपचारांदरम्यान, काही आठवड्यांतच आश्चर्यकारकरित्या गॉलर यांची तब्येत बरीच सुधारल्याची जाणीव झाली. अनेक महिन्यांच्या तीव्रतम मन:शांती अभ्यासानंतर (दिवसातून ३ वेळा एकेक तास!) आणि कडक आहार नियंत्रणानंतर ते जवळजवळ पूर्ववत झाले. त्यांच्या छातीच्या हाडांमध्ये जी कुरूप व्यंगे निर्माण झाली होती, ती नाहीशी होऊ लागली. इतकेच नव्हे, तर काही महिन्यांनंतर ती पूर्णत: नष्ट झाली. डॉ. मिअर्स यांनी गॉलरना विचारले, या असाधारण सुधारणांचे गुपित काय आहे? 'मला वाटते, आपल्या जीवनशैलीचा आणि जीवनाचा अनुभव घेण्याचा मार्ग हेच महत्त्वाचे आहे.' ते व त्यांची पत्नी यांविषयी भरभरून बोलत राहिले. डॉ. मिअर्स

म्हणतात की गॉलर यांनी त्यांच्या मन:शांतीच्या अभ्यासातून अगदी रोमारोमांत मनाची स्थिरता अनुभवली. आज ३० वर्षांनंतरही ते जिवंत आहेत. बरे झाल्यानंतरचा त्यांच्या आयुष्यातला बराच काळ ते कॅन्सरग्रस्तांच्या सहवासातच व्यतीत करतात, त्यांना मन:शांतीचा अभ्यास आणि निरोगी जीवनासाठीच्या सवयी शिकवतात.

स्टॅनफोर्ड विद्यापीठातील मानसोपचारतज्ज्ञ डेव्हिड स्पीगल यांनीदेखील ताणतणाव आणि कॅन्सर रुग्णांची जिवंत राहण्याची क्षमता यांचा संबंध दर्शविणाऱ्या पूर्वीच्या मतांवर जोरदार आक्षेप घेतला. पदवीचा अभ्यास करताना त्याने येल विद्यापीठात तत्त्वज्ञान हा विषयही घेतला होता. त्यातून त्यांच्या जीवनप्रवासाची एक दिशाच मिळून गेली. एक माणूस म्हणून जगताना प्रत्येकाला दुसऱ्याबरोबर एक विश्वासाचे नाते ठेवावेच लागते. आपण स्वत:ला नवीन पद्धतीने उभे करू शकणार आहोत, क्वचित संपूर्णत: बदलूही शकणार आहोत अशी त्यांना स्वत:च्या अंतर्मनातून जाणीव असावयास हवी. इतकेच नव्हे तर हे शक्तिशाली स्वातंत्र्य दुसऱ्यासही देणे आवश्यक आहे.

हार्वर्डमधील वैद्यकीय व मानसोपचारामधील अभ्यास पूर्ण केल्यानंतर स्पीगल यांनी वरील विश्वसनीयता आणि दुसऱ्याच्या बाबतीत पूर्वग्रहदूषित विचार बदलण्याचे सामर्थ्य येण्यासाठी कोणकोणत्या गोष्टींची गरज असते, याचेच संशोधन करण्यात जीवनाचा बराच काळ व्यतीत केला. सार्त्र यांच्याप्रमाणेच यांनाही या गोष्टीवर ठाम विश्वास होता की लोक जेव्हा मृत्यूच्या भीतीशी झुंज देतील, तेव्हाच ते एक 'माणूस' म्हणून जगतील. एक तरुण मानसोपचारतज्ज्ञ म्हणून त्यांना स्टॅनफोर्ड विद्यापीठातील एक विचारवंत अरविन यॅलॉम (एम.डी.) यांच्याबरोबर काम करण्याची संधी मिळाली, ते याच विषयावर काम करीत होते. दोघांनी मिळून अतिशय गंभीर आजारी स्त्रियांसाठी मदत गट तयार केले, ते आठवड्यातून एकदा त्यांना भेटत असत. या सर्वच महिलांना शरीरभर पसरलेला स्तनांचा कॅन्सर झाला होता व त्यांच्या आयुष्याची दोरी काही महिने, फार तर काही वर्षांपेक्षा जास्त काळ टिकणारी नव्हती. जर मानसोपचारतज्ज्ञांचे गृहीतक बरोबर मानले, तर हाच त्यांच्या आयुष्यातला काळ 'माणूस' म्हणून जगणे शिकण्यास योग्य होता.

या त्यांच्या अभ्यासात, ८ ते १० महिलांचे गट दर आठवड्याला भेटत असत. त्या सर्व जणी त्यांच्या भीतीबद्दल, त्यांचा एकाकीपणा, राग-लोभ, इच्छा इतकेच नव्हे तर या गंभीर आजाराशी सामना करण्याचे त्यांचे मार्ग याबद्दल चर्चा करीत असत. यातून सर्व जणींनाच आयुष्यातला एक महत्त्वाचा धडा मिळाला की, या जगात सर्व जण दु:खी आहेत – कोणी कमी कोणी जास्त – त्याबद्दल खेद वाटण्याची काहीच गरज नाही.

या मदतगटांमधील प्रत्येक जण आजाराने गंभीररित्या त्रासलेला होता. यात लपविण्यासारखे काहीच नव्हते. या स्त्रिया बोलू शकत होत्या आणि अंतर्मनातील

अगदी खोलवरच्या विचारांची देवाणघेवाण करू शकत होत्या. एकमेकींशी विश्वासपूर्ण चर्चा करून जो धीर मिळत होता, तो अनुभव अनेकींच्या आयुष्यात अगदी प्रथमच येत होता.

आणि अर्थातच त्यांच्या बाबतीत चमत्कार घडून आला : या चर्चा, भेटी म्हणजे नेहमी केवळ वैफल्यग्रस्त आणि निराशाजनक अनुभवांची देवाणघेवाण नव्हती, तर अतिशय सुंदर नैसर्गिक हास्य आणि निखळ मैत्री यांचाही त्यात समावेश होता. काही जणींना स्वत:च्या दु:खांचा स्वीकार करतानाच त्यांनी आयुष्यामध्ये होकारात्मक भावना, आनंद, जगण्याची आकांक्षा आणि एकत्र राहण्याचे समाधान याद्वारे जगण्यासाठी एक आयाम मिळाला.

कधीकधी अर्थातच त्यांच्यातील एखादी स्वत:च्या आजारामुळे मृत्यूच्या गर्तेत लोटली जाई. मग सर्वच जणी गेलेल्या मैत्रिणीच्या चांगुलपणाविषयी बोलत राहत. ती तिच्या नवऱ्याच्या चुका वर्णन करताना कशी मनापासून हसत असे, याची आठवण काढत. त्यांचीच एखादी मैत्रीण तिच्या शस्त्रक्रियेदरम्यान येणाऱ्या अडचणी सांगत असताना ही कशी एकाग्रतेने ऐकत असे किंवा तिच्या शेवटच्या दिवसांमध्ये किती धैर्याने तिने दुखण्याचा सामना केला... अशा एक ना अनेक आठवणी...

त्यांनी सर्वांनीच त्यांच्या दु:खाच्या, निराशेच्या भावनांचीही सहज देवाणघेवाण केली. हे क्षण खरे तर त्यांची परीक्षा घेणारे होते, पण प्रत्येकीला असे निश्चितच वाटून गेले की या आठवणींमुळे, गेलेल्या व्यक्तीचे त्यांच्या हृदयातील स्थान अढळ झाले. इतकेच नाही तर प्रत्येकीला असेही वाटले, जेव्हा आपली या जगातून जाण्याची पाळी येईल, तेव्हादेखील अशा प्रकारच्या आठवणींनी आपला सन्मान होईल आणि आपणही इतरांच्या हृदयात विराजमान होऊ.

या सर्वच महिला आपापल्या मार्गाने जाण्यापूर्वी वर्षभर खूपच नियमित भेटत राहिल्या. त्यांच्या अभ्यासासाठी स्पीगल यांनी या गटचर्चांमध्ये भाग घेतलेल्या स्त्रियांच्या मनोव्यापाराची तुलना तशाच रोगनिदान झालेल्या, त्याच प्रकारचे वैद्यकीय उपचार चालू असलेल्या पण वरील गटचर्चांमध्ये भाग नसलेल्या स्त्रियांशी केली. ज्या स्त्रियांनी या चर्चांमध्ये सतत भाग घेतल्यामुळे भीतीशी झगडण्याचे कौशल्य शिकून घेतले होते, आपल्या भावभावना इतरांशी बोलताना व्यक्त केल्या होत्या आणि अतिशय विश्वासू मैत्रीचा अनुभव घेतला होता, त्यांना मानसिक ताण, नैराश्य किंवा शारीरिक दु:ख यांचा कमी प्रमाणात सामना करावा लागला.

स्पीगल यांच्या अपेक्षेप्रमाणेच त्यांची भावनिक स्थिती खूपच चांगली राहिली होती. पण त्यांनी देखील या सर्वांचा आजाराच्या वाढीवर काही परिणाम होईल अशी कल्पना करण्याचे धैर्य दाखवले नव्हते. स्पीगल खरेतर याच्या नेमक्या उलट विचारांशीच ठाम होते. कॅन्सर होण्याचा आणि रुग्णाच्या मानसिक परिस्थितीचा काहीही संबंध नाही अशी त्यांना खात्री होती. इतकेच नाही, तर ज्यांनी कॅन्सरचा

संबंध मानसिक स्थितीशी जोडण्याचा प्रयत्न केला, त्यांच्याविरुद्ध ते खूप आक्रमक होते. त्यांना असे वाटायचे की, या पद्धतीने मुद्दा मांडल्यास रुग्णांनाच अतिशय मानसिक वेदना होतील, आपल्या आजारास स्वत:च्या चुकाच कारणीभूत आहेत, असे वाटून रुग्णांना अतिशय मानसिक त्रास होईल. कॅन्सर आणि मानसिक स्थिती यांचा संबंध दर्शविणारे गृहीतक कायमचे खोडून काढण्यासाठीच त्यांनी हा प्रयोग केला. त्यांना दाखवून द्यायचे होते की ज्या महिलांच्या गटाने मानसिक, भावनिक, मदतीचा हात स्वीकारला आणि ज्यांची मानसिक स्थिती खूपच सुधारली, त्यांचा जगण्याचा काळ इतर महिलांपेक्षा जास्त नव्हता. पण जसजसा हा अभ्यास पुढे गेला, तसे अत्यंत आश्चर्यकारक निष्कर्ष त्यांची वाट पाहत होते. सर्वप्रथम, जेव्हा वरील रुग्णांच्या नातेवाइकांकडे फोनवरून चौकशी करण्यात आली, ५० पैकी तिघींनी स्वत: फोन उचलला ते सुद्धा त्यांच्या कॅन्सरच्या निदानानंतर १० वर्षांनी! त्यांच्या त्या वेळच्या गंभीर प्रकृतीचा विचार केला तर हे केवळ अविश्वसनीय होते.

ज्या स्त्रिया त्या महिला गटचर्चांना जितक्या जास्त हजर असायच्या, तितका अधिक काळ त्या जगल्या.[१]

'लॅन्सेट' या नियतकालिकात जेव्हा हे निष्कर्ष प्रसिद्ध झाले, तेव्हा संपूर्ण वैद्यकीय जगच आश्चर्याने चकित झाले. फिलाडेल्फिया मधील जेफरसन मेडिकल कॉलेजच्या मनोविकार विभागाचे प्राध्यापक ट्रॉय थॉम्पसन (एम.डी.) यांनी एका वाक्यातच या विचारांचे सार सांगितले आहे. ते म्हणतात, 'असे निष्कर्ष कोणी काढले असते तर एके काळी मी माझे घरही पणाला लावले असते!' या अभ्यासामुळेच मानसिक स्थिती व या आजाराचा प्रसार यांचा एकमेकांशी संबंध आहे हा फक्त 'नव्या पिढीचा' विचार न राहता एक मान्यताप्राप्त वैज्ञानिक गृहीतक झाले.

हतबलतेची भावना म्हणजे काय?

आज आपल्याला ताणतणावांचे कॅन्सरवरील परिणाम बरेचसे समजू लागले आहेत. हे तर आपल्याला माहीत आहेच की मानसिक ताणतणावांमुळे काही हार्मोन्स (संप्रेरके) शरीरामध्ये स्रवतात आणि शरीराची 'अत्यावश्यक सेवा' जागृत होते आणि कॅन्सरच्या गाठींच्या वाढीसाठी व प्रसारासाठी पोषक वातावरण निर्माण होते. त्याचवेळी हा ताणतणाव शरीराच्या महत्त्वाच्या प्रणाली, जसे की अन्नपचन

---

१ : एक महत्त्वाचा मुद्दा असा आहे की वरील अभ्यासामध्ये रुग्णांचे रोगनिदान एकसमान होते आणि चर्चागटांमध्ये सामील होणाऱ्या व न होणाऱ्या रुग्णांची निवड करताना कोणतीही विशिष्ट पद्धत वापरली गेली नव्हती. (random). त्यामुळेच मदत गटांमधील रुग्णांचा जास्त काळ जिवंत राहण्याचा संबंध त्यांच्या चांगल्या तब्येतीशी किंवा आधीच असणाऱ्या चांगल्या मानसिक स्थितीशी नव्हता हे खात्रीपूर्वक सांगता येते.

क्रिया, शरीराची झीज भरून काढण्याची प्रक्रिया आणि रोगप्रतिकारक शक्ती थंडावून टाकतात.

त्यानंतरही याच प्रकारच्या अनेक अभ्यासांमध्ये हे गृहीतक पुन्हा सिद्ध झाले. स्टॅनफोर्डच्या निष्कर्षाप्रमाणेच आणखी किमान चार अभ्यासांचे निष्कर्ष अगदी जवळपास तसेच निघाले. सहा अभ्यासांमध्ये मात्र असा काही संबंध (मानसिक ताणतणाव व कॅन्सर) सापडला नाही. तीन अभ्यासांमध्ये अशा मदत गटांमुळे (चर्चागट) रुग्णांची मानसिक स्थिती सुधारलेली नव्हती आणि त्यामुळे चांगली मानसिक स्थिती व अधिक काळ जिवंत राहण्याचा परस्पर संबंध प्रस्थापित होऊ शकला नाही. याचाच अर्थ, पाच अभ्यासांमुळे हा संबंध सिद्ध होऊ शकला तर तीन अभ्यासांमध्ये नाही. डेव्हिड स्पीगल यांनी १२५ रुग्णांवर पुन्हा एकदा हा अभ्यास केला. तेव्हा त्यांच्या संशोधक टीमला असे आढळून आले की ज्या महिलांमध्ये 'इस्ट्रोजेन रिसेप्टर्स' नव्हते, त्यांचा जिवंत राहण्याचा काळ या चर्चागटांमुळे तिप्पट झाला. पण ज्या महिलांना टॅमोक्झाफेन किंवा इस्ट्रोजेन विरोधक औषधे आधीच दिलेली होती त्यांचा जिवंत राहण्याचा काळ मात्र वाढला नाही.

फक्त मानसिक कारणे व रोगप्रतिकारक शक्ती यांचा संबंध प्रस्थापित करू पाहणारी एक नवीन वैज्ञानिक शाखा गेल्या २० वर्षांमध्ये विकसित झाली आहे. यालाच 'सायकोन्युरोइम्युनॉलॉजी' म्हणतात. थोडक्यात फोड करून सांगायचे तर ही शाखा म्हणजे 'मनोव्यापारशास्त्र', 'मेंदूविकारशास्त्र' आणि 'रोगप्रतिबंधक शास्त्र' यांचा संगम होय. यातील मानसिक भाग म्हणजे जीवनातील कठीण अनुभव आणि भावनिक दु:ख यांमुळे येणारा ताणतणाव हा आहे. जेव्हा माणसांना असे वाटू लागते की, आपल्याला जगणे शक्य नाही किंवा जगणे हा आनंद नसून केवळ दु:खच आहे (हा मानसिक भाग झाला) त्यावेळी या तणावाची प्रतिक्रिया म्हणून मेंदूमार्फत नॉरअॅडरेनालिन व कॉर्टीसोल नावाचे तणावजन्य हार्मोन्स स्त्रवतात. या हार्मोन्समुळे सर्व मज्जासंस्थाच कार्यरत होऊन हृदयाचे ठोके वाढतात, रक्तदाब वाढतो, स्नायू आकुंचन पावतात व शरीराला कोणत्याही आघातापासून संरक्षण मिळवण्यासाठी सज्ज ठेवतात. (हा मेंदूशी निगडित भाग झाला) या प्रतिक्रियेस साधारणपणे 'लढा अथवा पळून जा' असेही म्हणतात. पण आता असे लक्षात आले आहे की याचे परिणाम तात्कालिक नसून बरेच मोठे आहेत. हे रासायनिक पदार्थ (हार्मोन्स) वरील प्रतिक्षिप्त क्रियांबरोबरच रोगप्रतिबंधक पेशींवरही परिणाम करतात.

रक्तातील पांढऱ्या पेशींच्या बाह्यावरणावर ग्रहणबिंदू (receptors) असतात जे रक्तातील तणावजन्य हार्मोन्स शोधून काढतात व त्यांच्या रक्तातील कमीजास्त प्रमाणानुसार प्रतिक्रियाही देतात. वरील पेशींपैकी काही पेशी या हार्मोन्सशी संबंध

येताच सायटोकाइन्स व किमोकाइन्स नावाची द्रव्ये स्त्रवतात. नैसर्गिक रोगनाशक पेशी नॉरॲडरेनालीन व कॉर्टीसोल या हार्मोन्समुळे पूर्णपणे अकार्यक्षम होतात आणि उरलेल्या सर्व पांढऱ्या पेशी विषाणू किंवा कर्करोगाच्या पेशींशी लढण्याऐवजी रक्तवाहिन्यांच्या आतल्या आवरणाला (आतील भिंतींना) चिकटून बसणे पसंत करतात.

रोगप्रतिबंधक पेशी आणि जगण्याची ईर्षा

आपण चौथ्या प्रकरणात पाहिले की काही उंदीर त्यांच्यातील रोगप्रतिबंधक पेशी सज्ज ठेवू शकत होते म्हणजेच 'पराक्रमी उंदरांचे' वारसदार कॅन्सरविरुद्ध चांगलाच प्रतिकार करू शकत होते, तेही कॅन्सरच्या अत्यंत आक्रमक पेशी जास्त डोसमध्ये देऊनसुद्धा! साधारणपणे हाच धागा पकडून राष्ट्रीय कॅन्सर संस्थेच्या रॉन हर्बरमन (एम.डी.) यांच्या प्रयोगशाळेने (जे आता पीट्सबर्गच्या कॅन्सर संस्थेचे प्रमुख आहेत) ज्या स्त्रियांच्या स्तनांच्या कॅन्सरवर शस्त्रक्रिया झालेली आहे, त्यांच्या 'NK' पेशींचा अभ्यास केला. त्यांनी दाखवून दिले की शस्त्रक्रिया झाल्यानंतरच्या लगतच्या आठवड्यांमध्ये या पेशी जितक्या अधिक कार्यक्षम असतात, तेवढा या स्त्रियांच्या जगण्याचा कालावधी वाढतो.

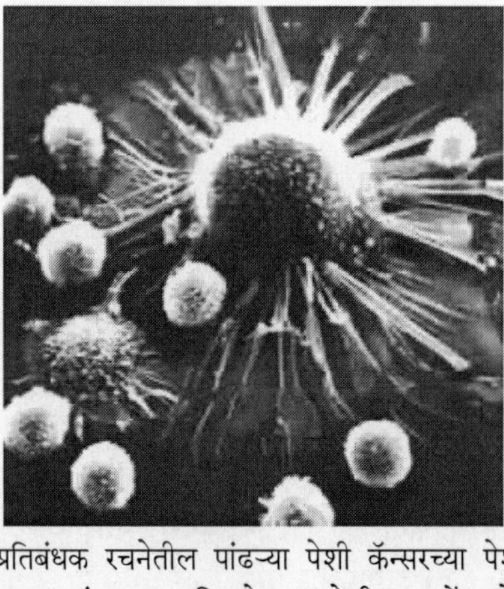

आकृती : रोगप्रतिबंधक रचनेतील पांढऱ्या पेशी कॅन्सरच्या पेशींवर हल्ला करतात. मेंदूच्या भावनिक भागाकडून यांना सूचना मिळते व या पेशी पुन्हा मेंदूकडे प्रतिक्रिया पाठवतात.

प्रा. हर्बरमन यांनी असेही दाखवून दिले की स्तनाचा कॅन्सर झालेल्या ज्या स्त्रिया मानसिकदृष्ट्या धीराने कॅन्सरला सामोऱ्या जातात त्यांच्यांत NK पेशींचे प्रमाण कितीतरी अधिक असते. नैराश्य व असहायता यांनी ग्रासलेल्या स्त्रियांमध्ये हे प्रमाण कमी असते. २००५ मध्ये आयोवा विद्यापीठात लुटजेन्डॉर्फ यांना बीजांडाच्या कॅन्सर झालेल्या स्त्रियांमध्ये असेच निष्कर्ष आढळले. ज्यांना मानसिक आधार व प्रेम

होते व ज्यांचे मानसिक धैर्य जास्त होते, त्यांच्यात लढाऊ NK पेशी अधिक होत्या.

प्रत्येक गोष्टीमध्ये असे दिसून येते की, रोगप्रतिबंधक रचनेतील पांढऱ्या पेशी ('NK' पेशी व T आणि B, लिम्फोसाईट्स) असह्य भावनांना फारच संवेदनशील असतात. म्हणजेच ज्यांना अशा भावना असतात, की आपण आता या आजारातून खात्रीशीरपणे बाहेर येऊ शकत नाही आणि एकूणच जगण्याची इच्छा व जिद्दच हरवून गेली आहे, अशांच्या बाबतीत हे जास्त प्रकर्षाने आढळते. मार्टीन सेलिग्मन यांच्या उंदरांवरील प्रयोगामध्ये हेच आढळले होते की, ज्या उंदरांना विजेचे धक्के दिलेले होते, पण त्यातून सुटण्याची संधी नव्हती त्यांची असहाय स्थितीतील वर्तणूक आणि कॅन्सरच्या धक्क्यानेच खचलेल्या, असहाय बनलेल्या माणसांची वर्तणूक यात बरेच साम्य होते. या वागणुकीतून स्वच्छपणे दिसत होते की त्यांचा स्वत:च्या कर्तबगारीवरील विश्वास पूर्णपणे नाहीसा झाला होता. स्पर्धेमध्ये असताना सर्वांआधीच त्यांनी हार पत्करलेली असायची आणि ते निष्क्रिय राहत असत. त्यांच्यावर जेव्हा एखादे संकट कोसळत असे, तेव्हा त्याला सामना करण्याचे धैर्यच नसायचे. नेमक्या याच दरम्यान असे आढळून आले की त्यांची रोगप्रतिबंधक शक्तीदेखील पूर्णपणे निष्प्रभ झाली होती. ही गोष्ट हेच दर्शवत होती की जशी या लोकांची बाह्य वर्तणूक होती, तशीच त्यांच्या रोगप्रतिकारक पेशींचीही आतमध्ये वर्तणूक होती. आता या जगण्यात काहीही हशील नाही, या भावनेने जेव्हा उंदीर किंवा माणूस मोडून पडतात, तेव्हाच रोगप्रतिबंधक रचनाही आपली सर्व शस्त्रे खाली ठेवून शरण जाते.

याउलट, एखाद्याच्या जगण्याच्या इच्छेला पुन्हा चेतना प्राप्त करून दिली तर तो अशा वळणावर येतो, जेथून त्याच्या आजाराचा मार्गच पूर्णत: बदलला जातो.

हेलेनला तिच्या वयाच्या ५२ व्या वर्षी समजले की तिला अतिशय आक्रमक, वेगाने वाढणारा लिम्फोमा (कॅन्सरचा एक प्रकार) झालेला आहे. पहिल्या सहा वेळा केमोथेरपी घेऊनही काही उपयोग झाला नाही. आणखी दोन वेळा घेतलेल्या उपचारांमुळे उलट त्या कॅन्सरची वाढण्याची क्षमता आणखीनच वाढली. आता तिला एका काहीशा धोकादायक अशा उपचारावरच विसंबावे लागणार होते, ज्यामध्ये तिच्या स्वत:च्याच हाडामधील मऊ भाग, बोन मॅरोचे प्रत्यारोपण करावयाचे होते. या पद्धतीत अत्यंत घातक तीव्र औषधांचा वापर अनिवार्य असतो, त्यामुळे संपूर्ण रोगप्रतिकारक रचनेचाच नाश होतो. वरील प्रत्यारोपणानंतर हेलेनला एका वेगळ्या एकांत खोलीमध्ये तीन आठवडे घालवावे लागले. अशा निर्जंतुक खोलीतील वातावरणामध्ये तिला भेटायला येणाऱ्या लोकांना अंतराळवीरांप्रमाणे कपडे घालावे लागत. त्यामुळे जणू काही आपण या ग्रहावरचे रहिवासीच नाही आणि आता आपण कधीच घरी परतणार नाही असे हेलेनला वाटे.

तीन आठवड्यांनंतर तिची परिस्थिती आणखीनच बिघडली व तिला ती एकांत खोली सोडणे अशक्य झाले. तिला भेटायला येणाऱ्या लोकांना ती इतकी बारीक व नाजूक दिसली, की आपण हिला आता शेवटचे तर पाहत नाही अशी भीती त्यांना चाटून गेली. त्यांना ना तिला जवळ घेता येत होते, ना तिचा हात प्रेमाने हातात घेता येत होता. त्यांना साधे स्मितहास्यही करता येत नव्हते, कारण त्यांचे चेहरेच त्या निर्जंतुक मास्कच्या आत होते! हेलेनला कळत होते, तिचे शरीर आता साथ देत नाहीये, पण एका छोट्याशा आशेच्या तंतूवर जणू काही तिचे आयुष्य लटकून राहिले होते. ते म्हणजे तिच्या छातीत भरून राहिलेला तिचा श्वास. तिचा विश्वासू आणि प्रेमळ जोडीदार! या श्वासामुळेच तिच्या अंतर्मनातील जगण्याच्या जिद्दीला पुन्हा पालवी फुटली. या अंतर्गत शक्तीमुळे ती बाह्य जगातील सगळ्या जिवंत गोष्टींशी पुन्हा निगडित झाली. खिडकीतून दिसणारी बहरलेली झाडे, व्हरांड्यामधील जा-ये करणाऱ्या मुलांचे खिदळणे, रडणे, रात्रीच्या वेळी ताऱ्यांनी झगमगलेले आकाश यामुळे तिला एका अनोळखी शांत भावनेची अनुभूती झाली. तिच्या अंतर्मनातील या जिवंत भावनेमुळे तिलाही असे वाटू लागले की बाह्य जगातही ती असेच जगू शकेल.

ज्यांना कॅन्सर झाला आहे अशा लोकांबरोबर काम करणाऱ्या मानसोपचारतज्ज्ञांना रुग्णांची जगण्याची इच्छाशक्ती वाढवण्याचे महत्त्व चांगलेच ठाऊक असते. हा जीवनप्रवाह, हा जगण्याचा चैतन्याचा झरा, अंतरी तेवणारी ज्योत यांची मशागत कशी करायची याचे अनेक मार्ग आहेत. त्यातले काही मार्ग मी चोखाळले आहेत आणि त्या बदल्यात मला कृतज्ञता व आदर यांचा लाभ झाला आहे; कारण मी एक डॉक्टर आहे तसा एक रुग्णही आहे. यातले मला जे सगळ्यात महत्त्वाचे वाटतात ते मार्ग मी मांडणार आहे.

भाग २ – जीवनशक्तीशी पुन्हा नाते

जेव्हा जुन्या जखमा भरून येतात, तेव्हा जी ऊर्जा भूतकाळ गाडून टाकण्यात खर्च झालेली असते, ती पुन्हा मिळते. पण दररोजच्या जीवनातील चढउतारांचे काय? दररोजच्या धकाधकींना प्रतिक्रिया देताना, शरीरक्रियेतही बदल होतात. हे बदलसुद्धा कॅन्सरविरुद्धच्या प्रतिकारक शक्तींना खच्ची करतात. ताणतणावांपासून दूर पळणे हे कोणत्याही परिस्थितीत शक्य नसते. मात्र नियमितपणे हे तणाव निवळत राहणे एवढे आपण नक्की करू शकतो. अनुभवातून, बदकाच्या पाठीवरील पाणी जसे झटकले जाते, तसेच आपणही हे तणाव गळून पाडण्यास शिकतो.

तणाव कसंही करून संपूर्णपणे घालवणे अशक्य असते. पण आपण एवढे

नक्की करू शकतो, की नियमितपणे थोडाथोडा ताण (सैल) सोडायचा. अनुभवाने प्रत्येक जण एवढे नक्की शिकू शकतो की हा ताणतणाव थोड्या काळासाठी का होईना निसटू द्यायचा. बदकाच्या पाठीवरून पाणी निसटते तसा!

माझी कॅन्सरची गाठ पुन्हा आधीच्याच जागी उद्‌भवली हे समजल्यावर काही मिनिटे मी खूप हतबल झालो. काही वेळातच माझे शरीर बंड करून उठले. कुठलीही अतिरेकी चिंता मला नेहमी आतून घेरते, तेव्हा माझे हृदय वेगाने धडधडते, छातीवर आतून दाब आल्यासारखे वाटते आणि घशात गोळा येतो. श्वास घेणे अवघड होऊन बसते. माझे मन सर्व शक्याशक्यतांचा, परिणामांचा विचार करू लागले. पुन्हा त्या उपचारांच्या जीवघेण्या चक्रातून जावे लागणार हे मला समोर दिसू लागले. या सगळ्याकरता आता आपल्यात शक्ती नाही असे वाटू लागले. मी नुकताच बायको व मुलापासून वेगळा झालो होतो आणि घराचाही मला आधार उरला नव्हता. मला मी दिसू लागलो– केस भादरलेला, खंगलेला, थकलेला आणि... एकटा! समोरच्या कॉम्प्युटर स्क्रीनवर माझा रिपोर्ट बघत असताना मला वाटू लागले की माझा माझ्या शरीरावरचा ताबा सुटतोय. कदाचित मी चक्कर येऊन पडेन. मग मला दलाई लामांनी कधीतरी सांगितलेली गोष्ट आठवली. एका पत्रकाराने त्यांना विचारले होते– 'चीनने तुमच्या देशावर कब्जा केला, मंदिरे पाडली, तुमच्या इतक्या सहकाऱ्यांना छळाला सामोरे जावे लागले, या सर्व गोष्टींनी तुमची मन:शांती भंग पावत नाही का?' ते उत्तरले, 'चिनी लोकांनी माझे सगळे हिरावून नेले. पण मी त्यांना माझा आत्मा कदापि घेऊ देणार नाही.'

मी योगा क्लासमध्ये शिकलेल्या काही तणावमुक्ती क्रियांची उजळणी केली. कधीकधी मी घरी हे प्रयोग करत असे व मला त्यानंतर बरेही वाटत असे. खरी गरज असताना त्यांची मदत होते का हे बघावे, असा मी विचार केला.

मी ताठ बसलो. काही खोल श्वास घेतले आणि माझ्या छातीभर पसरणाऱ्या हवेवर लक्ष केंद्रित करू लागलो. मी माझ्या मनाला समजावले की मी माझ्या आजाराकडे पूर्ण लक्ष देईन व उपचार घेईन पण सर्व भीतिदायक शक्यतांचा चित्रपट नजरेसमोर आणण्याची ही वेळ नाही. हळूहळू माझे शरीर सैल पडले. मन आधीसारखे शांत होऊ लागले. पंधरा मिनिटांत माझी हृदयगती मूळ पदावर आली व पांढराफटक पडलेला चेहरा पूर्ववत होऊ लागल्याची जाणीव झाली. आधीच्या वेळापत्रकानुसार मी माझ्या वर्गावर विद्यार्थ्यांना शिकवायला गेलो आणि त्याचा आणखी फायदा झाला. आपण कोणासाठी उपयुक्त ठरू शकतो अशी भावना मनात आली व असहायतेने माझ्या मनाचा घेतलेला कब्जा काही वेळाकरता तरी सोडला.

वर्तमानात राहून स्वत:कडे लक्ष द्या :

आपण सर्व जण आपल्यातील आंतरिक बळाची जोपासना करायला शिकू शकतो. गेल्या ५००० वर्षांपासून, पूर्वेकडील वैद्यकीय आणि आध्यात्मिक परंपरा – योग, ध्यान, दाईची, किगाँग ह्या गोष्टी माणसाने आपल्या शारीरिक व मानसिक क्रिया-प्रतिक्रियांचे लगाम कसे ठेवावेत हेच शिकवीत आल्या आहेत. हे फक्त मनाची एकाग्रता आणि श्वासावरील संपूर्ण नियंत्रण यानेच शक्य आहे. अनेक अभ्यासाअंती आता आपल्याला चांगलेच माहीत झाले आहे की या विषयांमध्ये पारंगत होणे हाच तणावाचा परिणाम रोखण्यासाठीचा उपाय आहे.

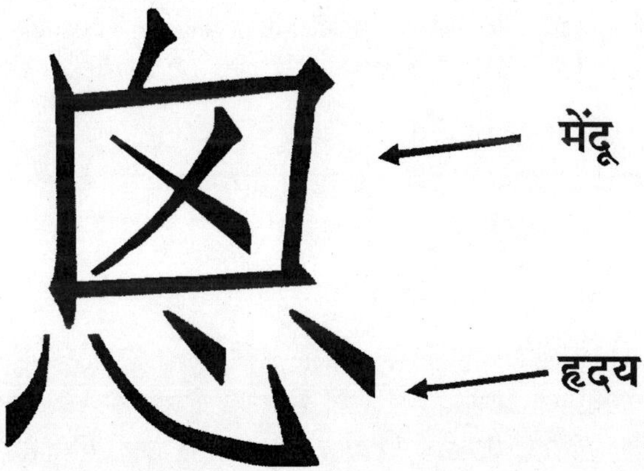

'विचार' या शब्दासाठी चिनी भाषेतील एक प्राचीन रेखाटन ज्यामध्ये वरचा बाण मेंदूचे स्थान तर खालचा बाण हृदयाचे स्थान दर्शविते.

'Comming to our senes' या पुस्तकात जॉन कॅबट झीन यांनी सांगितले आहे की जेवढे आपण बाह्य जगात जोडलेले असतो (सेलफोन, ई-मेल, इंटरनेट) तेवढा आपल्या अंतर्मनाशी आपला संपर्क कमी होत जातो.

आपल्या शरीराच्या नैसर्गिक क्रियांमधील सुरेलपणा (संतुलन) टिकून राहण्यासाठी वरील मार्ग सर्वांत उत्तम होय आणि त्यामुळेच आपल्या शरीराची संरक्षणक्षमताही कायम साचत राहते.

या प्रक्रियेमधील पहिली पायरी म्हणजे लक्ष एकाग्र करणे आणि आपल्या अंतर्मनाकडे पाहणे. आपल्यापैकी बऱ्याच जणांना याची सवय नसते हे म्हणणे

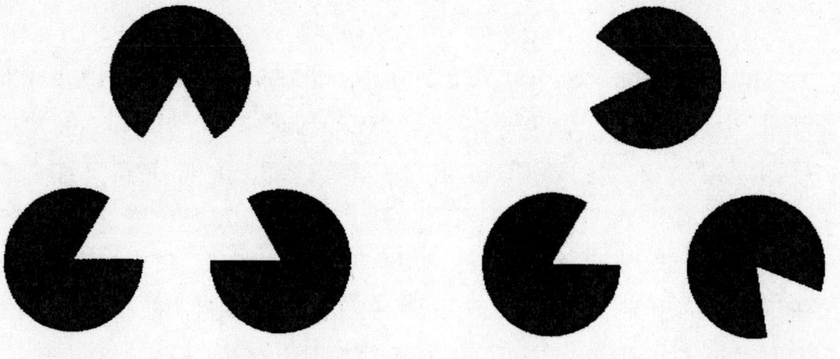

आकृती – आरोग्य हे शरीरातील कोणत्याही एका अवयवावर वा त्याच्या कार्यपद्धतीवर अवलंबून नसते तर सर्व अवयवांच्या परस्पर संबंधावर ते अवलंबून असते. हे परस्पर संबंध जेवढे सुरळीत तेवढे आरोग्य आपोआप उत्तम राहते हे डाव्या आकृतीतून स्पष्ट होते. जेव्हा हे संबंध बिघडतात तेव्हा आरोग्य कसे ढासळते हे उजवीकडील आकृतीत स्पष्ट होते.

काहीसे अन्यायकारक होईल. खरेतर आपल्या रोजच्या जीवनशैलीतील प्रत्येक गोष्ट आपल्याला अंतरात्म्यापासून दूर नेत असते.

जोएल आणि माकडासारखे मन

मला जोएल पहिल्यांदा भेटला, ती भेट मला खूपच अपूर्ण वाटली. तेव्हा तो खरे तर मणक्यांमध्ये आधीच पसरलेल्या प्रोस्टेट ग्रंथीच्या कॅन्सरच्या उपचारांसाठी आमच्या पीट्सबर्गच्या वैद्यकीय केंद्रांमध्ये आला होता. उंच, सडपातळ असा हा माणूस रुग्ण आहे यावर विश्वास बसणार नाही असे त्याचे रुबाबदार व्यक्तिमत्त्व होते. त्याने चर्चेदरम्यान इतकी बडबड केली की माझ्या मनात त्याच्या व्यक्तिमत्त्वाविषयी काहीच किंतू उरला नाही. तो गप्पा मारताना कधीच एका विषयाशी स्थिर राहत नसे आणि अगदी अस्वस्थपणे झटपट दुसऱ्या विषयाशी वेगाने भिडत असे. जशा आमच्या गप्पा होत्या, तसेच लॉस एंजिलसचा एक चित्रपट निर्माता म्हणून त्याचे आयुष्यही अस्थिर होते. त्याच्या कॅन्सरबद्दल बोलण्याऐवजी तो त्याचा तणाव निवळण्यासाठी संवाद कौशल्याचा कसा वापर करतो, हेच सांगत बसला. त्याच्या अत्याधुनिक ब्लॅकबेरी फोनमुळे तो जगाशी जरा जास्तच जोडला गेलेला होता आणि अर्थातच कुठूनही तो त्याचे काम करू शकत होता. त्याला अगदी घरी असतानाही ऑफिसमध्ये असल्याप्रमाणे फोन कॉल्स घेत राहणे, ई-मेल्स बघणे यातच खूप आनंद वाटत होता. मेल्स वाचत असतानाच तो मुलाशी बुद्धिबळही खेळू शकत असे.

मला आश्चर्य वाटायचे, हा माणूस नक्की आहे तरी कोठे? ना धड ऑफिसात,

ना धड घरी; ना धड संबंधितांशी ई-मेलवर किंवा फोनवर, ना धड मुलाबरोबर. लक्ष कोणत्याच एका ठिकाणी नसल्यामुळे त्याच्या या वरवरच्या क्रिया म्हणजे एखाद्या 'नो-मॅन्स लँड' सारख्या होत्या, ज्यात काही म्हणजे काहीच नसते. पौर्वात्य परंपरेमध्ये याला 'माकडाचे मन' म्हणतात. या स्थितीमध्ये एखाद्याचे विचार सर्व दिशांनी पळत असतात, पिंजऱ्यातील चेकाळलेली माकडे उगाचच इकडून तिकडे उड्या मारतात तसे.

जेव्हा मी जोएलच्या एका सहकाऱ्याला त्याच्या विषयीच्या तक्रारी सांगितल्या, तेव्हा तो हसला व म्हणाला, 'मला माहीत आहे. आपण त्याला मदत करू शकण्यापूर्वी त्याने चांगले दोन आठवडे एखाद्या वाळवंटात एका खडकावर बसून चित्त एकाग्र करणे शिकले पाहिजे. किमान दोन आठवडे.' तो हे काहीसे विनोदाने म्हणत होता. जोएलसारखेच आपल्यापैकी देखील कित्येक जणांना ई-मेल्स, दूरदर्शनचे कार्यक्रम, फोन कॉल्स सगळे एकाच वेळेस, अत्यंत महत्त्वाचे आणि तत्काळ महत्त्वाचे वाटत असतात आणि मग आपणच आपल्या अंतर्विश्वाला अपरिचित होऊन बसतो. जोएलसारखेच आपल्यापैकी बऱ्याच जणांना स्वत:शी संबंध प्रस्थापित करण्यास शिकणे अत्यावश्यक असते.

सकारात्मक दृष्टिकोन ही अशी शक्ती आहे, ज्याने कोणतीही गोष्ट चांगलीच होते. ही गोष्ट लहान मुले, कुत्री, मांजरे आपल्यापेक्षा जास्त जाणतात. तुमच्याकडे येताना त्यांच्या मनात अमूकच विशिष्ट कारण असे नसते. एखादे रेखाटलेले चित्र दाखविण्यासाठी मूल येते. तर कुत्रा बागेत सापडलेले हाड दाखविण्यासाठी आणि मांजर एखादा पकडलेला उंदीर दाखवायला येते. किंवा काही वेळा तर फक्त गोंजारून घेण्यासाठी, हनुवटीखाली कुरवाळून घेण्यासाठी येतात. आपल्याला या सगळ्याचे महत्त्व माहीत असते, आपण ते करतोही जाणीवपूर्वक. पण मग आपण आपल्या स्वत:कडेच असे सदिच्छापूर्वक लक्ष कधी देतो?

कॉमनवील केंद्र आणि इतरही निवासी चर्चासत्रांमध्ये, कॅन्सरचे रुग्ण सर्वप्रथम हेच शिकतात– किमान एक आठवडा ना टेलिफोन कॉल्स, ना ई-मेल्स, ना दूरदर्शन. त्याऐवजी ते दररोज १-१ तासाचे योग किंवा ध्यानाचे वर्ग करतात. जॉन कॅबाटझीन (पीएच.डी.) हे गेली तीस वर्षे त्यांच्या रुग्णांना ध्यानाचे शास्त्र शिकवीत आहेत. त्यांचा हा कार्यक्रम आता अमेरिकेतील व कॅनडातील २५० हॉस्पिटल्समध्ये वापरला जातो. ज्यामध्ये मोठ्या विद्यापीठाची वैद्यकीय केंद्रेही समाविष्ट आहेत. उदा. ड्यूक, स्टॅनफोर्ड, पीट्सबर्ग, सॅनफ्रान्सिस्को येथील कॅलिफोर्निया विद्यापीठ, वॉशिंग्टन विद्यापीठ, स्लोअन-केट्टरिंग, विस्कॉन्सीन, टोरॅन्टो इ.

'प्रत्येकाने दररोज काही वेळ फक्त स्वत: आणि स्वत:बरोबर व्यतीत करणे हा प्रेम भावनेचा गाभा आहे' यावर कॅबाटझीन यांनी विशेष भर दिला आहे.

स्वयंशुद्धीसाठी फक्त स्वत: करावयाच्या ज्या गोष्टी आहेत त्यात हा प्रतिक्रियात्मक एकांतवास ही अत्यंत महत्त्वाची पूर्वअट आहे. यामुळे आपल्या आतील निरोगी राहण्याच्या शक्ती कार्यान्वित होतात.

श्वास : जीवशास्त्राचे प्रवेशद्वार

योगा, ध्यान क्विगाँग व आधुनिक पाश्चिमात्य उपचारांमध्ये आपल्या अंतर्मनाचे प्रवेशद्वार आहे श्वासोच्छ्वास (प्राणायाम).

तिबेटियन शिक्षक सोग्याल रिनपोचे ज्याचा उल्लेख 'रुबाबदार' आसन अशा शब्दात करतात, अशा तऱ्हेने पाठीचा कणा ताठ ठेवून पण आरामदायक स्थितीत बसण्यास सुरुवात करा. यामुळे हवेच्या प्रवाहास नाकपुड्यांपासून घशापर्यंत, नंतर श्वासनलिका आणि शेवटी फुफ्फुसांच्या अगदी तळापर्यंत आणि याच मार्गाने उलट वाहण्यास पूर्ण मोकळीक मिळते. मन एकाग्र करून दोन खोलवर श्वास सावकाश घ्या आणि शिथिल होण्यास सुरुवात करा. तुमच्या छातीत व खांद्यात एक प्रकारची आरामदायी, हलकेपणाची आणि आनंददायी भावना प्रस्थापित होईल. जसजसा हा अभ्यास तुम्ही पुन:पुन्हा कराल, तसतसे तुमच्या एकाग्रतेमुळे श्वासोच्छ्वासास मार्गदर्शन मिळेल आणि श्वासावर एकाग्रता स्थिर राहील. जसे तुम्ही पूर्ण शिथिल व्हाल, तुम्हाला जाणवेल की तुमचे मन पाण्यावर पडलेल्या एखाद्या पानासारखे तरंगत आहे – अगदी प्रत्येक छोट्या तरंगाप्रमाणे वरखाली. तुमची एकाग्रता वाढली की तुम्हाला आत घेतल्या जाणाऱ्या प्रत्येक श्वासाची संवेदना जाणवेल. अगदी छोटासा, किंचित जाणवण्याएवढाच आत राहिलेला श्वास असेपर्यंतची. एक मोठा, दीर्घ उच्छ्वासही जाणवेल तोही अतिशय नाजूकपणे, हळुवार आणि डौलदारपणे सोडलेला. मग येईल थोडासा विराम. तुम्ही या विरामात पूर्ण, अगदी नखशिखांत बुडून जायला शिकाल. अगदी बरोबर याच वेळी तुमच्या शरीराचा तुमच्याशी अगदी जवळचा संबंध आलेला तुम्हाला जाणवेल. थोड्याशा सरावानंतर तुम्हाला तुमच्याच हृदयाचे ठोके जाणवू शकतील. ज्याने आपले आयुष्य इतकी वर्षे अथकपणे चालू ठेवले आहे, त्या हृदयाचे ठोके आणि मग, या विरामाच्या अखेरीस तुम्हाला जाणवेल एक ठिणगी, आपोआप पेटलेली, जिच्यामुळे श्वासाचे पुढचे चक्र सुरू होत आहे. हेच आपल्या जीवनाला चेतविणारे स्फुलिंग आहे, जे कायम आपल्यामध्येच असते. फक्त या एकाग्रतेच्या व शिथिलीकरणाच्या अभ्यासामुळे आपल्याला ते पहिल्यांदाच गवसते.

अनिवार्यपणे, तुमचे मन त्या उद्दिष्टापासून काही वेळातच विचलीत होते आणि पुन्हा बाहेरच्या जगाकडे वळते. त्याच भूतकाळातील काळज्या, भविष्यातल्या जबाबदाऱ्या. ही जी महत्त्वाची 'प्रेमाची मूलभूत कृती' असणारी कला आहे, ती

म्हणजे एखाद्या बालकाकडे जसे संपूर्ण लक्ष द्यावे लागते, तशीच आहे. तुम्ही इतर सर्व गोष्टींचे महत्त्व जाणताच. पण कसोटीच्या वेळी जेव्हा एखादा निर्णय घेण्याची वेळ येते, तेव्हा तुम्ही, बाकी सर्व विचार बाजूला ठेवून अशाच माणसाकडे येता, ज्याला त्या वेळी तुमची सर्वांत जास्त गरज असते – तो म्हणजे तुम्ही स्वत:!

जेव्हा ही कला अतिशय साधेपणाने, सुलभतेने (कोणतेही अवडंबर न माजविता) शिकविली जाते, तेव्हा अनेक रुग्णांच्या डोळ्यांतून अश्रू आलेले दिसतात. जणू ते प्रथमच अशी करुणार्द्र शांतता अनुभवीत असतात आणि त्यांच्या दररोजच्या जीवनात नसलेला असा साधाच पण उत्कट आनंद त्यांना सापडतो.

ध्यान करणाऱ्यांना काही काळातच जाणवते की ती शांती, प्रसन्नता त्यांना इतरवेळी देखील प्रतीत होते. थोड्या सरावानंतर तर त्यांना ही भावना अगदी सुपरमार्केटच्या रांगेत उभे असताना, वाहतूक कोंडीत असताना किंवा ऑफिसमध्ये आपल्याच सहकाऱ्याकडून वाईट वागणूक मिळत असताना देखील प्रतीत होऊ शकते. या शांततेशी संपर्क स्थापित करण्यासाठी मात्र त्यांना दीर्घ उच्छ्वासाशी आणि नंतरच्या विरामाशी एकाग्र व्हावे लागते.

श्वासोच्छ्वास ही एकमेव शरीरक्रिया अशी आहे की जी आपल्या जागृत मनावर अवलंबून नाही. स्वायत्त आहे, पण आपल्या इच्छेप्रमाणे तिच्यावर थोडेफार नियंत्रण करता येते. (पचनक्रिया, हृदयस्पंदने, श्वासोच्छ्वास या क्रिया आपण त्यावर विचार न करताही चालूच राहतात.) श्वसनाचे केंद्र मेंदूच्या तळाशी असून, न्यूरोपेप्टाईडस (चेताप्रथिने) नावाच्या द्रव्यांशी निगडीत असे ते आहे. भावनिक मेंदू आणि शरीरातील अवयव व रोगप्रतिबंधक रचना यांमध्ये या द्रव्यांची सतत देवाणघेवाण चालू असते. श्वासोच्छ्वासावर लक्ष एकाग्र केल्यावर आपण जीवनाच्या महत्त्वाच्या क्रियांशी अगदी जवळीक साधतो आणि जागृत विचारांशी त्यांचा संबंध जोडत असतो. नशिबाने, हे सर्व काही घडेल व आपल्याला त्यापासून फायदा होईल यावर 'विश्वास' ठेवलाच पाहिजे असे नाही. पूर्वीपासून अस्तित्वात असलेलाच असा हा मार्ग आहे.

मंत्र आणि जपमाळ

गेल्या पंधरा वर्षांपासून ल्यूसिआनो बर्नार्डी (एम.डी., पीएच.डी.) यांनी इटलीतील पाविया विद्यापीठात काम करताना, हृदयस्पंदनातील विविधता, रक्तदाब, श्वासोच्छ्वास (श्वसन) यावर स्वायत्तपणे नियंत्रण ठेवणारी संस्था यामध्ये खूपच रस घेतला आहे. क्षणोक्षणी बदलणारा त्यांचा ताल आणि दिवसाच्या वेगवेगळ्या वेळी असणारी वेगवेगळी समगती या संबंधात त्यांनी बरेच संशोधन केले. त्यांना माहीत होते की या जैविक समगतीचा जो एक समतोल आहे, तोच आपल्या निरोगीपणाचे एक

लक्षण असू शकते. काही अभ्यासांतून तर असेही आढळून आले आहे की हा समतोल म्हणजे वयाच्या चाळिशीनंतरच्या जीवनाचे अचूक मोजमापच आहे.

डॉ. बर्नार्डी यांनी अशा काही स्थितींचा अभ्यास केला, ज्यामध्ये हा समतोल पूर्ण बिघडला होता आणि त्यातून शरीराने पुन्हा हा ताल जपण्यासाठी काय केले. यासाठी त्यांनी त्यांच्या रुग्णांना मनातल्या मनात भराभर गणिते सोडविणे, मोठ्याने वाचणे यासारख्या गोष्टी करण्यास सांगितले. त्याच काळात त्यांच्या हृदयस्पंदनांमध्ये होणारे सूक्ष्म बदल, रक्तदाब, मेंदूला होणारा रक्तपुरवठा आणि श्वसनामधील बदल तंतोतंत मोजले. यातूनच त्यांना हे दाखविता आले की अगदी लहानसहान तणाव निर्माण करणाऱ्या क्रियाही या तालावर लगेच परिणाम करतात. या सर्वच रुग्णांनी या तणावावर मात करण्यासाठी, भले अगदी सूक्ष्म का असेनात, पण आपल्यामध्ये बदल घडवून आणले.

या मानसिक व्यायामामुळे होणारे शरीरशास्त्रीय बदल मोजण्यासाठी वरील रुग्णांच्या प्रतिक्रिया (हृदयाच्या ठोक्यातील बदल, श्वसनातील बदल, रक्तदाब इ.) वेगळ्याच लोकांच्या प्रतिक्रियांशी तोलून पाहिल्या. हे वेगळे लोक मोठ्याने वाचत/बोलत असत, पण कोणताही मानसिक ताण न येता म्हणजे अगदी 'संतुलित' अवस्थेत.

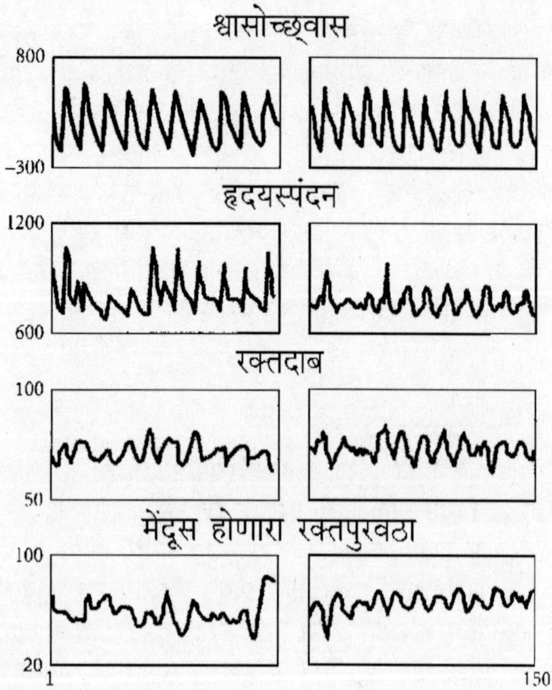

डॉ. बर्नार्डींच्या प्रयोगामध्ये, संतुलित अवस्था, म्हणजे त्या व्यक्तींना जो मजकूर जवळजवळ पाठ आहे, तो मोठ्याने वाचून दाखविण्यास सांगितला गेला ज्यासाठी त्यांना खूप लक्ष द्यावे लागले नाही. या व्यक्ती इटलीतील कट्टर कॅथॉलिक असल्यामुळे डॉ. बर्नार्डींना यासाठी त्यांना त्यांचा नेहमीचा जप करण्यास सांगण्याची युक्ती सुचली.

जेव्हा या लोकांनी अ‍ॅव्ह मॅरियाच्या पंक्ती लॅटिन भाषेत मोठ्याने वाचण्यास सुरुवात केली, त्यांच्या प्रयोगशाळेतील उपकरणांनी अत्यंत अनपेक्षित नोंदी केल्या. सर्व वेगवेगळ्या प्रकारच्या जैविक लयी प्रतिध्वनी देऊ लागल्या. त्या एकापाठोपाठ एक अशा रितीने एकमेकांत गुंतून घेत बाहेर पडल्या की त्यातून एक सुंदर नादमय रचना तयार झाली. आश्चर्यच! डॉ. बर्नार्डींना लवकरच लक्षात आले की याचा अर्थ स्पष्ट करणे सोपे आहे. इटलीमध्ये जप करताना धर्मगुरूच्या मागे सभाही मोठ्या आवाजात प्रार्थना म्हणते. प्रत्येक मोठ्या आवाजातील जप एकाच उच्छ्वासात पार पडतो. धर्मगुरूची जप म्हणण्याची जेव्हा पाळी येते, बरोबर तेव्हा श्वास आत घेतला जातो. 'अ‍ॅव्ह मॅरिया' लॅटिनमध्ये असे म्हटले जाते : धर्मगुरू म्हणतात, अगदी तीच लय या प्रयोगातल्या व्यक्तींनी अगदी सहज नैसर्गिकरित्या आत्मसात केली. हे करत असताना त्यांनी अगदी यांत्रिकपणे आणि अर्धवट जागृतावस्थेत श्वास प्रत्येक मिनिटाला सहा एवढेच ठेवले होते. डॉ. बर्नार्डी हृदयस्पंदने, रक्तदाब, मेंदूस होणारा रक्तदाब यातील फरक मोजत असताना ही श्वासाची लय अगदी नैसर्गिक होती. (आकृती पहा.) या एकाच वेळी घडणाऱ्या गोष्टींचा परिणाम असा झाला की एकाची लय दुसऱ्यास मिळाली त्याने दोन्ही लयींना आणखीनच शक्ती मिळाली. हे म्हणजे एखादा झोपाळ्यावर बसला असता, बरोबर वेळेत पायाचा धक्का दिल्याने झोक्याचा वेग आणखी वाढतो यासारखे होते.

त्यांची उत्सुकता जागी झाली. डॉ. बर्नार्डींनी असा निष्कर्ष काढला की 'अ‍ॅव्ह मॅरीया'च्या लयीमध्ये शरीरशास्त्रीय लयींमध्ये बदल घडवून आणण्याची जर ताकद असेल, तर इतरही धर्मांच्या अशाच प्रकारच्या विधींमध्येही हीच ताकद असणार. त्यांनी असेही एक गृहीतक मांडले की, ज्या धर्मांमध्ये – म्हणजे हिंदू, बौद्ध – आध्यात्मिक क्रियांच्या केंद्रस्थानी स्वत:च्या शरीराचे अस्तित्व हेच मानलेले आहे, त्यांच्यामध्ये वरील परिणाम अधिकच दिसत असणार. हे गृहीतक सिद्ध करण्यासाठी त्यांनी अशा काही व्यक्ती निवडल्या, ज्यांना पौर्वात्य शिस्तीचे विधी कधीच माहीत नव्हते. त्या व्यक्तींना त्यांनी बौद्ध धर्मातील सुप्रसिद्ध मंत्र 'ओम् मणि पद्मे हूँ' हा मंत्र शिकवला. योगाचा सराव करताना या व्यक्तींनी मंत्राचा प्रत्येक शब्द अशा तऱ्हेने उच्चारण्यास शिकून घेतले की त्या प्रत्येक शब्दामुळे घशामध्ये स्पंदने निर्माण होत असत. या प्रकारच्या उच्छ्वासानंतर पुन्हा एकदा दीर्घ श्वास घेण्यासाठी ते सज्ज होत असत. 'अ‍ॅव्ह मॅरीया'चे जप करताना जे निष्कर्ष बर्नार्डींना मिळाले होते, तेच इथेही मिळाले.

या व्यक्तींचे श्वसनही आपोआपच मिनिटाला सहा श्वासोच्छ्वास याप्रमाणे स्थिर झाले. हे सर्व आपल्या शारीरिक नैसर्गिक क्रियांशी संलग्न किंवा सुसंगतच होते. चकित झालेल्या बर्नार्डी यांना, वेगवेगळ्या धार्मिक क्रियांचे निष्कर्ष मात्र साधारणपणे एकच असल्याचे लक्षात आले आणि या आश्चर्यजनक निष्कर्षांचे मूळ एकत्व असावे हेही ध्यानात आले. या प्रयोगाअंती त्यांना एक मूलभूत गोष्ट आढळून आली. ती म्हणजे, ज्या ख्रिश्चन धर्ममार्तंडांनी हा जप युरोपमध्ये आणला, तो ते अरबांकडून शिकले होते, अरब तो पूर्वेकडील तिबेटियन बौद्ध भिक्षूंकडून व योगविद्येत प्रवीण अशा भारतीय लोकांकडून शिकले. याचाच अर्थ आपल्या शारीरिक नैसर्गिक क्रियांशी सुसंगत ही क्रिया फार पुरातन काळापासून अस्तित्वात होती. ते जरी आपल्याला अलीकडेच सापडले असले तरी निरोगी राहण्यासाठी अत्यंत उपयुक्त होते.

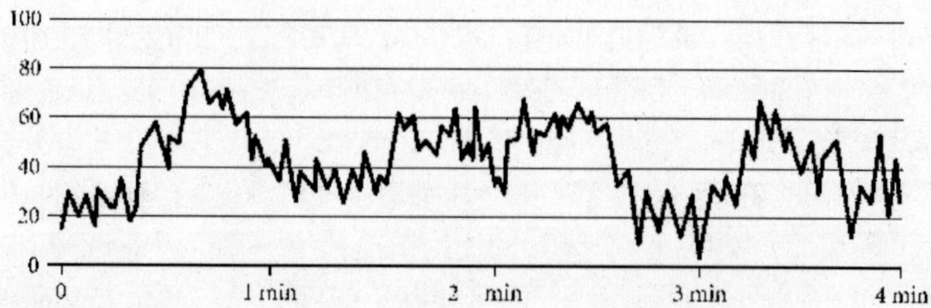

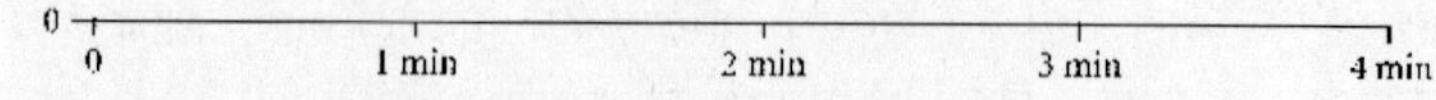

आकृती : गडबडगोंधळ, तणाव, चिंता, निराशा, राग यांमध्ये नैसर्गिक हृदयाची लय अशक्त व अनियमित होते. विस्कळीत होते. तेच हृदयाचे ठोके निरोगी अवस्था, प्रेम, कृतज्ञ भावनांमध्ये किंवा जर श्वसनावर एकाग्रता केली असता अतिशय 'लयबद्ध' होतात. हृदयाच्या ठोके वाढण्याच्या किंवा कमी होण्याच्या प्रक्रियेतही एक नियमितता येते आणि इतर जैविक क्रियांशी ती संतुलन राखते. अशाच प्रकारची स्थिती बौद्ध मंत्र 'ओम् मणि पद्मे हूँ' किंवा लॅटिनमधील जप म्हणत असताना आणता येते.

ज्युलियन थॅयर व ईस्थर स्टर्नबर्ग या ओहियो येथील संशोधकांनी २००६ मध्ये, 'ॲनाल्स ऑफ दि न्यूयॉर्क विज्ञान अकादमी'च्या नियतकालिकामध्ये आपल्या शरीराचे जैविक ताल किंवा लय असणाऱ्या क्रियांमधील बदल व वेग यावरील वेगवेगळ्या अभ्यासांचा सारांश प्रसिद्ध केला. या संशोधकांचा निष्कर्ष असा होता की शरीरात हे जे बदल होत असतात – ज्यांना बर्नार्डी यांनी 'सुसंगत लयबद्धता' असे संबोधले आहे – ते आरोग्याच्या दृष्टीने खूपच फायदेशीर असतात. विशेषत: रोगप्रतिबंधक शक्तीचे कार्य अधिक कार्यक्षमपणे होणे, सूज येण्यासारख्या घातक क्रिया कमी होणे आणि रक्तशर्करेचे प्रमाण संतुलित ठेवणे यासाठी.

आणि या तीन गोष्टीच अत्यंत महत्त्वाच्या असून त्याच कॅन्सरपासून आपल्याला दूर ठेवतात.

जन्मापासून (जेव्हा जैविक क्रियांची तालबद्धता सर्वांत जास्त असते) ते मृत्यूपर्यंत (जेव्हा ती सर्वांत कमी असते) मधल्या काळात तालबद्धतेतील विविधता किंवा बदल हळूहळू कमी होत जातो – प्रतिवर्षी ३ टक्के इतका हा फरक असतो. म्हणजेच शरीराची बाह्य जगाशी जुळवून घेण्याची क्षमता हळूहळू कमी होत जाते. शारीरिक व भावनिक वातावरणातील त्रासदायक बदलांना तोंड देताना शरीराला व त्यातील जैविक क्रियांना त्रास होऊ लागतो. या संतुलनाची घटणारी क्षमता आणि वयामुळे येणारे आरोग्याचे प्रश्न एकमेकांशी निगडित आहेत. उदा. उच्च रक्तदाब, हृदयविकार, मधुमेह व त्याचे दुष्परिणाम, हृदयविकाराचा तीव्र झटका, अचानक येणारा मृत्यू आणि अर्थातच कॅन्सर. पण हे जैविक संतुलन, जे आपण आपल्या हृदयस्पंदनातील वाढणाऱ्या बदलावरून जाणू शकतो, ही देखील एक जैविक प्रक्रियाच आहे आणि ती श्वसनाचा सराव व एकाग्रता यांना निश्चितच प्रतिसाद देते.

हेच सर्व डॉ. बर्नार्डी यांनी दाखवून दिले आणि त्यामध्ये त्यांनी पुरातन बौद्धकालीन मंत्र व जप यांचा सराव करून त्याचा काय परिणाम होतो हे सांगितले.

बर्नार्डी यांच्या प्रयोगातील व्यक्तीसारखेच, प्रत्येक जण निरोगी जीवनाच्या केंद्रस्थानी असणारी ही स्वायत्त लयबद्धता व संतुलन सरावाने आणू शकते. काही लोकांना हे मंत्र किंवा प्रार्थना मोठ्याने म्हणून जमेल, बहुतेकांना फक्त अंतर्मनावर लक्ष केंद्रित करणे पुरेसे असते.

प्रयोगशाळेतील ध्यान धारणा

विस्कॉनसीन विद्यापीठाच्या रिचर्ड डेव्हिडसन (पीएच.डी.) यांनी त्यांच्या प्रयोगशाळेत ज्यांनी अनेक वर्षे ध्यानाचा अभ्यास केला आहे अशा व्यक्तींच्या मेंदूमधील क्रियाप्रतिक्रियांचा मागोवा घेतला. अनेक तिबेटियन साधूंनी या प्रयोगात भाग घेतला. यापैकीच एक जण मॅथ्यू रिकार्ड (पीएच.डी.) हे पेशीरचनातज्ज्ञ आणि बौद्ध साधू,

तत्त्ववेत्तेही होते व त्यांनी या प्रयोगासाठी खूपच मदत केली. ध्यानाचा अभ्यास करत असताना मेंदूमधील लयीने, ध्यान न करणाऱ्या व्यक्तींच्या मेंदूपेक्षा खूपच मोठी आंदोलने घेतली. शिवाय, मेंदूच्या वेगवेगळ्या भागातील लयींनी देखील एक सुसंगतता प्राप्त केली होती. सर्वच भागांनी एक प्रकारची 'सुसंगतता' आपल्या कार्यात आणली होती. मेंदूच्या कार्याचे मोजमाप करताना आपल्या जैविक कार्यांशीही त्यांनी एक सुसंगत असा संबंध प्रस्थापित केल्याचे आढळले. याहूनही महत्त्वाचे म्हणजे, डेव्हिडसन आणि सहकाऱ्यांना असे आढळून आले की, ही कार्यांची सुसंगतता ध्यानाचा अभ्यास संपल्यानंतरही बराच काळ टिकून राहिली.

नशिबाने, आरोग्याबाबतच्या या प्रयोगाचे फायदे अगदी नवख्या अभ्यासकांनाही मिळतात. या प्रयोगशाळेने असेच प्रयोग जैवतंत्रज्ञानाच्या एका मोठ्या संस्थेतील वरिष्ठ अधिकाऱ्यांसाठीही घेतले. दोन गटांवर हा अभ्यास केला गेला. पहिल्या गटातील व्यक्तींच्या सवयी बदलण्यात आल्या नव्हत्या, तर दुसऱ्या गटातील व्यक्तींना जॉन कॅबाटझीन यांच्या हॉस्पिटल कार्यशैलीनुसार असणारा 'मन:पूर्वक ध्यानाचा' अभ्यास शिकवला होता. आठ आठवड्यांनंतर, ज्यांनी दिवसातील काही वेळ ध्यानाच्या अभ्यासाची सवय लावून घेतली होती, त्यांच्या मेंदूतील विद्युत लहरींच्या प्रमाणात खूपच बदल झाला होता. हा बदल इलेक्ट्रोएनकेफॅलोग्राम वर दिसून आला. मेंदूचे जे भाग सकारात्मक वृत्ती किंवा आशादायी मनाशी निगडित होते, (मेंदूचा डावीकडील सर्वांत समोरील भाग) ते जास्त कार्यतत्पर झालेले होते. या भागांची पूर्वीची कार्यतत्परता किंवा पहिल्या गटातील व्यक्तींच्या त्याच भागांशी तुलना करता हा फरक जाणवला. आणि हा फरक फक्त मेंदूपर्यंतच मर्यादित न राहता पुढेही गेला. त्यांच्या रोगप्रतिकारक शक्ती फ्लू तापाच्या विषाणूंशी अधिक कार्यक्षमतेने लढा देत होत्या. हे केवळ दोन महिन्यांच्या अभ्यासाने होऊ शकले.

कॅलगॅरी, कॅनडा येथील विद्यापीठाच्या कॅन्सर संशोधन केंद्राच्या प्राध्यापिका लिंडा कार्लसन (पीएच.डी.) यांच्या संशोधक गटाने ध्यानाचा अभ्यास केलेल्या स्तन व प्रोस्टेट ग्रंथीच्या कॅन्सरच्या रुग्णांवर अशाच प्रकारचा अभ्यास केला. आठ आठवड्यांनंतर या रुग्णांनीसुद्धा हेच सांगितले की आता त्यांना चांगली झोप लागते, मनातील ताणतणाव कमी झालेला आहे, इतकेच नाही तर त्यांचे आयुष्य अधिक आनंदमयी झाले आहे. ध्यानाच्या अभ्यासामुळे त्यांची रोगप्रतिकारक शक्तीही निश्चितपणे वाढली. त्याच्या पांढऱ्या पेशी अगदी 'NK' पेशींसह, त्यांच्या बाह्याकाराबरोबरच नेहमीसारख्या झाल्या. अर्थातच कॅन्सरविरुद्ध लढण्यास अनुकूल झाल्या. रिचर्ड डेव्हिडसन यांच्या प्रयोगशाळेतील इतर अभ्यासांसारखे यांचेही निष्कर्ष होते. या प्रयोगातील व्यक्तींच्या मेंदूच्या डाव्या भागात खूपच हालचाल दिसून आली. वरील प्रयोगातील ध्यानाचा अभ्यास केलेल्या व्यक्तींमध्ये दिसली त्याप्रमाणे 'NK' पेशींची

कार्यक्षमताही वाढली आणि रोगप्रतिबंधक लसींना त्यांनी दिलेला प्रतिसादही शक्तिशाली होता. लंडनच्या इंपेरियल कॉलेजमधील प्राध्यापक जॉन ग्रुझेलियर यांनी अशाच प्रकारचे निष्कर्ष एड्सच्या रुग्णांमध्ये दाखवून दिले. ज्यांनी मेंदूच्या डाव्या भागात जास्त हालचाल दर्शविली (ते ध्यानामुळे होते), त्यांचे मनोधैर्य उच्च होते आणि रोग पसरण्याची शक्यता त्यांच्यामध्ये कमी दिसली होती. ओहायो राज्य विद्यापीठातील प्रा. जेनिस किकोल्ट-ग्लॅसर यांनी शरीर शिथिल करण्याचे तंत्र शिकलेल्या वृद्ध रुग्णांच्या 'NK' पेशींमध्ये मोठ्या प्रमाणावर वाढ झालेली आहे हे दाखवून दिले. उदा. १९९९ साली शिक्षण मंडळात कार्यरत असणाऱ्या ६० वर्षांच्या बॉबला आपल्याला प्रोस्टेट ग्रंथीचा कॅन्सर झाल्याचे कळून आले. रेडिओथेरपी नंतर त्याने कॅलगेरी इस्पितळात ध्यानाचा अभ्यास सुरू केला. तो फक्त ५-१० मिनिटे ध्यान करत असे. पण काही आठवड्यातच हा अभ्यास त्याने अर्ध्या तासापर्यंत वाढवित नेला. बॉबच्या म्हणण्यानुसार 'ध्यानामुळे पूर्वी कधी नव्हे एवढे मी माझ्या शरीर व मनावर नियंत्रण प्रस्थापित करू शकलो. मी मलाच इतका शांत करू शकतो की त्यामुळे गोष्टी जशा आहेत तशाच मला दिसतात आणि माझ्या आजूबाजूलाच नव्हे तर माझ्या अंतर्मनातही काय चालले आहे हे मी पाहू शकतो. हा अगदी वेडेपणा, मूर्खपणा वाटेल, पण अगदी प्रामाणिकपणे सांगायचे झाले तर मला कॅन्सर झाला हे एका परीने बरेच झाले, कारण त्यामुळेच मला ध्यानाची ओळख झाली आणि आयुष्याचा एक वेगळा मार्ग मला सापडला. माझ्या कुटुंबीयांसमवेत, आजूबाजूच्या इतर माणसांबरोबर जीवन जगण्याच्या शैलीत पूर्णपणे बदल झाला. पूर्वी मला न दिसलेली एक दिशा सापडली.'

आता आठ वर्षांनंतर बॉब एकदम मस्त आहे. कार्लसनच्या अभ्यासाचा भाग म्हणून त्यांनी बॉबच्या रोगप्रतिकारक प्रतिसादांचा अभ्यास त्याच्या आठ आठवड्यांच्या ध्यानाच्या अभ्यासाच्या आधी, अभ्यास चालू असताना व अभ्यास संपल्यानंतर १२ महिन्यांनी केला. त्याचा रोगप्रतिकारक प्रतिसादही उत्तम वाढला होता. (सूज येण्यास जबाबदार सायटोकाईन्स टी.एन.एफ. अल्फा, इंटरफेरॉन गॅमा यासारखी संप्रेरके कमी होणे, इंटरल्यूकिन-१० चे प्रमाण वाढणे इ.) त्याचवेळी बॉबच्या शरीरातील कॉर्टीसोलचे प्रमाण कमी झाले होते. एकूणच, त्याचे शरीर आणि मन या नवीन जीवनमार्गामुळे शांत झाले होते.

कॅलिफोर्निया विद्यापीठात झालेल्या एका ताज्या पाहणीत असे आढळून आले की एड्स झालेल्या रुग्णांच्या रोगप्रतिकारशक्तीवर मन:पूर्वक केलेल्या ध्यानधारणेचा सकारात्मक परिणाम होतो. एचआयव्ही झालेल्या रुग्णांनी आठ आठवडे हा मेडिटेशनचा कोर्स केला. नंतर रोज पस्तीस ते चाळीस मिनिटे ते ध्यान करत असत. दुसऱ्या एका गटाने फक्त एक दिवसाचा कोर्स केला व नंतर ध्यानधारणा केली नाही.

आठ आठवड्यानंतर सगळ्यांची तपासणी झाली. ज्यांनी ध्यानधारणा केली

नाही त्यांचा CD4 काउंट घटलेला होता. (CD4 म्हणजे HIV विरुद्ध शरीरात असलेली प्रतिकार शक्ती), व ध्यान नियमितपणे करणाऱ्या गटाचा घटलेला नव्हता.

ध्यानधारणा नक्की कशा प्रकारे आपली प्रतिकारशक्ती सक्षम करते हे अजून उलगडलेले नाही. एक स्पष्टीकरण असू शकते – मनाच्या प्रसन्नचित्त अवस्थेत ॲड्रीनलीन व कॉर्टीसॉल ही हार्मोन कमी प्रमाणात तयार होतात जेणेकरून प्रतिकारशक्ती, इम्यून सिस्टीम, आपले काम अधिक जोमाने करू शकते.

बॉबच्या बाबतीत ध्यानाचे फायदे स्पष्टपणे दिसले होते, पण हा अभ्यास त्याने स्वत:हून, स्वेच्छेने केला होता. जोएलच्या (ज्याच्यामुळे 'माकडमन' नावाची गोष्ट आम्हाला समजली) बाबतीत काम जोखमीचे होते.

जोएल पहिल्यांदाच थोडा स्थिर झाला

जेव्हा आम्ही जोएलच्या शरीरातील नैसर्गिक लयींचा अभ्यास केला, तेव्हा त्याच्या अस्थिर मनासारख्याच त्याही अस्ताव्यस्त असल्याचे आढळले. त्याच्या हृदयाच्या ठोक्यांमध्ये १०० टक्के गडबड गोंधळ होता आणि कोणत्याच प्रकारची सुसंबद्धता नव्हती. शिवाय त्याच्या विचारांना अंतर्मनापर्यंत नेण्यासाठी त्याला खूपच त्रास होत होता. मला शंकाच होती की अवघी २० मिनिटे तरी स्वत:च्या श्वासावर हा लक्ष एकाग्र करू शकेल का? त्यातही तो त्याच्याच शरीरातील क्रियांची मोजमापे करणाऱ्या संगणकातील सॉफ्टवेअर पाहण्याची पळवाट शोधत असायचा. माझ्या सूचना ऐकत असताना देखील सतत दर २-३ मिनिटांना तो त्याची खुर्ची हलवित असे, वळवित असे. त्याच्या कपाळावरच्या आठ्यांवरून मी सांगू शकत असे की, तो माझा सल्ला पाळायचा प्रयत्न करत होता. पण या प्रकारच्या अंतर्मनाकडे वळविणाऱ्या अभ्यासांमध्ये नेहमीच जे होत असते, तसेच यावेळीही घडत होते. तो जेवढा म्हणून ते समजून घेण्याचा प्रयत्न करे, तेवढे ते त्याला अधिकाधिक भ्रामक वाटत असे. कसे ऐकून घ्यावे, कसे एकाग्र व्हावे, कसा संयम ठेवावा, कसे अर्थपूर्ण वागावे हे सर्व त्याला प्रथम शिकावे लागले. जॉन कॅबाट-झीन या सुरुवातीच्या अस्थिर, लोंबकळत्या अवस्थेची तुलना जंगली प्राण्यांचे फोटो काढणाऱ्या फोटोग्राफरबरोबर करतात. जोपर्यंत त्या प्राण्याला सुरक्षित वाटत नाही आणि तो प्राणी फोटो काढण्यायोग्य स्थितीत येत नाही, तोपर्यंत त्या फोटोग्राफरला आपल्या जागेवर अतिशय शांतपणे, न हलता बसणे भागच असते. हव्या त्या स्थितीत फोटो काढण्यासाठी जर स्वत: फोटोग्राफरच अस्थिर अवस्थेत, उतावीळपणे बसला, तर तो प्राणी रम्य नैसर्गिक वातावरणात हवा त्या स्थितीत थोडा वेळही दिसणे दुरापास्त होते.

आपल्यातल्या बऱ्याच जणांनी आपल्या अंतर्मनाला चांगली वागणूक न देण्याचा जणू पणच केलेला असतो. जोएलप्रमाणेच – कठीण प्रसंगातून मार्ग काढणे, आयुष्याचा जोडीदार शोधणे, मुलांची काळजी घेणे, पालकांच्या अपेक्षांना उतरणे, मित्रांच्या, बॉसच्या, सहकाऱ्यांच्या अपेक्षा... या सर्व धबडग्यात आपण आपल्या खोलवर मनातल्या भावनांना गुदमरून टाकणे स्वत:हून स्वीकारले आहे.

जर आपण त्या क्षणांच्या हाकेला ओ दिली असती, तर आपल्याला ऐकू आले असते. 'मला बरे वाटत नाहीये. माझ्या दृष्टीने खऱ्या ज्या महत्त्वाच्या गोष्टी आहेत, त्या मला मिळाल्या नाहीत. मला हवी आहे एक प्रकारची पूर्णता, सुंदरता, औदार्य, आनंद... एवढेच पुरेसे नाही... मला आणखी काहीतरी महत्त्वाचे हवे आहे.' या सर्व मागण्यांकडे आपण दुर्लक्ष करतो आणि फोनवर बोलत राहणे, ई-मेल्स पाहत राहणे, एखादा चित्रपट, एखादी वाईनची बाटली, सिगारेट किंवा मनाला बधिर करणारी एखादी गोष्ट करण्यात वेळ घालवतो, कारण ते सोपे आहे. पण काहीही झाले तरी शेवटी आपल्या अस्थिर, सळसळत्या आतल्या प्राणाला आपण शांत, स्थिर केले नाही, तर आपण खरोखरचे समाधानी कधीच होणार नाही अशी मला भीती वाटते. आणि आपण जर आपल्या आतल्या मनाला असेच बेफिकीरपणे वागवले, तर निराशा आपल्याला घेरू लागते. जोएल जेव्हा स्वत:च्या श्वसनावर एकाग्र होण्याचा प्रयत्न करीत असे. तेव्हा त्याला असेच अस्वस्थ वाटत असे. असाच प्रत्येक जण अस्वस्थ होतो. 'या पृथ्वीवर मी करतोय तरी काय? आणखी कितीतरी मनासारख्या, रसपूर्ण गोष्टी करण्यासारख्या आहेत!' अर्थातच, हा जो त्रास होतो, त्याने आतली अस्वस्थता आणखीनच वाढते आणि ती व्यक्ती मन विचलित करणाऱ्या गोष्टींकडे आणखीच आकर्षित होते.

अंतर्मनाला शांत करण्याच्या पहिल्या प्रयत्नानंतर जोएल वैफल्यग्रस्त झाला. पण त्याच्या मेंदूच्या पडद्यावरची नैसर्गिक जैवप्रक्रियांमध्ये दोष असल्याची सूचना वाचण्याएवढा तो नक्कीच हुशार होता. त्याला हेही जाणवले की त्याची गोंधळाची वृत्ती, अस्थिर मन आणि मनाच्या आत खोलवर बघण्यात येणारे अपयश यामुळे परिस्थिती आणखीच बिघडत होती.

त्याचा यावर विश्वास नव्हता, पण जोएल जे काही पाहत असे, ऐकत असे त्याकडे लगेच आकृष्ट होत असे आणि त्याच्या या स्वभावाप्रमाणे ध्यानाकडेही तो असाच ओढला गेला. तो या माझ्या सूचनेवर खूप उत्साही नव्हता, पण कोणत्याही नवीन गोष्टीबाबत असणाऱ्या त्याच्या उपजत उत्सुकतेपोटी तो तयार झाला. शिवाय, कोणत्याही गोष्टीचा स्वत: अनुभव, प्रयोग केल्याखेरीज त्याला नकार द्यायचा नाही ही जिद्दही या कामी उपयोगी आली. (या त्याच्या दोन गुणांमुळेच तो उत्कृष्ट निर्माता बनू शकला) आणि म्हणूनच त्याने दिवसातून दोन वेळा दहा मिनिटे श्वासावर एकाग्र

होण्याचे व स्वत:च्या तसेच जीवनावश्यक महत्त्वाच्या क्रियाही (हृदयस्पंदने, श्वास इ.) शांत करण्याचा निदान प्रयत्न करण्याचे मान्य केले.

ज्या गोष्टींचा त्याच्या कॅन्सरशी लढण्यासाठी उपयोग झाला होता, त्या सर्व सूचना इयान गॉलरने त्याच्या एका पुस्तकात लिहिल्या आहेत. त्याच सूचना मी जोएललाही दिल्या. फक्त या सूचनांचे पालन करण्यासाठी त्याच्या दररोजच्या जीवनशैलीतून वेळ काढण्यासाठी मात्र आम्हाला विशेष प्रयत्न करावे लागले. तसेच, त्या दहा मिनिटांतही या सूचनांनाच इतर अनेक गोष्टींपेक्षा प्राधान्य मिळवण्यासाठीही प्रयत्न करावे लागले. विश्रांतीच्या काळात या सूचनांचा स्वीकार करणे किंवा तशी इच्छाशक्ती दाखवणे यासाठी खूप प्रयत्न करावे लागत नव्हते. 'तुझे डोळे सावकाश, हळुवारपणे बंद कर, अंतर्मनाकडे लक्ष वळव आणि असे आठव की हा क्षण केवळ तुला बऱ्या करणाऱ्या शक्ती जागृत करण्यासाठीच उपयोगात आणणार आहेस.' खरेतर, एका दिवसात दहा मिनिटांचे दोन भाग म्हणजे खूप कमी वाटतील, पण जोएलसाठी ती एक मोठीच पुढची पायरी होती.

या दहा मिनिटांत त्याला जगापासून पूर्ण बाजूला होण्याचा, भूत किंवा भविष्यकाळाबद्दल कोणताही विचार न करण्याचा जणू अधिकारच प्राप्त झाला. भूतकाळ गेलेला आहे, परत कधीच येणार नाही तर भविष्यकाळाबद्दल काहीच माहीत नाही. तो जे स्वत:च्या अंतर्मनात सापडवू पाहत होता त्या छोट्या ज्योतीचेही महत्त्व प्रतिकात्मक होते. ती छोटी ज्योत बाहेरच्या जगातील वेगवेगळ्या घटनांच्या वादळातही फडफडत होती पण विझत मात्र नव्हती, अगदी खंबीरपणे.

त्याचे अभ्यासाचे सुरुवातीचे भाग त्याच्या अपेक्षेपेक्षा एवढे अवघड झाले नाहीत. त्यानेही ती दहा मिनिटे कशी पटकन संपतील हे शिकून घेतले. त्याच्या ध्यानाच्या या अभ्यासात त्याला अशी गोष्ट सापडली की तो चकितच झाला. जेव्हा एखादा विचार त्याच्या या अभ्यासात व्यत्यय आणू पाहत असे (उदा. 'मला जॅकला पुन्हा बोलावले पाहिजे आणि या चित्रपटाच्या नवीन कल्पनेविषयी बोलले पाहिजे' इ.), तेव्हा उच्छ्वास करताना हा विचार तो बाजूला सारत असे. स्वत:लाच बजावत असे की, 'नाही, आत्ता नाही. यावर दहा मिनिटांनंतर मी विचार करू शकतो!'आणि तो विचार आपोआपच बाजूला जाई. तेवढ्यात दुसरा विचार त्याची जागा घेई, 'अरे आज मुलांकडून काहीच बातमी नाही.' पण हाही विचार तसाच सहजतेने मागे जाई, दिसेनासा होई. मग त्या उच्छ्वासानंतरचा विराम येत असे, हे विचार साबणाच्या बुडबुड्यांसारखे होते, तयार होत मग पृष्ठभागावर येऊन हळुवार फुटत आणि दिसेनासे होते. त्याला हे कधीच कळले नव्हते की जे विचार पूर्वी अतिशय महत्त्वाचे, तातडीचे वाटायचे, त्यांच्याकडे जर लक्ष दिले नाही तर ते किती साधे, हलकेफुलके असू शकतात.

दोन आठवड्यांच्या आतच तो स्वत:हून १५ मिनिटांचे दोन वर्ग करू लागला. जसजशी त्याची यात प्रगती होऊ लागली, तसतशी त्याला आतल्या मानसिक ताणतणावाचा किती त्रास असू शकतो याची जाणीव होऊ लागली. त्याचवेळी, त्याने स्वत:लाच बजावले की जरी त्याला हे सर्व माहीत होते, तरी त्यामुळे त्याचे संपूर्ण स्वरूप स्पष्ट होत नव्हते. त्याला आतून जाणीव व्हायची की तो ताणाखाली जगतोय, पण हे मान्य करण्याची त्याची तयारी नव्हती आणि आता मात्र अत्यंत आश्चर्यकारक बदल घडून आला. तो हे मान्य करू लागला आणि त्यामुळेच त्याची आंतरिक शांतता वाढल्याची जाणीव झाली.

तो लॉस एंजेलिसला जाण्यासाठी निघण्यापूर्वी आम्ही त्याच्या हृदयाच्या लयबद्धतेचा पुन्हा अभ्यास केला. तो एकटाच त्याला शिकवलेल्या ध्यानाच्या अभ्यासाचा आनंद त्याच्या हॉटेल रूममध्ये घेत होता, तेही त्याच्या जैविक प्रतिक्रिया नोंद करणाऱ्या सॉफ्टवेअरशिवाय! या सॉफ्टवेअरशिवायच अवघ्या दहा दिवसांत त्याच्या हृदयस्पंदनातील गडबड गोंधळ ३० टक्क्यांनी कमी झाला, म्हणजेच हृदयाची लयबद्धता ७० टक्क्यापर्यंत व्यवस्थित प्राप्त झाली.

तो तिकडे गेल्यावरही आम्ही संपर्क ठेवला होता. त्यामध्ये त्याने सांगितले की, त्याला ध्यानाच्या अभ्यासाचा अधिकाधिक अनुभव येत होता आणि उरलेल्या दिवसाच्या वेळेतही त्याचे मन पूर्वीसारखे अस्थिर, चंचल राहत नव्हते. तो आता अधिकच वर्तमानकाळात रमणारा, उत्साही असायचा आणि बाह्य जगातील गोष्टींचा आनंद घेत होता. त्याला स्वत:लाच अधिक सतेज वाटू लागले होते. आता तो मुलाबरोबर बुद्धिबळ खेळत असताना ई-मेल्सना उत्तरे देत नव्हता. त्याने आता असाही निर्णय घेतला होता की त्याचा ब्लॅकबेरी मोबाइल प्रत्येक मेसेजच्या वेळी बघण्याऐवजी, ठरावीक वेळेनंतर एकदमच सर्व मेलबॉक्स बघणे जास्त श्रेयस्कर होईल.

सहा महिन्यानंतर त्याला या अभ्यासाची इतकी गोडी लागली की सकाळी लवकर उठून तो दररोज अर्धा तास ध्यान करू लागला. आता दिवसातली त्याची ही वेळ अत्यंत महत्त्वाची झाली होती. ही वेळ म्हणजे कोणत्याही व्यत्ययाशिवाय, काळजीशिवाय आणि विचारांशिवाय स्वत:ला समजून घेण्याची होती. ही तीस मिनिटे तो अगदी स्वतंत्र झाला होता केवळ स्वत:ला समजून घेण्यासाठी!

दोन वर्षांनंतर त्याने मला एक ई-मेल पाठवला आणि सांगितले की त्याला जो स्वत:चा शोध लागला होता तो किती महत्त्वाचा होता. त्याचा कॅन्सर पसरण्याचे जवळपास थांबले होते, पण याचवेळी त्याच्या आयुष्यात एक मोठा आघात झाला होता, ज्या चित्रपटासाठी त्याने प्रचंड गुंतवणूक केली होती तो पूर्णपणे आपटला होता. त्या काळात त्याचा सकाळचा ध्यानाचा अभ्यास म्हणजे त्याची 'आयुष्याची

दोरी' बनून राहिली होती. त्या वेळातच त्याची भीती, राग, आशा-निराशा त्याला भेटल्या होत्या आणि मुख्य म्हणजे तो स्वत:! 'जर हे आंतरिक शांततेचे क्षण माझ्या वाट्याला आले नसते, माझ्या आतमधील खोलवरची ऊर्जा मी अनुभवली नसती तर! मला माहीत नाही मी काय केले असते.' तो आणखी लिहितो, 'मला माहीत नाही, पूर्वी हे मी कसे सहन केले असेल! पीट्सबर्गमधील त्या कठीण प्रसंगातून मला तारून नेल्याबद्दल तुमचे आभार!'

शेवटी, जोएलला आता वाळवंटात बसण्याची गरज नव्हती. तर प्राणायाम करण्याची गरज होती!

सर्व ध्यानाचे प्रकार शेवटी एकत्र येतात

अंतर्मनाची जाणीव निर्माण करणारी सर्वांत जुनी पद्धती म्हणजे योग. संस्कृतमध्ये 'योगा'ची फार सुंदर व्याख्या केलेली आहे. 'योग' ही अशी जीवनपद्धती आहे ज्याचे उद्दिष्ट शरीर व मन यांचे ऐक्य घडवून आणणे व अंतर्मनात शांतता निर्माण करणे हे आहे. 'हा असा एक मार्ग आहे ज्यामुळे 'माणूस' आहे त्यापेक्षा अधिक सुंदर बनेल. या परंपरेमध्ये एक महत्त्वाचे तत्त्व असे आहे की, वरील गोष्टी साध्य करण्यासाठी एकच एक मार्ग नाही.' उलटपक्षी, प्रत्येक संस्कृती व प्रत्येक माणसाने त्याला आवडणारा मार्ग स्वत:च शोधणे हेच श्रेयस्कर आहे. या पद्धतीची मूलभूत शिकवण हीच आहे की, काही काळ तरी तुमच्या मनाचे लक्ष बाहेरच्या जगापासून बाजूला करून आणि तेच लक्ष ध्यानासाठी तुम्ही निवडलेल्या गोष्टीकडे वळवावे.

ध्यानासाठी कोणता विषय निवडायचा, हे त्या त्या प्रशिक्षण केंद्रावर अवलंबून आहे. कदाचित यामध्ये तुमचे शरीर व संवेदना यांच्याशी ते निगडित असेल, जसे 'हठयोगा' मध्ये असते. शरीराच्या वेगवेगळ्या अवस्था आणि श्वसनावर नियंत्रण. ताय-ची, क्विगाँग, निद्रायोग व हृदयाची लयबद्धता (सोफ्रॉलॉजी) हे सगळे याच शरीरकेंद्री ध्यानाचेच प्रकार आहेत.

संमोहनशास्त्रामध्ये लक्ष एकाग्र करण्याचे आणखी शक्तिशाली मार्ग शिकवले जातात. शिवाय, शरीराच्या इतरही शक्ती जागृत केल्या जातात. तसेच, एखाद्या मेणबत्तीच्या ज्योतीवर, देवतेच्या मूर्तीवर, एखाद्या शब्दावर (उदा. प्रेम, शांती, शॅलॉम इ.), प्रार्थनेवर (उदा. ॲव्ह मरीया, बौद्धमंत्र, सूफी 'धिक्र' इ.) इतकेच नव्हे तर सुंदर निसर्गचित्र (उदा. तळ्याचे चित्र, पर्वत किंवा हिरवेकंच झाड) यावरही लक्ष एकाग्र करता येते.

जॉन कॅबॉट झीन यांच्या 'मानसिक ध्यान' या अभ्यासाच्या प्रकारात आपले लक्ष अगदी सहज आणि सातत्याने जो काही विचार त्याक्षणी आपल्या मनात असेल

त्यावरच केंद्रित करायला शिकवतात. त्या विचारांची खोलवर चिकित्सा न करता त्यांच्याकडे फक्त पाहत रहायचे. जर विचार आला तर त्याला एक 'खास विचार' म्हणून संबोधायचे आणि नंतर त्यातून काय काय उलगडत जाते हे फक्त पाहत रहायचे. जर एखादी भावना त्यातून निर्माण झाली, तर त्याला 'खास भावना' म्हणायचे आणि मग लक्ष त्या 'भावनेवर' केंद्रित करायचे. हे सर्वच आपल्या एखाद्या जाणिवेसंदर्भातही खरे आहे. एखादा त्रास, एखादी गोष्ट थांबवण्याची आपली अतीव इच्छा इ.

योगाच्या अभ्यासात पुढील गोष्टींचाही अंतर्भाव आहे. उदा. दैविक, पौराणिक ग्रंथ वाचणे, सामाजिक कार्य करणे ज्यामध्ये आत्ताच्या जागृतावस्थेतील क्षणालाही सामावून घेतले गेले आहे. मुख्य मुद्दा हा आहे की एकाग्रता, लक्ष यावरील नियंत्रण. अशा तऱ्हेने एकाग्रतेसाठी अथक प्रयत्न केले की वरीलपैकी कोणताही मार्ग अनुसरला तरी आपल्या आंतरिक लयबद्धतेकडे पोहोचण्याची संधी आपोआपच निर्माण होते आणि अर्थातच त्यामुळे आपले सर्व शारीरिक ताल, लय यामध्येही एकात्मता व सूर निर्माण होतो.

मुख्य म्हणजे यासाठी कोणताही एखादाच मार्ग, एखादेच तंत्र उपयोगी येईल असे नाही. कॅन्सर बरा करण्यासाठी असा कोणताही एखादा गुप्त जादूमयी पासवर्ड नाही. तांत्रिक योगामध्ये अशी कोणतीच एखादी स्थिती नाही जी सर्व शारीरिक उर्जा एकाच वेळी एका रेषेत आणेल. महत्त्वाचे हे आहे की या उर्जांशी सततच, दररोजचा संपर्क ठेवणे, त्यांना जागृत करणे तेही अतिशय प्रांजळपणे, सदिच्छेने आणि शांतपणे. या शरीर उर्जेसमोर झुकायला आपण शिकले पाहिजे.

भाग ३ – इलाज पूर्वायुष्यातील जखमांवर

जीवनात काही कारणांनी होरपळून निघालेल्या लोकांमध्ये पूर्वीच्या जखमा ह्या नेहमीच ताज्या राहतात. त्यांचे लक्ष मनाच्या आतल्या/गाभ्यातल्या गोष्टींकडे वळवणे हे वेदनादयी ठरण्याचीच शक्यता जास्त असते. हे अर्धवट भरलेल्या जखमांचे व्रण, त्या व्यक्तीची बरीचशी उर्जा फस्त करत असतात. त्यामुळे स्वसंरक्षणाची शरीराची क्षमता अर्थातच कमी होते. अशा वेळी ही खोलवर रुतून बसलेली जखम शोधणे गरजेचे होऊन बसते. ही जखम व मानसिक आघात शोधण्याच्याअनेक पद्धती आहेत. त्यातल्या काहींचा मीही अनुभव घेतला आहे; माझ्या मते (EMDR : Eye Movement Desensitisation and Reprocessing) ही त्यातली सगळ्यात चांगली आहे.

मेरीचा स्वैराचार / मेरीचा त्याग

जेव्हा मेरीला लक्षात आले की तिच्या स्तनांच्या कर्करोगाची लक्षणे वाढत आहेत, तिला अजिबात आश्चर्य वाटले नाही.

गेले काही महिने ती इतकी निराश व असह्य झाली होती की काही वेळा आत्महत्येचे विचार तिच्या मनात डोकावत असत. तिच्या शरीराने क्वचित साथ दिली असती, तर हे घडूनही गेले असते! वयाच्या ५५ व्या वर्षी तिच्या आयुष्यातील सर्वांत मोठी प्रेमकहाणी तिने अनुभवली होती – तेही तिच्याहून वीस वर्षांनी लहान पुरुषाबरोबर! त्याने तिला वारंवार सांगितले की 'ती'च त्याच्या आयुष्याचे प्रेम आहे 'ती'च्या शिवाय एक क्षणही दुसऱ्याबरोबर घालवणे याची कल्पनाही करू शकत नाही आणि केवळ 'ती'नेच त्याचे आयुष्य पूर्ण बदलून टाकले आहे आणि जगण्याच्या आशेने परिपूर्ण बनवले आहे! मेरी त्याच्या या गांभीर्यपूर्वक प्रेमावर आणि निरागस आवेगावर भाळून गेली. तिच्या आयुष्यात पहिल्यांदा तिने या नाजूक, सुरक्षित प्रेमाला स्वत:ला संपूर्ण सुपूर्त केले. या नात्यामध्ये ती सहा वर्षे इतकी विरघळून गेली होती, जणू बाकीच्या जगाशी पूर्ण तुटून गेली. आणि एके दिवशी पॉल निघून गेला! जाताना त्याने स्वत:चे आयुष्य समजून घेण्यामध्ये तिची जी मदत झाली त्याबद्दल तिचे अतिशय आभार मानले. पण आता त्याला स्वत:ची मुले असावीत असे वाटू लागले होते आणि त्याच्या आयुष्यात आलेल्या आणखी एका स्त्रीच्या मदतीने या नवीन स्वप्नाच्या दिशेने तो निघाला. उद्ध्वस्त झालेल्या मेरीला पहिल्यांदा स्वत:च्या वंध्यत्वाची भावना झाली. तिच्या बालपणातही तिच्या वडिलांनी अचानक संपूर्ण कुटुंबाचा त्याग केला आणि पुन्हा कधीच तिच्याकडे ढुंकूनही पाहिले नाही. नंतरही तिचा तरुण पती दुसऱ्या विवाहित स्त्रीच्या प्रेमात पडल्यामुळे त्यांचा घटस्फोट झाला होता. मार्टी सेलिगमन यांच्या प्रयोगाप्रमाणेच ज्या उंदरांना विजेचे धक्के देण्यात आले होते व त्यातून सुटकेचा मार्ग नव्हता, तशीच मेरीची भावना झाली होती आता स्वत:ला जपण्यात काहीच अर्थ नाही. 'हे सर्व घडणारच होते' या प्रकारच्या विचारांमुळे व अगतिक, असहाय भावनांमुळे आत्महत्येचे विचार प्रबळ होत गेले. आणि कदाचित या भावना, निराश विचार यांमुळेच तिच्या कर्करोगाच्या लक्षणांमध्ये वाढ झाली होती.

फिनलंडमधील हेलसिंकी विद्यापीठाच्या कर्सी लिलबर्ग (एम.डी., पीएच.डी.) यांनी दहा हजार स्त्रियांवर अभ्यास केल्यानंतर असे दाखवून दिले की त्यांचे अतिशय महत्त्वाचे भावनिक नातेसंबंध संपुष्टात आले तर स्तनांच्या कर्करोगाची शक्यता दुप्पट होते. आपल्या वैवाहिक जोडीदाराच्या निधनापेक्षाही त्याच्यापासून विभक्त होणे किंवा दु:खदायक घटस्फोट यांचा कर्करोगाशी थेट संबंध पोहोचतो. प्रेमातील विफलता बऱ्याच जणांना असहाय बनवते. याचे कारण कदाचित हेच

असावे की या अनुभवामुळे त्यांच्या लहानपणीचे असेच झिडकारल्याचे किंवा कठोर टीका झेलण्याचे प्रसंग पुन्हा जागृत होत असावेत.

असहाय, अगतिक भावनेमुळे एखाद्या दु:खदायक प्रसंगाचे रूपांतर प्रचंड मोठ्या मानसिक धक्क्यात होत असावे. ज्या सैनिकांनी युद्ध अनुभवले आहे, त्यांच्यातही अगदी असेच होत असावे. खरे तर त्या भयानक आठवणी त्यांनी लढलेल्या युद्धाच्या नसतात, तर शत्रूच्या हाती सापडण्याच्या असतात. एखाद्या बरोबरच्या सैनिकाला वाचवता न येणे किंवा शत्रूच्या वेढ्यात शक्तिहीन अवस्थेत वेढले जाणे, किंवा प्रचंड बॉम्बवर्षावात स्वत:ला वाचवू न शकणे किंवा लढू न शकणे या सर्वांत भयानक आठवणी असतात.

ही मानसिक जखम खूपच गंभीर असते, जसे मेरीच्या अनुभवात घडले. तिला यातून वर आणण्यासाठी कोणीच मदतीला नव्हते, कारण तिने तिच्या मित्र-मैत्रिणींचे जाळे जवळजवळ तोडले होते. अशा वेळी हा आजार होण्याचा धोका खूपच वाढतो. एका अभ्यासात असे आढळून आले की अशा प्रकारच्या भावनिक व मानसिक धक्के सहन कराव्या लागणाऱ्या लोकांमध्ये स्तनांच्या कर्करोगाची शक्यता नऊ पट जास्त वाढते! आणि म्हणूनच कर्करोगाविरुद्धच्या लढाईत अगतिक असहाय भावनांच्या विरुद्ध तेवढ्याच तीव्रतेने लढणे अत्यावश्यक आहे.

शोकाकुल मन:स्थिती व आघातजन्य तणाव या गोष्टी शरीराच्या रोगप्रतिकारक यंत्रणेचा ऱ्हास घडवून आणतात. पांढऱ्या पेशी व ‘NK’ पेशी यांच्या कार्यात बाधा आणतात. याहीपेक्षा महत्त्वाचे म्हणजे मानसिक आघात हा अनेक व्याधींना जन्म देतो. सुदैवाने अशा आघातांवर विवेकनिष्ठ मानसोपचार अथवा EMDR यांच्या सहाय्याने उपचार करता येतात.

अगतिकता हा अत्यंत क्लेशदायक अनुभव

मनावर दीर्घकालीन वाईट परिणाम करणारी मानसिक जखम (Trauma) म्हणजे असा एखादा धक्का किंवा धक्क्यांची साखळी यामुळे मेंदूवर मोठा व अत्यंत वेदनामय ओरखडा उठतो. सौम्य आव्हाने किंवा अपयशाचे छोटे अनुभव – जे नेहमीच्या आयुष्यात येतच असतात, एखाद्याला काही दिवसपर्यंत विचलित करू शकतात, पण यातून मेंदू नक्कीच बरा होऊ शकतो. जसे शरीरावरील लहान सहान जखमा पटकन बऱ्या होतात तेही कोणताही व्रण न ठेवता– अगदी तसेच छोट्या भावनिक जखमांमधून संपूर्ण बरे होण्याची मेंदूकडे नैसर्गिक शक्ती असते. या जखमांचे कायमचे व्रण तर राहातच नाहीत, पण उलट जीवनातील प्रगल्भता आणि व्यक्तिगत विकासाला त्या चालनाच देत असतात.

पण काही वेळा, काही प्रसंग इतके दु:खदायक असतात की त्यांची स्वत:चीच

लोकांमध्ये असलेली प्रतिमा किंवा त्यांना असणारा जगाविषयीचा विश्वास यांचा चक्काचूर होतो. हे खरे तर बलात्कार, अतिशय भीतिदायक किंवा जिवावर बेतणारे अपघात किंवा काही प्रणयात्मक नात्यांचा अचानक शेवट अशा त्रासदायक गोष्टींमध्ये जास्त सत्य आहे. किंवा ज्यांच्या आयुष्यात प्रेमच अस्तित्वात नाही, प्रेमभंग झालेला आहे, लहानपणी जेव्हा मानसिक वा भावनिक दृष्ट्या माणसे सर्वांत जास्त संवेदनशील असतात – वारंवार ज्यांना अपमानास्पद वागणूक मिळते त्यांच्याही बाबतीत हेच घडते. असे धक्के त्यांच्या मनात ठसठसत्या जखमा करून ठेवतात. मेंदू या जखमांना एकतर वेगळे करण्याचा किंवा या ना त्या प्रकारे झाकण्याचा प्रयत्न करतो आणि मग माणूस अशा प्रकारचे प्रसंग आयुष्यात घडले हेच नाकारू लागतो. पण जसे एखाद्या ठसठसणाऱ्या जखमेवर दाब पडल्या पडल्या त्या जखमेची संवेदना जागी होते, अगदी तसेच आपल्या जीवनातही या जखमेवरच्या खपल्या उडत राहतात आणि दुःखदायक गोष्टींची पुन्हा पुन्हा आठवण येत राहते.

अशा वेळी मात्र मनुष्याच्या संपूर्ण शारीरिक व मानसिक कार्यप्रणालींवर भूतकाळातील या वेदनामयी घटनांचा पूर्ण पगडा बसतो. मेरीच्या घटनेमध्ये जेव्हा पॉल तिला सोडून गेला, तेव्हा ५० वर्षांपूर्वीच्या वडिलांचा अचानक सर्वांना सोडून जाण्याचे आणि २० वर्षांपूर्वीच्या पतीच्या विभक्त होण्याचे जळजळीत सत्य तिच्यापुढे उभे राहिले. तिला खात्रीच वाटू लागली, की ती प्रेम करण्याच्या लायकीचीच नाही, तिचा या जगात काहीच उपयोग नाही, किंबहुना अपयश हेच तिचे आयुष्य आहे! तिला तेच जुने दुःख होते, तेच अश्रू पुन्हा ओघळतात, अगदी तसेच पोटात आवळून येते आणि पुन्हा तसेच गुडघ्यांभोवती हाताची मिठी घालून कोपऱ्यात बसते जसे बालपणी घडत होते.

असे भावनिक दुःख शरीरातील महत्त्वाच्या कार्यप्रणालींवरही परिणाम करते. जसे आपल्या त्वचेवर एखादा ओरखडा उठल्यावर तो बरा करणाऱ्या प्रणाली कार्यान्वित होतात, तसेच मनालाही जखम झाल्यास तणावजन्य प्रणाली शरीरात प्रतिक्रिया देऊ लागतात. कॉर्टीसोल, ॲडरेनलीन सारखे हार्मोन्स स्रवतातआणि रोगप्रतिबंधक रचना कमकुवत करतात. 'नेचर कॅन्सर रिव्ह्यू' व 'लॅन्सेट' सारख्या नियतकालिकांमध्ये प्रकाशित झालेल्या लेखांमध्ये सांगितलेलेच आहे की या नैसर्गिक तणावजन्य कार्यप्रणाली कर्करोगाच्या वाढीला आणि शरीरातील इतरत्र प्रसाराला मदतच करतात.

परंतु, काही बऱ्या न झालेल्या जखमांमुळे माणूस पुन्हा खोट्या अगतिक, असहाय भावनेकडे ओढला जातो. ही दुर्बलतेची भावना भूतकाळात कदाचित बरोबरही असेल, पण वर्तमानात ते सत्य असू शकत नाही. हा मानसिक विभ्रम रुग्णाच्या लक्षात आणून देणे, हेच यावरच्या उपचारांचे गमक आहे.

मेरीच्या घटनेत डॉक्टरांना तिची आंतरिक जिद्द जागृत करण्याचा सरळ साधा

मार्ग सापडला. ती एक पत्रकार आणि प्रथितयश लेखिका असल्यामुळे त्यांनी तिला तिच्या प्रेमाच्या आवेगाची आणि तितक्याच उन्मळून टाकणाऱ्या त्यातील अपयशाची कथा लिहिण्यास सांगितली. जरी ती हताश झालेली होती, तरी या युक्तीने ती काही काळ व्यस्त राहिली. जसजशी तिची कथा तिच्या बोटांमधून कीबोर्डवर उतरू लागली, तिला जीवनात परत आल्यासारखे वाटू लागले. तिचे नवीन पुस्तक प्रकाशित झाल्यावर ती डॉक्टरांना भेटायला आली. तिचे आत्महत्येचे विचार नुसते मागेच पडले नाहीत तर तिची कर्करोगाची लक्षणेसुद्धा कमीकमी होत पूर्ववत झाली. एका शक्य असणाऱ्या ध्येयाशी एकाग्र झाल्यामुळे मेरीचा असहाय भावनेचा विभ्रम दूर झाला आणि जगण्याची जिद्द पुन्हा जागृत झाली. तिच्या शरीरानेही लगेच साथ दिली आणि होऊ शकणाऱ्या कर्करोगावर तिने नियंत्रण मिळवले. मेरीच्या बाबतीत तर तिने तिचीच कथा लिहिण्यात स्वत:ला झोकून दिले आणि एक वेगळीच ऊर्जा तिला मिळाली. जशी काही जगण्याचीच शक्ती! दुसऱ्या काहींच्या बाबतीत अनेक दिवस राहून गेलेली मोठी सहल, किंवा आपले स्वप्नातले घर बांधणे किंवा काही नाही तरी अगदी आपल्या कुटुंबात व मित्रमैत्रिणींमध्ये स्वत:ची अधिकाधिक गुंतवणूक करणे यांनीही अशीच ऊर्जा मिळाली असती. थोडक्यात महत्त्वाचा मुद्दा हाच आहे की प्रत्येकाच्या आवडत्या अर्थपूर्ण कृती त्या त्या माणसाला जीवन ऊर्जेच्या अधिक जवळ आणतात.

जवळच्या नातेवाइकांच्या प्रेमामुळे व आधारामुळे काही लोक आयुष्यामधल्या कसोटीचा काळ निभावून नेतात. प्रत्येक टप्प्यावर तुमचा हात आश्वासकपणे हातात घेणारा पती, मुलगा, पत्नी वा मुलगी हे असहायतेच्या भावनेपासून रक्षण करतात. पण अलीकडच्या काही पाहण्यात आढळून आले आहे, की जिवलग मित्रांचा चमू देखील एखाद्याला आजारातून बरे होण्यात तितकीच महत्त्वाची भूमिका निभावतो.

२००९ मध्ये प्रकाशित झालेल्या एका पुस्तकात जेफ्री झॅस्लो यांनी बालमित्रांच्या अकरा जणांच्या गटाची गोष्ट सांगितली आहे. शिक्षण संपल्यावर हे सगळे जण अमेरिकाभर विखुरले, पण चाळीस वर्षांपर्यंत त्यांची मैत्री आधीसारखीच टिकून होती. अनेकांच्या वैयक्तिक आयुष्यात अनेक चढउतार येऊनही मैत्रीत बाधा आली नाही. सप्टेंबर २००७ मध्ये त्यांच्यातल्या एकीला – केलीला स्तनाचा कॅन्सर झाला. तिला कौटुंबिक आधाराची आवश्यकता असल्याचे डॉक्टरांनी सांगितले.

केली मात्र कुटुंबाऐवजी तिच्या बालमित्रांच्या गटाशी मोकळेपणे बोलली. तिचा ई-मेल गेला मात्र, तिच्यावर प्रेमाचा अक्षरश: वर्षाव झाला. पत्र, मेल, शुभेच्छा कार्डे, भेटवस्तू... केमोथेरपीने तोंडात अल्सर होतील म्हणून एकीने मिल्कशेक बनवणारे मशीन पाठवले. केस जातील व सर्दी होईल म्हणून एकीने लोकरी हॅट विणली, तर एकीने तिच्याकरता स्पेशल कपडे शिवले.

या सर्व आजारपणात ती कुठल्या अवस्थेतून जात आहे हे डॉक्टरांपेक्षाही मित्रांशी मोकळेपणी बोलणे तिला सोपे जात होते.

मित्रांच्या 'नेटवर्क'च्या संशोधनातूनही सिद्ध झाले आहे. अमेरिकेतल्या नर्सेस हेल्थ स्टडीमध्ये असे आढळले की, स्तनांच्या कॅन्सर झालेल्या ज्या नर्सेस दहा मैत्रिणींची नावे सांगू शकल्या, त्यांचा आजार बरा होण्याचे प्रमाण इतरांच्या मानाने चौपटीने जास्त होते. यातही हे मित्र जवळ आहेत की दूर यापेक्षा त्यांचे 'जवळचे' असणे अधिक महत्त्वाचे होते.

मायकेलचे स्मितहास्य :

माझी तब्येत पुन्हा बिघडून आणि एक वर्षाच्या मोठ्या केमोथेरपीनंतर मलाही या जीवनाविषयी निराशा वाटू लागली. मला माझी मानसोपचार विभागाची शाखा चालवणे आणि विद्यापीठाचे संयुक्त विभागीय केंद्र चालवणे शारीरिक दृष्ट्या अशक्य होऊ लागल्याने मला माझे काम बंद करावे लागले, इतके की मी रुग्णांना तपासणेही थांबवले. माझ्या वैयक्तिक आयुष्यातही माझ्या मुलाच्या संगोपनात माझे व अॅनाचे पटेना. आम्ही आमचे लग्न वाचवण्याच्या प्रयत्नात यशस्वी होत नव्हतो, याचे कारण बहुधा हेच असावे की, माझ्या आजाराच्या तीव्र तणावामुळे माझी तडजोडीची क्षमताच संपून गेली होती. मी माझी पत्नी, माझे कुटुंब, माझे काम आणि माझे आरोग्य सगळे एकाच वेळी गमावून बसणार होतो. मला माझे आयुष्यच हातातून निसटत असल्याचे जाणवत होते. मला भीती वाटू लागली की जे फायदे मला उपचारांमुळे मिळू शकत होते, ते माझ्या उद्ध्वस्त होणाऱ्या आयुष्याच्या ताणतणावांमुळे मिळेनासे होतील. आणि अशाच वेळी नेमकी माझी गाठ मायकेल लर्नरशी पडली!

मायकेल डॉक्टर नाही, पण एक समाजशास्त्रज्ञ आणि मानसोपचारतज्ज्ञ आहे. त्याच्या अनेक स्वयंसेवी संस्था आहेत. येल विद्यापीठाच्या समाजशास्त्र विभागाचा माजी प्राध्यापक, कॅलिफोर्नियातील कॉमनवील केंद्राचा संस्थापक आणि कर्करोगावरील अनेकविध उपचारांवरील मूलभूत कार्याबद्दल लिखाण करणारा असा हा मायकेल आता माणूस व औषधे यांचा या आधुनिक जगातील अन्योन्य संबंध तपासून पाहणारा अमेरिकेतील एक प्रसिद्ध विचारवंत झाला आहे. तो त्याच्या या प्रवासात हजारो रुग्णांना भेटला आहे आणि स्वत:च्या अनुभवांतून एक वेगळेच शहाणपण त्याने मिळविले आहे.

मी जेव्हा त्याला भेटलो, त्याने काही मूलभूत प्रश्न विचारले. माझ्या जीवनात काय चुकीच्या गोष्टी चालू आहेत यावर चर्चा करण्याऐवजी मला कोणत्या गोष्टींनी समाधान मिळते याच्यासंबंधीच त्याने मला बोलायला भाग पाडले. उदा. कोणते

अप्रतिम संगीत मला आवडते ज्याच्यावर नाचायला तयार होईन? असे कोणते एकच मुलुखावेगळे गाणे आहे, जे मी आयुष्यात एकदातरी, कधी ना कधी गायले आहे? असे युक्तीने विचारलेले सरळ साधे प्रश्न ऐकून माझ्या हृदयाची धडधड वाढली की काय असे मला वाटले.

मी थोडे कां कू करीतच उत्तरे दिली. मी माझ्या मनात घोळणाऱ्या एका मोठ्या योजनेविषयी बोललो. ही योजना आता एक धाडसी स्वप्नच आहे, अशीही भीती बोलून दाखविली. एक मानवी मज्जासंस्थेचा संशोधक म्हणून औदासिन्य, निराशा, चिंता यावरील नैसर्गिक उपचार पद्धतींवर मी एक पुस्तक लिहितोय असे स्वप्न मी सतत पहात असे. पण मी कधीच असे पुस्तक लिहिलेही नाही आणि सध्याच्या धक्क्याच्या अवस्थेत तर आता ते लिहिणे माझ्या आवाक्याबाहेरचे आहे असेच वाटते. मी डोळे वर करून बघतो तर काय, तो माझ्याकडे टक लावून पाहत होता. तो खूप खूश दिसत होता. त्याला जे पाहिजे होते ते मिळाले. तो म्हणाला, ‘‘डेव्हिड, मला माहीत नाही तू आयुष्यात आणखी काय करावेस ते, पण मी एवढेच सांगतो, तू हे पुस्तक लिहिलेच पाहिजेस.’’ काही काळातच, मायकेलचे हास्य आणि शब्द हृदयात साठवूनच मी चक्क लिहू लागलो. आणि मेरीप्रमाणेच मलाही माझा मार्ग सापडला. अर्थात, मायकेल काही महिन्यांपूर्वीपर्यंत माझी विझू पाहणारी जीवनज्योत पुन्हा प्रज्वलीत करण्यात यशस्वी झाला!

असहायतेवर फुंकर :

एक मानसोपचारतज्ज्ञ म्हणून मानसिक धक्क्यानंतरचा प्रचंड तणाव आणि त्याचे भीतिदायक परिणाम यांच्याशी मी चांगलाच परिचित होतो. कारण बहुतेक वेळा ते कोणत्याच उपचारांना प्रतिसाद देत नसत. अगदी जी औषधे बऱ्याच काळपर्यंत देणे आवश्यक असते, त्यांचासुद्धा परिणाम अगदी १/३ किंवा जास्तीत जास्त ५० टक्केच होतो. म्हणूनच एखाद्याच्या जीवनातील अत्यंत वेदनामयी काळातील रोगाची लक्षणे अगदी काही आठवड्यातच नाहीशी किंवा कमी करण्यात काही उपचारपद्धती तीही कोणतीही औषधे न घेता यशस्वी होतील का याबाबत मी अतिशय साशंक होतो. काही अभ्यासात तर असे दिसून आले आहे की जसे प्रतिजैविके न्यूमोनियासारख्या आजारात ८० टक्क्यांहून जास्त वेळा यशस्वी होतात, तसेच या उपचार पद्धतींमध्येही यशस्वी होण्याचे प्रमाण जवळजवळ ८० टक्के आहे.

माझे मानसिक धक्क्यांतून जाणाऱ्या रुग्णांवर उपचार करण्याचे प्रशिक्षण संपविल्यावर मी तेच उपचार अतिशय पद्धतशीरपणे कर्करोगाच्या रुग्णांवरही सुरू केले. मला सापडलेली ही उपचारपद्धती म्हणजे EMDR (आय मूव्हमेंट डिसेन्सीटायझेशन अॅन्ड रिप्रोसेसिंग) ज्यामध्ये आपल्या ‘REMmueerhe’ या झोपेच्या

प्रकारामध्ये जशी डोळ्यांची हालचाल होते, तशीच हालचाल केली जाते. ही पद्धती रुग्णांना सहज आत्मसात होणारी व खूपच मदत करणारी आहे. मी त्यांना त्यांच्या आयुष्यातील सर्वांत वेदनादायक दहा प्रसंग लिहावयास सांगितले. मला लक्षात आले की हे प्रसंग म्हणजे त्यांची जीवनेच्छा नष्ट करू पाहणाऱ्या एखाद्या लोखंडी पट्टीवरील आवळत जाणारे स्क्रू होते. हे स्क्रू जसजसे ढिले करत जाऊ तसतसे या रुग्णांना त्यांचे जीवन जगण्याचे नवनीवन मार्ग सापडत असत. एकदा का हे भयंकर ओझे उतरले की, त्यांना आजुबाजूच्या जगात बघण्याची एक नवीन दृष्टीच मिळत असे. जरी कर्करोगाचे उपचार म्हणजे केवळ त्यांना मानसिक धक्क्यातून बाहेर काढणे एवढेच नाही हे खरे असले, तरी या पद्धतींच्या उपचारांमुळे त्यांची शरीराची नैसर्गिक संरक्षण क्षमता निश्चितच वाढून त्याचा उपयोग कर्करोगाविरुद्ध लढण्यास मदतच होते.

लिलीयनची भीतीवर मात :

लिलीयन ही एक अभिनेत्री होती आणि तिने एका प्रसिद्ध विद्यापीठात शिकवलेही होते. तिने संपूर्ण जगभरातल्या रंगमंचांवर अभिनय केला होता. भीतीबद्दल ती जाणून होती आणि स्वत:वर ताबा कसा ठेवायचा याचेही तिला भान होते. तरीसुद्धा आज ती माझ्या ऑफिसमध्ये समोर बसली होती कारण तिच्या जुन्या शत्रूने, भीतीने तिचा पूर्ण ताबा घेतला होता. काही वर्षांपूर्वीच तिच्यावर स्नायूंच्या एका भयंकर कर्करोगासाठी (Myosarcoma) शस्त्रक्रिया झाली होती आणि त्यातून ती चांगली सावरली देखील होती. पण नुकतेच तिला समजले की ती गाठ पुन्हा उद्‌भवली आहे, एवढेच नव्हे तर आता ती काही महिन्यांची सोबती आहे. ती इतकी घाबरलेली होती की तिच्या आजाराबद्दल सांगताना तिला अक्षरश: धाप लागत होती. ती वाक्ये पूर्णही करू शकत नव्हती. मी तिची मन:शांती परत आणण्याचा खूप प्रयत्न केला, पण उपयोग झाला नाही. ती हुंदके देत देतच बोलत होती, ''काहीही झाले तरी तुम्हाला समजणार नाही, कोणालाच समजणार नाही माझे दु:ख! मी तर मरणारच आहे आणि कोणीच काहीही करू शकत नाही!!'' मी सुद्धा नुकतीच माझ्या कर्करोगाच्या पुनरागमनामुळे केमोथेरपी सुरू केली होती. मला जी भीती वाटत होती, लिलीयनच्या शब्दांनी तिचाच पुन:प्रत्यय येऊ लागला. जरी मी माझ्यावर एक बंधन घालून घेतले होते की माझ्या कर्करोगाबद्दल माझ्या रुग्णांशी बोलायचे नाही, तरी त्या दिवशी मात्र मी फक्त एकदाच तो नियम मोडला. आमच्या प्रशिक्षणाचे शिकाऊ डॉक्टर्सना, विद्यार्थ्यांना उपयोगी होणाऱ्या भागाचे व्हिडिओ चित्रण चालू होते. मी अचानक माझा माईक बंद करून लिलीयनच्या कानात पुटपुटलो, ''तुला माहितीये लिलीयन, मी कधी सांगत नाही, पण मला देखील

कर्करोग आहे आणि मी सुद्धा तुझ्यासारखा घाबरलेलो आहे. मी एवढेच सांगतो की प्रत्येक जण आपल्या अंतर्मनात एक शक्ती आणि शांती जागवू शकतो. फक्त एवढेच गरजेचे आहे की त्याने आजारातून सावरण्याची एक संधी स्वत:ला द्यायला हवी. आणि त्यासाठीच तर मी तुला मदत करीत आहे!'' तिचे हुंदके क्षणार्धात बंद झाले. ती माझ्याकडे शांत मुद्रेने वळून पाहू लागली. ती आता एकटी नव्हती. आम्ही काही क्षण एकमेकांना मिठी मारली आणि आम्ही आमचे नेहमीचे काम सुरू करू शकलो. 'बरे होण्यातील उत्स्फूर्तता' या माझ्या पुस्तकातही लिलीयनची हकिकत – अर्थातच त्यातील तपशिलाशिवाय लिहिली आहे.

मला नंतर असेही कळले की तिच्या खुद्द वडिलांनीच तिच्यावर अनेक वेळा बलात्कार केला होता. बालपणीची तीच अगतिकता, असहायता तिला पुन्हा एकदा तिच्या आजारामुळे अनुभवावी लागत होती. तिला तो भयानक दिवस पुन्हा आठवला – अगदी प्रत्येक क्षण! बागेच्या फाटकावर तिच्या मांडीच्या आतील भागास मोठीच इजा झाली. भूल न देताच तिच्या योनीच्या पार पोटाकडील वरच्या भागापर्यंत डॉक्टरांनी टाके घातले आणि संपूर्ण वेळ वडील हे सर्व पाहत उभे होते, तिच्या शेजारीच. घरी आल्यावर मात्र वडिलांनी तिला पोटावर झोपवले, तिची मान, पाठ हिंस्त्रपणे दाबून तिच्यावर पहिल्यांदा बलात्कार केला.

लिलीयनने तिच्या नेहमीच्याच उपचारांच्या दरम्यान आपल्या भावनांना मोकळी वाट दिली आणि आपल्या वडिलांच्या व तिच्या त्या भयानक नातेसंबंधाबद्दल; तेही अनेक वर्षांच्या, वाचा फोडली. या जुन्या कटू अनुभवांबद्दल बोलणे किंवा त्या आठवणे याचा काही उपयोग होईल असे तिला कधीच वाटले नव्हते. ''मी आता या सर्वांच्या वरती पोहोचली आहे,'' ती म्हणाली.

पण बालपणीच्या त्या प्रसंगाचा अन्योन्य संबंध तिच्या सध्याच्या आजाराशी त्यामुळे येणाऱ्या अगतिकतेशी, भीतीशी आणि चिंतेशी लागतच होता आणि मी त्याकडे दुर्लक्ष करूच शकत नव्हतो. अखेर ती या सर्व भावनांच्या खेळाच्या पार वरती आली आणि या सगळ्या भयंकर आठवणी पुन्हा जाग्या करण्यास राजी झाली. तिने जेव्हा ती आठवण पुन्हा मनात जागी केली, लहानपणी अनुभवलेली दहशत परत दत्त म्हणून उभी राहिली. तिच्या मनातले त्या वेळचे विचार जसेच्या तसे पुन्हा घोळू लागले. ''हा काय, माझा तर दोष नाही ना? मी त्या बागेच्या फाटकापाशी पडले आणि डॉक्टरांकडे माझी गुप्तेंद्रिये वडिलांना पहायला मिळाली म्हणूनच ते असे कृत्य करावयास उद्युक्त झाले!'' इतर अशाच बलात्काराच्या शिकार झालेल्या व्यक्तींप्रमाणेच लिलीयनसुद्धा स्वत:लाच अपराधी समजू लागली. आम्ही असेच काम पुढे चालू ठेवल्यावर, एका क्षणी तिला कळून चुकले की यात तिची काहीही चूक नाही. ती तर एक अतिशय छोटी बालिका होती आणि तिच्या

वडिलांनीच तिची काळजी घ्यायला हवी होती, तिचे संरक्षण करावयास हवे होते. आता तिच्यासमोर पूर्ण उलगडा झाला होता की या भयानक कृत्यासाठी ती कोणत्याच प्रकारे जबाबदार नव्हती. एका अतिशय खेळकर, धीट, धाडसी मुलीसाठी ती एक अतिसामान्य घटना होती. या सर्वांचा माझ्या दृष्टीने मी असाच अर्थ लावला की लहानपणी घडलेल्या भयंकर घटनेने मनावर उठलेला व्रण आणि प्रौढ वयातील विचारांची दिशा यांचा संबंध हा असा होता.

हळूहळू तिच्या भावना बदलून गेल्या. भीतीचे रूपांतर अत्यंत समर्थनीय अशा रागात झाले. ''माझे वडील माझ्याशी असे कसे करू शकले? माझ्या आईने ते इतकी वर्षे चालवून कसे घेतले?'' तिच्याच शब्दात सांगायचे तर तिची शारीरिक प्रतिक्रियाही बदलून गेली. मानेवरती दाब आणि पोटामधील भीतीचा गोळा यांच्याऐवजी रागाने तिची छाती फुलून गेली, जबडा ताठ झाला. मानसोपचारातील बऱ्याच विचारांमध्ये हेच सांगितले आहे की बलात्काराच्या शिकार झालेल्या रुग्णांमध्ये भीती व असहाय अगतिक भावनांचे रूपांतर अत्यंत समर्थनीय रागामध्ये होणे आवश्यक आहे. असे जरी असले, तरी माझ्या मते यानंतरही हे उपचार त्याच दिशेने सातत्याने दिले गेले पाहिजेत. कारण रुग्णाला त्याच्या भावनांमध्ये होणारे बदल हे आतून होत आहेत, हे लक्षात आले पाहिजे आणि हे नकारात्मक विचार, म्हणजे दुःख असो की राग, हळूहळू नष्ट झाले पाहिजेत. तरच तो या सर्वांच्या पलीकडे पोहोचेल.

आमचे काम आणखी जसे पुढे गेले, तसे लिलीयन स्वत:मध्येच एक शारीरिकदृष्ट्या ठोकरलेली आणि भावनिकदृष्ट्या झिडकारलेली छोटी मुलगी बघू शकली. तिला पुन्हा एकदा अतीव दुःखाची भावना अनुभवास आली, पण त्याबरोबरच या वेळी त्या गरीब मुलीबद्दल अतिशय करुणा दाटून आली. एलिजाबेथ कुबलर रॉस यांनी अशा शोकमग्न अवस्थेचे जसे वर्णन केले आहे, तसेच लिलीयनलाही कळले की तिचाही राग आता करुणेमध्ये रूपांतरित झाला आहे. आणि तिच्या लक्षात आले की तिच्यामध्येच असणारी कार्यक्षम प्रौढ व्यक्ती 'त्या' छोट्या मुलीची काळजी घेईल. अखेर, तिच्याच म्हणण्याप्रमाणे, तिने तिच्या मुलांची 'एखाद्या सिंहीणीसारखी' काळजी घेतली आहे. शेवटी तिने आपल्या वडिलांचीही कथा ऐकवली.

आणि आता ती एक असा माणूस पाहत होती की ज्याला अतीव प्रेम व सहानुभूतीची आवश्यकता होती. त्याची पत्नी अतिशय कठोर आणि थंड होती आणि ती हे प्रेम त्याला देऊ शकत नव्हती, ना त्याचे पारंपरिक जोखडात अडकलेले पालक हे देऊ शकत होते. कारण त्यांच्या लेखी भावभावनांना काही किंमतच नव्हती. म्हणून तिच्या मते असे गोंधळलेले, हरवलेले व्यक्तिमत्त्व अशा

कठीण प्रसंगातून गेल्यावर वेडे झाले नसते, तरच नवल! आणि तिची आपल्या वडिलांकडे पाहण्याची दृष्टीच बदलून गेली. तिला आता एक खंगलेला म्हातारा समोर दिसत होता, जो जीवनाची वाट चालूही शकत नव्हता. त्याचे आयुष्य इतके कठीण होते की त्याच्याबद्दल तिला दुःखच होऊ लागले होते.

तिच्या या थोड्याच उपचारांदरम्यान, तिच्यामध्ये एका अत्यंत भेदरलेल्या छोट्या मुलीपासून ते तिच्यावरील अत्याचाराचा स्वीकार करणाऱ्या, त्या अत्याचारी माणसाबद्दल सहानुभूतीची भावना असलेल्या अत्यंत प्रगल्भ स्त्रीमध्ये रूपांतर झाले. अर्थातच, पूर्वी वर्णन केलेल्या जुन्या पद्धतींच्या उपचारांच्या पायऱ्याही यामध्ये मार्गदर्शक ठरल्या होत्या हे सांगावेच लागेल. फक्त पूर्वीच्या या उपचारांच्या पायऱ्या अनेक महिने, वर्षे चालत असत, त्या आता अगदी लहान काळातच बसवलेल्या होत्या. तिने तिच्या आयुष्यातील वेदनामयी घटना आणि एक प्रौढ स्त्रीच्या दृष्टीने त्याचे यथार्थ चित्रण यांची एक बेमालूम वीण घातली होती. जसजसे या विणीचे धागे सापडत गेले, तसतशी त्या दुःखदायक आठवणी ती पचवत गेली. इतकी, की त्या आठवणींमुळे येणारे उद्ध्वस्त करू पाहणारे उमाळे आता येऊ शकत नव्हते. लिलीयन आता कधीही तिच्यावरील पहिल्या बलात्काराच्या आठवणींचे उल्लेख करायला घाबरत नव्हती आणि ते सुद्धा कोणतेही दुःख न दर्शविता, ''जणू काही मी एक त्रयस्थ मूक साक्षीदार होते त्या घटनेची! मी दूरवरून ती घटना आता पाहू शकते. माझ्या दृष्टीने तो आता केवळ एक भास होता.''

अशा तऱ्हेने भावनिकदृष्ट्या सावरल्यानंतर या प्रकारच्या आठवणी शक्तिहीन होतात आणि त्यांची पकड ढिली होते. हीच एक मोठी पायरी असते, पण अशा या मानसिक धक्क्यातून पूर्णपणे सावरण्यासाठी फक्त या जुन्या त्रासदायक आठवणी निष्फळ करणे पुरेसे नसते. फक्त अशा रुग्णांसाठी आयुष्यातला एक नवा मार्ग गवसतो एवढे नक्की. लिलीयनने तिच्या जुन्या भयानक आठवणींवर मात केल्यावर तिला स्वत:मधील अशी नवीन शक्ती सापडली, जिची तिने कधी अपेक्षाच केलेली नव्हती. आता ती तिच्या आजाराविरुद्ध लढण्यास सिद्ध झाली होती, इतकेच नव्हे तर मृत्यूलाही शांतपणे सामोरी जाणार होती. या सर्व उपचारांदरम्यान तिच्या अंत:शक्ती जागृत झाल्याची जणू तिला जाणीव झाली आणि इतके तेज तिच्यामध्ये आले की जे कोणी तिच्याकडे आले ते सर्वच दिपून गेले.

मन व शारीरिक आजार यांचा संबंध असल्याचे पुरेसे पुरावे नाहीत या गृहीतकाचा फोलपणा निर्णायकरित्या सिद्ध झाला आहे. गेल्याच वर्षी ओहियो विद्यापीठातल्या मानसशास्त्र विभागाच्या प्राध्यापिका बार्बाय ॲंडरसन यांनी एका शोध पाहणीचे निष्कर्ष प्रसिद्ध केले. स्तनाचा कॅन्सर (तिसऱ्या व चौथ्या टप्प्यातला –लिंफनोड पर्यंत पसरलेला) झालेल्या २२७ स्त्रियांची त्यांनी तब्बल अकरा वर्षे

नियमित तपासणी केली. या सर्व स्त्रियांना पारंपरिक उपचार संपूर्णपणे देण्यात आले होते. उपचारानंतर यातील काही स्त्रिया जीवनशैली बदलाच्या प्रोग्रॅममध्ये दाखल झाल्या. यात आहारासंबंधी माहिती, व्यायाम, तणाव व्यवस्थापनाचे शिक्षण, जसे की योगासने आदी गोष्टींचा अंतर्भाव होता. बाकीच्या स्त्रियांना फक्त पारंपरिक उपचार दिले गेले. अकरा वर्षांदरम्यानच्या पाहणीचे निष्कर्ष स्पष्ट होते. जीवनशैली व्यवस्थापन गटातल्या स्त्रियांमध्ये मृत्यूचे प्रमाण ५६ टक्क्यांनी कमी होते. या स्त्रिया आठवड्यात तीन दिवस २० मिनिटे तणावमुक्तीचा सराव करत असत. कॅसेट लावून त्यावरील सूचनांनुसार त्या हे करत असत. पाहणीत असे आढळले की, जितका जास्त तणावमुक्तीचा/योगसाधनेचा सराव त्यांनी केला, तितकी त्यांच्यात हतबलपणाची भावना कमी झाली व रोगप्रतिकारक क्षमता वाढली.

मनावर ताबा असो वा सकस आहार, ताणतणावापासून मुक्ती असो वा शारीरिक व्यायाम, सगळ्या गोष्टींमध्ये दडलेले रहस्य एकच आहे. नैराश्य, वैफल्य, असहायता या भावनांना आपल्या आयुष्यावर कब्जा करू देण्यापेक्षा आपणच आपल्या आयुष्याचा सुकाणू हातात घेऊन त्याला योग्य दिशा द्यायला हवी.

१०.
भीतीशी मुकाबला

कॅन्सर हा शब्द उच्चारताक्षणी मनात मृत्यूची भीती उत्पन्न होते. ही भीती अक्षरश: गलितगात्र करून टाकते. हरणाला वाघ/सिंह दिसल्यावर ते जागच्या जागी थिजते. इतके की, हालचाल न करणारे हरीण लक्षात न येऊन तो सिंह शेजारून निघूनही जाण्याचीही शक्यता असते. निसर्गाने कदाचित म्हणूनच अशा प्रतिसादाची निर्मिती केली असावी.

आपले आयुष्य गंभीर संकटात आहे असे कळल्यावर आपणही असेच थिजतो. मति सुन्न होते आणि तीही अशा वेळी, की जेव्हा तिची सर्वाधिक गरज असते. पण स्तब्ध उभे असलेल्या आपल्याला टाळून हा आजार बाजूने निघून जाणार नसतो.

कॅन्सरशी मुकाबला करणे याचा अर्थ फक्त मृत्यूशी झगडणे नव्हे तर आयुष्यातल्या जीवनाचे संगोपन करणे असते. जीवनाच्या गाभ्याला स्पर्श करणे, जीवनाचे सार शोधणे, मूलतत्त्वाशी संवाद साधणे व त्यायोगे जीवनाला काही अर्थ प्राप्त करणे, एक परिपूर्णता आणणे, जीवनाला सौंदर्याचे कोंदण बसवणे या गोष्टी महत्त्वाच्या आहेत. मृत्यू हा या यशाचाच एक भाग असू शकतो. काही लोक आयुष्याची किंमत न जाणताच जगत राहतात. काही लोक मृत्यूलाही असा गौरव, प्रतिष्ठा देतात की जणू ही एक मोठी पूर्ती (accomplishment) असावी आणि त्यामुळे आजवर जमलेल्या आयुष्याला एक वेगळाच अर्थ प्राप्त व्हावा. अशा मृत्यूची तयारी करत असतानाच आपण जगण्यासाठी लागणाऱ्या ऊर्जेची निर्मिती करत असतो.

माझ्या कॅन्सरचे निदान झाल्यावर मी एका दवाखान्यातून दुसऱ्या दवाखान्यात अशा खेपा मारत असे तेव्हाची गोष्ट. एकदा असाच दुपारी मी पंधराव्या मजल्यावरच्या वेटिंग रूममध्ये माझा नंबर लागण्याची वाट बघत बसलो होतो. बाहेर पाऊस पडत होता. दुपारची वेळ. काचेतून खाली रस्त्यात चाललेली लोकांची लगबग दिसत होती. त्यांच्या जगात मी नव्हतोच. त्यांना कामे होती. भविष्य होते. माझे भविष्य म्हणजे मृत्यू. मला भीतीने ग्रासले होते. मला एकदम स्कॉट पेकची 'लिमिटेड' नावाची कविता आठवली.

कवितेचा निवेदक अनंत पसरलेल्या पठारावर भरधाव वेगाने निघालेल्या रेल्वेची कहाणी सांगतो. या लोखंडी डब्यांचे अंतिम स्थान आहे, भंगाराचा ढीग! तर डब्यांमध्ये हास्यविनोदात रंगलेल्या स्त्री-पुरुषांचे गंतव्य आहे माती. तो एका प्रवाशाला 'कुठे निघालास' म्हणून विचारतो. तो उत्तरतो, 'ओहामाला'. शेवटी आपल्या प्रत्येकाला तिथेच जायचे असते. ओहामाला नव्हे, तर मातीत. शेवटचा थांबा तोच. फरक एवढाच की सगळे याचा विचार करीत नाहीत, मी मात्र करतो.

जन्मासारखाच मृत्यूही अटळ आहे. माझासुद्धा. मग मला एवढी भीती का? अनेक वर्षांच्या माझ्या अनुभवातून माझ्या रुग्णांनी मला शिकविले की मृत्यूची भीती ही एक नाही. त्यात अनेक (प्रकारच्या) भीती दडलेल्या आहेत.

अ) वेदनेची भीती, नष्ट होण्याची भीती.

मी डेनिसला भेटलो तेव्हा तो मृत्यूला सामोरे जाण्याची मानसिक तयारी करत होता. माझ्याइतकेच म्हणजे बत्तीस वर्षांचे वय, माझ्यासारखाच व्यवसायाने डॉक्टर (एम.डी., फिजिशियन) आणि लिम्फोमा या कॅन्सरने ग्रस्त. मी कुठल्या आजाराशी सामना करतोय याविषयी तो अनभिज्ञ होता. पण माझी कळकळ, आपुलकी त्याला जाणवली असावी. मला वारंवार भेट अशी त्याने मला विनंती केली. त्याला शेवटपर्यंत सजग राहायचे होते. ही पोकळी समजून घ्यायची होती. तो बोलत असे, मी ऐकत असे. अगदी खरे सांगायचे, तर त्याची समज माझ्याहूनही अधिक होती.

'सगळ्यात आधी मला झालेली जाणीव म्हणजे की मी एकटाच मरणार आहे असे नाही. म्हणजे मी लवकर किंवा तरुणपणी मरेन, पण आपण सगळे एकाच नावेत आहोत. सगळे, रस्त्यातली माणसं आणि तू सुद्धा.' तो म्हणाला. 'ऐकायला विचित्र वाटेल, पण तूसुद्धा कधीतरी मरणार आहेस. याचा अर्थ मीपण माणूसच आहे आणि सगळ्यांशी एका अदृश्य धाग्याने जोडलेला आहे.'

त्याला असे स्वप्न पडत असे की रक्तशोषक भुते त्याचा पाठलाग करत आहेत. पण प्रत्येक वेळी त्या भुतांनी त्याला धरायच्या आधी त्याला जाग येई. एकदा मात्र स्वप्नातच भुतांनी त्याला धरले आणि त्याचे भयानक दात याच्या शरीरात घुसले. तो दचकून जागा झाला. 'म्हणजे मला नुसती मरणाची भीती वाटत नव्हती तर त्यासोबतच्या वेदनेची भीती जास्त वाटत होती.'

आमच्या लक्षात आले की आम्हाला मृत्यूबद्दल फारशी माहिती नाही. तो वेदनामय असतो किंवा कसे हे पण ठाऊक नाही. कारण ते वैद्यकीय शिक्षणात कधी शिकवलेच गेलेले नाही. मग आम्ही या विषयावरची पुस्तके वाचू लागलो. मृत्यू, फक्त मृत्यू (in itself) हा वेदनामय नसतो ही गोष्ट आमच्यासाठी फारच दिलासादायक होती. मरणासन्न माणसाला भूक लागत नाही. हळूहळू शरीरातले पाण्याचे प्रमाण

कमी होते. लघवी नाही, शौचास नाही, फुप्फुसात स्राव कमी, पोटात दुखणे कमी, मळमळ कमी, खोकला कमी, शरीराची चयापचय क्रिया मंदावलेली, तोंड कोरडे पडते, पण दोन थेंबांनीही तो कोरडेपणा जातो. मन थकते. भ्रमिष्टावस्थेत जाते. मरणाऱ्याला बोलण्यात इंटरेस्ट नसतो. नुसता हात धरला किंवा खिडकीतून बाहेर बघितले की भागते. अगदी अंतिम समयी कधी वेगळेच श्वसनाचे आवाज येतात ज्याला मृत्यूपूर्वीची घरघर म्हणतात. शरीर आचके देते, श्वास मंदावतो. हे आचके म्हणजे वेदना नसतात, तर ऑक्सिजन कमी मिळाल्याने स्नायूंचे होणारे आकुंचन असते. मग स्नायू शिथिल होतात आणि सारे संपते.

डेनिसला भीती वाटत होती, की आपला मृत्यू इतका शांतपणे होणार नाही. कारण एकदा कॅन्सरच्या गाठीमुळे नस दाबली गेल्याने त्याला मरणप्राय यातना झाल्या होत्या. मग असे ठरले की खूप वेदना झाल्या तर वेदनाशामक इंजेक्शनचा मारा करायचा. या औषधांनी मृत्यू आला तर चालेल, पण वेदना नको.

डेनिसला आणखी एक स्वप्न पडले. 'तो जगाचा अंत होता. आम्ही सगळे एका स्टेडियममध्ये होतो. माझे सगळे शाळेतले मित्र होते आणि प्रचंड जनसमुदाय होता. काही तासच शिल्लक होते. लोक वेड्यासारखे धावत होते, ओरडत होते. काही जण दिसेल त्याला मिठ्या मारत होते. काही दुसऱ्यांचा खून करत होते तर काही आत्महत्या. सगळे असह्य होते. डोके फुटून मेंदू बाहेर येईल की काय अशा अवस्थेत मला जाग आली. माझा श्वासही अडकला होता. इतकी भीती मी कधीच अनुभवली नव्हती. पण तरी त्या स्वप्नाने माझा दृष्टिकोन बदलला. कारण हे दृश्य माझ्या मृत्यूपेक्षाही भयंकर होते. ठीक आहे, मी मरेन... पण म्हणजे काही जगाचा अंत होणार नाही!'

'खरं म्हणजे मी मेल्यावर जग आहे काय आणि नाही काय' तो म्हणाला. 'पण तरी जगाचा अंत होणार नाही या कल्पनेने इतकं 'समाधान' का?'

मग आम्ही व्हिक्टर फ्रँकल या व्हिएन्नाच्या मानसोपचार तज्ज्ञाचे लिखाण वाचले. तो फ्रॉईड व ॲडलरचा विद्यार्थी. छळछावणीत शिक्षा कंठून आलेला. तिथून मुक्त झाल्यावर त्याने नवीन उपचार पद्धत – लोगोथेरपी – शोधली. अगदी मृत्युशय्येवरही आयुष्याला एक अर्थ शोधून देणारी उपचार पद्धती. त्याच्या पुस्तकात तो एका मरणाऱ्या स्त्रीचे वर्णन करतो. खिडकीतून दिसणाऱ्या झाडाच्या फांदीवरचे पान बघून ती म्हणते, 'ते पान बघ. हलकेच गळून पडते. त्यात काहीच भीतिदायक नसते; कारण जीवन चालू राहते.' फक्त एक पान. माणूसही नाही, जीवनाशी नाते असल्याची ही भावना फ्रँकल निसर्गापर्यंत नेतो.

डेनिसला नंतर त्याच्या 'आत्म्या'ची अनुभूती झाली. त्याच्या आयुष्यभराच्या कृतींचा जगावर प्रत्यक्ष अप्रत्यक्षपणे कसा ठसा उमटला होता हे त्याला जाणवले.

त्याला त्याचा प्रत्येक विचार, त्याचा प्रत्येक शब्द जाणवू लागला. इतरांविषयी, धरणीमातेविषयी प्रेम वाटू लागले. त्याला पहिल्यांदाच जीवनाची जाणीव झाली. अंगावरच्या सूर्यप्रकाशाची, तहान भागवणाऱ्या पाण्याची जाणीव झाली. याच प्रकाशाने, याच पाण्याने डायनॉसॉरनाही असेच भिजवले असेल. आणि हा वारासुद्धा सगळ्यांसाठी वाहतो की! 'माझ्या, मरणाऱ्याच्या, मनात एकदम ही कृतज्ञतेची भावना का बरे?' त्याला प्रश्न पडला. मीही लवकरच वारा, पाणी, सूर्यप्रकाशात विलीन होणार. पण मी जे काही केलंय, मी जो काही आहे ते सगळीकडेच आहे आणि राहणार.

हळूहळू तो अशक्त होऊ लागला. त्याचे मित्र व त्याची बहीण त्याची शुश्रूषा करीत. शेवटीशेवटी 'मृत्यूनंतर काय' या विषयावर त्याला बोलायचे असे. आम्ही दोघांनीही रुग्णांचे 'मृत्युपश्चात' अनुभव ऐकलेले होते (म्हणजे डॉक्टरांनी मृत घोषित केलेला रुग्ण पुन्हा चांगला होतो आणि त्या मधल्या काळातले अनुभव सांगतो.) या अनुभवांची सुसंगत कारणमीमांसा कोणालाही करता आलेली नाही. पण जगातल्या अशा सर्व अनुभवांमध्ये विलक्षण सामर्थ्य आहे. मग ती व्यक्ती कुठल्याही देशाची, धर्माची असो. 'तिबेटन बुक ऑफ लिव्हिंग अँड डाईंग' मध्ये लामा सोग्याल रिनपोचे याने मृत्यूची तयारी करणाऱ्या माणसाकरता 'इन्स्ट्रक्शन मॅन्युअल' दिले आहे.

डेनिसला अशा गोष्टी वाचून बरे वाटत असे. तो आस्तिक झाला नाही, पण मृत्यू म्हणजे शून्य पोकळी या नास्तिकांच्या कल्पनेपासून दूर मात्र गेला. मृत्यू हे त्याला एक गूढ वाटू लागले.

शेवटच्या दिवसांत त्याने बोलणे थांबवले. एके दिवशी संध्याकाळी तो गेला. माझ्या टेबलवर चिठ्ठी होती– 'डेनिस एम. श्वसन थांबल्याने मृत्यू' मनात आले, ही त्याची सुरुवात तर नाही?

ब) भीती एकटेपणाची

वेदनेच्या भीतीबरोबरच मृत्यूला एकट्याने सामोरे जाण्याची भीती माणसाला हादरवून सोडते. 'डेथ ऑफ इव्हान इलिच' मध्ये टॉलस्टॉयने अशा मृत्यूचे वर्णन केले आहे. मरताना सोबत कोणी नसेल ही कल्पना, शारीरिक दुखण्यापेक्षाही वेदनादायी असते.

एकदा मला निरोप आला की एका रुग्णाची बायको सगळ्या स्टाफला खूप त्रास देते, त्यांना सूचना करते, मोठ्याने ओरडून बोलते, इतर रुग्णांनाही त्रास होतो. डेबोरा व तिचा नवरा दोघे बेचाळीस वर्षांचे. नामांकित बिझीनेस स्कूलमध्ये शिकलेले. मोठा व्यापार करणारे. पण गेलं वर्षभर पॉल गंभीर काविळीने आजारी होता. दोघंही लढवय्ये होते. त्यांनी उपलब्ध असे सगळे उपचार केले होते. पण आजार आता अंतिम टप्प्यात पोहोचला होता. डॉक्टरांनी डेबोराला सांगून टाकले होते की आता

काही आशा नाही. पण ती हे पॉलला सांगायला तयार नव्हती. ती मला म्हणाली की आधुनिक उपचारांचा अजूनही उपयोग होऊ शकतो. आपण सकारात्मक दृष्टिकोन ठेवायला पाहिजे. पॉलला कुठल्याही परिस्थितीत जाणवता कामा नये की तो मरतो आहे.

मी पॉलच्या खोलीत गेलो तेव्हा त्याची अवस्था दयनीय होती. काविळीमुळे पिवळे पडलेले, खंगलेले कृश शरीर. त्याने मला बसायला सांगितले. डेबोराच्या इच्छेचा मान राखून मी त्याला त्याच्या आजाराविषयीचे त्याचे मत विचारले. त्याला वाटत होते की, तो बरा होईल आणि त्याने आशावादी रहायला हवे. 'आशावाद हवाच. पण कधी आपल्या मनाविरुद्धही घडू शकते अशी भीती वाटत नाही का?' तो बराच वेळ शांत राहिला. मग म्हणाला, 'वाटते, पण त्याविषयी मी बोलत नाही कारण डेबोरा ते सहन करू शकणार नाही.' मला डेबोरा व पॉलबद्दल खूप वाईट वाटले. दोघेही एकमेकांना वाईट बातमीपासून दूर ठेवायला बघत होते आणि हे करण्याच्या धांदलीत दोघेही नकळत किती एकटे झाले होते! ते पहिल्यांदा भेटले ती घटना, त्यांनी एकत्र घालवलेले आनंदाचे क्षण याविषयी आम्ही बोललो. बऱ्याच चर्चेनंतर त्यांनी मूल होऊ देण्याचा निर्णय घेतला होता. बोलताबोलता मी पॉलला सहज विचारले, 'तुमच्या भूमिकांची अदलाबदल झाली असती तर? म्हणजे त्याच्या जागी जर डेबोरा असती आणि आपण मरणार हे ठाऊक असूनही ती त्याच्याशी याबद्दल बोलली नसती तर त्याला नक्की काय वाटले असते? त्याने तिच्यासोबत घालवलेल्या आयुष्याविषयी बोलण्याची संधी न देताच ती या जगातून निघून गेली असती तर?' पॉल विचारात पडला.

काही आठवड्यांनंतर मी पुन्हा भेटलो तर डेबोरामध्ये बराच बदल झालेला होता. चेहरा ताजातवाना दिसत होता, तिने प्रसन्न वृत्तीने माझे स्वागत केले. ती म्हणाली, की पॉल तिच्याशी बोलला. त्याने तिला सांगितले की कदाचित पुढे काहीही आशा नाही. तो म्हणाला की आजारी पडल्याने त्याच्या मनात अपराधाची भावना आहे. कारण त्यांनी एकत्रपणे बघितलेली स्वप्ने पूर्ण करण्यास आता त्याचा काही हातभार लागणार नाही. तेव्हा ती त्याला म्हणाली की, त्याच्याएवढे महत्त्वाचे तिच्या आयुष्यात दुसरे काही नाही. नंतरच्या काही दिवसात त्यांनी जुन्या आठवणी जागवल्या. एकमेकांवर अपार प्रेम आणि त्याच्या आजारामुळे आलेली भीती याविषयी ते बोलले. शेवटी सर्व धैर्य एकवटून ती त्याला म्हणाली, 'मला तुला एक गोष्ट सांगायची आहे. जर तुला कधी वाटले की वेळ आली आहे तर... तू जाऊ शकतोस.' दोघांचे डोळे अश्रूंनी डबडबले. पण ते पुन्हा एकमेकां'सोबत' होते. काही दिवसांनी पॉलचा मृत्यू झाला तेव्हा तिचा हात त्याच्या हातात होता. मरतेवेळी तो एकटा नव्हता.

गेली तीस वर्षे डॉ. डेव्हिड स्पायगेल गंभीररित्या आजारी लोकांकरता आधारगट चालवतात. अशा रुग्णांमध्ये प्रतिकारशक्ती निर्माण होण्यासाठी सकारात्मक दृष्टिकोन व विनोद यांचे महत्त्व ते मान्य करतात. पण त्याचवेळी ते सावध करतात की सकारात्मक दृष्टिकोनाच्या अतिरेकी आहारी जाऊ नका. अवास्तव आशावादाला बळी पडू नका. मरणाच्या भीतीविषयी कोणाशी बोलता न आल्याने येणारा एकटेपणा हा खूप त्रासदायक असतो. अनेक चाचण्यांनी हे सिद्ध केलंय की एकलकोंडेपणा (सामाजिक निवृत्ती, isolation) एकटेपणा आणि मृत्यू यांचा निरपवाद थेट संबंध आहे. त्यामुळे स्पायगेल नेहमी म्हणतात की आशा ठेवा, पण कुठल्याही गोष्टीसाठी मनाची तयारीही असू द्या. (Hope for the best but be prepared for the worst.)

क) आपण भारभूत होऊ ही भीती

सहसा आपण कोणालातरी मदत करतोय असं चित्र आपण नेहमी मनात आणतो. आपल्याला कोणाची मदत घ्यावी लागते आहे ही कल्पना नकोशी वाटते. मृत्युपंथावर वाटचाल करत असताना आपण आपले स्वातंत्र्य गमावून बसतोच पण अनेक गोष्टींसाठी मनाविरुद्ध इतरांवर अवलंबून राहू लागतो. आणि हे अशा वेळी, जेव्ह आपल्याला पक्कं ठाऊक असतं की आपण त्यांच्याकरता काही करू शकत नाही.

पण आपल्या अस्तित्वाच्या शेवटच्या काळात आपण दृष्टिकोन बदलायला हवा. मृत्यूची आपली संकल्पना ही आपण आजीआजोबांचा/आईवडिलांचा मृत्यू जसा बघितलेला असतो त्यावर आधारित असते. आपली वेळ येते तेव्हा हीच दृश्ये नजरेसमोर येतात. त्यांनी जर आपली मनाची तयारी केली, निरोप कसा घ्यावा, शांती कशी ठेवावी हे आपल्याला दाखवलं असेल तर आपल्याला त्याचा फायदा होतो. आपणही आपल्या मृत्यूकडे, त्याआधीच्या वर्तणुकीकडे असंच बघायला हवं. इतरांना त्यांच्या मृत्यूसमयी 'मार्गदर्शक' ठरू शकेल असं आपलं वर्तन हवं.

हार्वर्ड मेडिकल स्कूलमध्ये मृत्युपंथाला लागलेल्या रुग्णांची भेट पहिल्या वर्षाच्या विद्यार्थ्यांशी घालून दिली जाते.

मलाही माझी आजी आठवते. मृत्युशय्येवरही अतिशय शांत, सुंदर दिसणारी आजी म्हणजे माझ्या बालपणीच्या आयुष्याचे अविभाज्य अंग होते. तेव्हा मी तारुण्यात पदार्पण करत होतो आणि आजीच्या उशाशी बसलो होतो. ती थोड्या दिवसांची सोबती आहे हे दोघांनाही ठाऊक होते. माझ्या डोळ्यांतून अश्रू ओघळत होते आणि मला काय करावे उमजत नव्हते. माझा एक अश्रू हातात घेऊन ती म्हणाली, 'तुला ठाऊक आहे, तुझे शब्द आणि तुझे अश्रू माझ्यासाठी मोती आहेत. मी ते माझ्या सोबत घेऊन जाणार आहे.' आजी गेली. पण तिची ती प्रतिमा अजूनही माझ्या मन:पटलावर जिवंत आहे.

ड) आपली मुलं पोरकी होण्याची भीती

आपण नसल्यावर आपल्या मुलांचं काय ही भीती सगळ्यात वाईट असं मला अनेकदा वाटतं. पंचेचाळीस वर्षांच्या लेस्लीला बीजांडाचा कॅन्सर होता. तो शरीरात पसरलेला होता आणि दुसऱ्या केमोथेरपीचा उपयोग न झाल्याने डॉक्टरांनी तिला सहा महिन्यांचीच मुदत दिली होती. तिला बारा आणि तेरा वर्षांची दोन मुले होती. आपल्या मुलांना सोडून आपण जाणार ही तिच्या मनात असलेली सर्वाधिक काळजीची गोष्ट. ही भीती घालवण्यासाठी आम्ही एक उपचारसत्र आयोजित केले. त्यात असे ठरले की, लेस्लीने स्वतःच्या मृत्यूनंतर मुलांचे वाइटात वाईट काय होईल हे नजरेसमोर आणण्याचा प्रयत्न करायचा. आधी तिने स्वतःला एका अदृश्य आत्म्याच्या स्वरूपात बघितले. हा आत्मा सदैव तिच्या मुलांजवळ होता पण त्यांना स्पर्श करू शकत नव्हता किंवा त्यांच्याशी बोलूही शकत नव्हता. मुले दुःखी होती आणि त्यांना मदत न करू शकण्याची तिची असहायता काळजाला घरे पाडणारी होती. हे सांगताना तिला श्वास घ्यायला जड जाऊ लागले. सत्र थांबवावे की काय असे मला वाटले पण लेस्ली थांबायला तयार नव्हती. मग तिला तिची मुलगी एका संगीत मैफलीला जाण्यासाठी तयार होताना दिसली. नेहमी लेस्ली तिच्यासोबत असायची. लहानगी सोफीया आज आई नसल्याने खूप बावरलेली, गोंधळलेली होती. स्टेजवरही ती खांदे पाडून, उदास बसलेली होती. अशा दृश्याच्या नुसत्या कल्पनेने लेस्लीचा चेहरा पिळवटल्यागत झाला. या सत्रामुळे फायद्याऐवजी त्रासच होईल की काय असे मला वाटू लागले. मी हे सत्र थांबवणार तितक्यात तिला तिच्या मुलीच्या चेहऱ्यावर स्मित दिसले. जणू तिला तिचे विचार ऐकू येत होते, 'आज आई नाही, पण प्रत्येक वेळी ती इथे माझ्यासोबत-असायची. त्या आठवणी तश्शाच आहेत... तिचे प्रोत्साहन, तिचे शब्द अजून माझ्या कानात तसेच आहेत... तिचा आधार मला जाणवतोय... हृदयात तिचे प्रेम उचंबळून येतेय. जणू ती माझ्या अगदी जवळ, माझ्यासोबतच आहे...' आणि लेस्लीला ती वाद्य वाजवताना दिसली. आधीपेक्षा कितीतरी चांगले, समजूतदारपणे. आता लेस्लीच्या गालावर ओघळणारे अश्रू आत्मविश्वासाचे अश्रू होते. तिने मुलांसाठी काय केलेय याची जाणीव तिच्या अस्तित्वामधल्याच एका भागाने दुसऱ्या भागाला करून दिली होती. आता ती शांतपणे जाऊ शकत होती. पाच वर्षांनंतर मला लेस्लीचे पत्र आले. ती अजूनही जिवंत होती. अजूनही उपचार घेत होती. तिला ते सत्र अजूनही आठवत होते. तिच्या आयुष्याचे सगळ्यात अवघड क्षण. पण ती भीती गेल्यापासून आजाराशी लढायला ती नव्याने सज्ज झाली होती.

इ) 'अपुऱ्या कहाणी'ची भीती

मृत्यू हे अंतिम प्रस्थान. शांत चित्ताने जायचे असेल तर निरोप घ्यायला हवा. पण प्रत्यक्षात मात्र आपल्या अतृप्त महत्त्वाकांक्षा, प्रवासाची स्वप्ने आणि जुळावीत असे वाटता वाटताच विस्कटलेली नाती.... हे सारे सोडून देणे सोपे नसते. बरेचदा निरोप घेण्याचा उत्तम मार्ग म्हणजे अखेरचा एक प्रयत्न करणे. कधीपासून लिहू लिहू म्हणत असलेल्या कविता लिहिणं, आयुष्यभर ज्याची इच्छा होती अशा सहलीला जाणे हे सर्वोत्तम मार्ग. नाहीतरी हे शेवटचेच प्रयत्न असल्याने थोडेफार फसले तरी वाईट वाटत नाही. मनात असलेल्या सर्व गोष्टी मोकळेपणाने बोलल्या. विशेषत: एखाद्या व्यक्तीसोबत, जिच्याशी आपले संबंध हा आयुष्यभर एक दुखरा कोपरा होता – तरी मन शांत व्हायला मदत होते.

मरणात जगेन मी

हृदयविकाराने एका झटक्यात मरणाऱ्याबद्दल बरेचदा असे बोलले जाते की 'नशीबवान होता. खटकन गेला.' पण हा असा शेवट आहे की ज्यात तयारी, देवाणघेवाण, संवाद नाहीत. एखादे अपूर्ण नाते तडीस नेण्याची संधी नाही. मला असे मरण यावे असे मला वाटत नाही.

आज कॅन्सर म्हणजे मृत्यू असे नाही. पण मृत्यूची छाया आहे. माझ्याप्रमाणेच अनेक रुग्णांना ही मृत्यूछाया म्हणजे आयुष्याविषयी विचार करायला लावणारी गोष्ट ठरते. असा प्रसंग की ज्यामुळे आपल्याला काय करायचं आहे यावर आपण चिंतन करतो. अशा जीवनाची सुरुवात असते की मृत्यूसमयी आपण आपल्या आयुष्याकडे ताठ मानेने बघू शकू. त्या दिवशी शांत मनाने निरोप घेऊ शकू.

जे लोक कॅन्सर होऊनही बराच काळ जगले आहेत, अशा सर्व लोकांमध्ये मला हा वास्तववादी दृष्टिकोन आढळला आहे. 'होय, मी कदाचित लवकर मरेन. पण असेही शक्य आहे, की मी जास्त जगेन. काहीही झाले तरी मी यापुढे चांगल्यात चांगले आयुष्य जगेन.'

मृत्यूच्या शक्यतेची चर्चा कशी सुरू करावी

जी व्यक्ती या विषयावर बोलायला तयार नाही तिच्यावर ही चर्चा कधीही लादू नये. ती व्यक्ती बोलायला तयार नाही हे ताडणे अतिशय महत्त्वाचे आहे.

ज्यांना त्यांच्या आजाराचे गांभीर्य सांगितलेले नाही अशांना तुम्ही विचारू शकता. 'डॉक्टरांच्या सांगण्यावरून तुला काय कळले आहे? त्यांच्या नजरेतून काही सुटलेय असे तुला कधी वाटते का?' प्रश्नाचे उत्तर नाही आले, तरी निदान ती व्यक्ती यावर विचार करू लागते आणि पुढे कधीतरी स्वत:च हा विषय काढते.

ज्याला आजाराचे निदान ठाऊक आहे पण काय घडू शकते यावर बोलायचे नाही त्याच्याशी बोलताना तुम्ही हळुवारपणे विचारू शकता, 'मला कधी कधी वाटते की सध्याचे उपचार लागू पडले नाहीत तर काय असे तुझ्या मनात येत असेल का?' तो म्हणाला की, 'असे का विचारतोस?' तर आपण असे म्हणू शकतो, 'मला कधी असे मनात येते. मला वाटले की कदाचित तुलाही असे वाटले तरी.' बरेचदा हळूहळू मनमोकळी चर्चा सुरू होते ज्यात बोलण्यापेक्षा ऐकणे महत्त्वाचे असते.

११.
कॅन्सरविरोधी शरीर

लिंडा जेव्हा कॉमनवील केंद्रात सात दिवसांच्या सुटीसाठी आली तेव्हा संपूर्णपणे खचलेली होती. अनेक ऑपरेशन्स, केमोथेरपी व रेडीओथेरपी घेऊन 'आता काहीही शिल्लक राहिले नाही' किंवा याहून अधिक अत्याचार होऊच शकत नाहीत अशी तिची भावना झाली होती. 'माझे शरीर कापले, जाळले आणि त्यात विष भरले,' ती अत्यंत कडवटपणे म्हणाली. तिने आरशात स्वत:ला बघणे सोडून दिले होते. स्तनांच्या ठिकाणी असलेले व्रण, हातापायांच्या काड्या आणि काळवंडलेल्या त्वचेमुळे तिला नैराश्य आले होते.

मसाज हा (नेहमीच्या) उपचारांचा एक भाग होता पण त्याकरता कपडे काढणे लिंडासाठी खूपच यातनामय होते. कोण तिच्याकडे बघेल? कोणाला तिला स्पर्श करावा वाटेल? पण अंधुकसा उजेड, तेलांच्या सुगंधामुळे प्रसन्न झालेले वातावरण व मुख्य म्हणजे मिशेलचे ते प्रेमळ स्मित... लिंडा मसाज टेबलवर झोपण्यास तयार झाली. प्रथम मिशेलने तिचे डोके व कानशिलांचा काही भाग येथे हलका मसाज केला. लिंडा थोडीफार सैलावली. फक्त पालथे झोपण्याच्या अटीवर तयार झालेली लिंडा हळूहळू वळली व उताणी झोपली. मिशेलने तिचा आश्वासक पण हळुवार हात लिंडाच्या हृदयाजवळ ठेवला. डाव्या स्तनाच्या जागी आता फक्त एक व्रण होता. कितीतरी वेळ मिशेलचा हात तिथेच होता. लिंडाला तो आश्वासक, धीर देणारा (soothing) स्पर्श जाणवला. आत काहीतरी हलल्यासारखे वाटले. आधी अस्फुट आणि मग अधिकाधिक मोठ्याने ती हुंदके देऊ लागली. एखाद्या बाळाने आईचा हात धरावा तसा लिंडाने मिशेलचा हात धरून ठेवला.

महिनोन्महिने चालू असलेल्या उपचारांदरम्यान आलेल्या एकटेपणामुळे दाबून ठेवलेली भीती लिंडाला पुन्हा जाणवू लागली. पण भीतीसोबतच या कृश शरीराची प्रचंड ओढ व अनावर प्रेम तिच्या मनात दाटून आले. मिशेल अजून स्थिरच होती. न हालता, न बोलता. हुंदके जसे सुरू झाले तसेच हळूहळू थांबले. लिंडाला आतून आधार वाटला. मिशेल एवढेच म्हणाली 'तुझ्या चेहऱ्यावर तजेला आलाय. गाल जरा गुलाबी दिसताहेत' हे सत्र संपताना लिंडाने मिशेलला संपूर्ण मिनिटभर मिठी मारली.

कॉमनवील केंद्र चालवणारे मायकेल लर्नर व डॉ. रॅचेला रेमेन यांनी मुक्ती कार्यक्रमात मसाजला महत्त्वाचे स्थान दिले आहे. डॉ. रेमेन म्हणतात, 'स्पर्श ही पुरातन काळापासून वापरात असलेली उपचार पद्धती (way of healing) आहे. असा स्पर्श करा, जसा आई तिच्या बाळाला करते. कारण तिच्या स्पर्शातून ती जगण्याचा जणू संदेश देते. स्पर्शात असे काही आहे की जे आपली जगण्याची इच्छा बळावते आणि हिलिंग म्हणजे दुसऱ्यामध्येही जगण्याची इच्छा निर्माण करते व तीव्र करते. याकरता काही करण्याची गरज नसते. फक्त त्या व्यक्तीला जाणीव द्यायला हवी की तिची वेदना आणि तिचं दुःख, तिची भीती याला महत्त्व आहे, अर्थ आहे.'

कमी वाढीच्या, इनक्युबेटरमध्ये ठेवलेल्या बाळांसाठी स्पर्शाचे महत्त्व किती जास्त आहे हे ऐंशीच्या दशकात लोकांना लक्षात आले. शास्त्रीयदृष्ट्या योग्य वातावरणात तपमान, प्राणवायूचे प्रमाण, आर्द्रता, आहार असे सर्व काही असूनही ही बाळे अनेकदा उपचाराला म्हणावा तसा प्रतिसाद देत नसत. त्यांची वाढ होत नसे. नर्सेस व पालकांना या बाळांना हात लावण्यास मनाई होती. एका रात्रपाळीच्या नर्सने हे सगळे बदलले. रडणाऱ्या त्या बाळांना शांत करण्यासाठी ती त्यांच्या पाठीवरून मायेने हात फिरवीत असे. हात फिरवला की बाळे शांत झोपतात हे तिला जाणवत असे. महत्त्वाचे म्हणजे सुरुवातीला लोकांना कळले नाही, पण नंतर असे लक्षात आले की या नर्सची ड्यूटी असेल तर बाळांची वाढही नेहमीपेक्षा जलद, चांगली होते.

ड्यूक युनिव्हर्सिटीत शॅनबर्गने हीच गोष्ट व त्यामागील जीवशास्त्रीय कारण सिद्ध केले. याकरता त्यांनी जन्मापासूनच आईपासून वेगळ्या ठेवलेल्या उंदरांच्या पिलांवर अनेक प्रयोग केले. त्यांनी असे दाखवून दिले की स्पर्शाअभावी पेशींची वाढ व विभाजनक्रिया मंद होते आणि वाढ अक्षरशः थांबते. याउलट त्या पिलाची पाठ ब्रशच्या सहाय्याने थोपटली किंवा त्याची आई करते तशी खाजवली, तर लगेच एन्झाइम तयार होतात व वाढ सुधारते. प्रेमाचा किंवा मायेचा स्पर्श माणसांमध्ये जीवनशक्ती, केवळ भावनिक नाही तर जीवशास्त्रीयसुद्धा, नक्कीच वाढवतो आणि असे समजण्यास पुरेसा पुरावा आहे.

लिंडाच्या बाबतीत जसे झाले, तशी स्पर्शामुळे आपल्या शरीराबद्दलची आपलेपणाची भावनाही वाढीस लागते आणि ते शरीरही मग प्रतिसाद देऊ लागते. जणू त्याला समजते की त्यालाही 'किंमत' आहे, महत्त्व आहे. मियामी विद्यापीठात टिफानी फिल्ड या 'मसाज संशोधन संस्था' चालवतात. त्यांनी असे दाखवून दिले की दर आठवड्याला अर्धा तास असा तीन आठवड्याचा मसाज हा स्तनाचा कॅन्सर असलेल्या स्त्रियांमधील 'स्ट्रेस हार्मोन्सचे' उत्पादन घटवतो. त्या स्त्रियांना अधिक प्रसन्न तर वाटतेच, पण दुखण्याची तीव्रताही कमी जाणवली.

शरीराची हालचाल

आपल्या शरीराला जाणीव करून द्यायला हवी की त्याला महत्त्व आहे. त्याला अर्थ आहे. त्याच्या भावनांचा, गरजांचा आदर केला जातो आणि आपले त्याच्यावर प्रेम आहे. याकरता अनेक मार्ग आहेत आणि त्यातला सर्वोत्तम म्हणजे शरीराला मनासारखी हालचाल करू देणे. शेवटी शरीराची रचना ही हालचालीसाठी तर केली आहे ना?

वयाच्या ५४ व्या वर्षी जॅकलीनला समजले की तिला गर्भाशय नलिकांचा कॅन्सर आहे. तिच्या घरात तोवर अनेक नातेवाइकांचा कॅन्सरने मृत्यू झालेला होता. आपलाही नंबर कधीतरी लागेल ही भीती तिला होतीच. त्यात तिच्या डॉक्टरने तिला स्पष्टपणे सांगितले की आपण सगळे प्रयत्न करू पण तिची जगण्याची शक्यता कमीच आहे. ऑपरेशननंतर त्यांनी सहा महिन्यांची केमोथेरपी सुरू केली. पण तिच्या डॉक्टरच्या मनात काही वेगळेच होते. तो इथेच थांबणार नव्हता. त्याने तिला पॅरीस विद्यापीठातल्या रेडीओथेरपी विभागाचे संचालक डॉ. थिअरी बोईल यांच्याकडे पाठवले.

डॉ. थिअरी हे स्वत: कराटेचे ब्लॅक बेल्ट धारक. त्यांनी फ्रान्सच्या कराटे टीमचे डॉक्टर म्हणूनही काम केले होते. शारीरिक दृष्ट्या तंदुरुस्त लोकांमध्ये कॅन्सरचे प्रमाण कमी असते. अशासारख्या निष्कर्षांनी त्यांच्या मनात कुतूहल जागे होत असे. त्यांना स्वत:लाही आढळून आले होते की नियमित व्यायाम करणाऱ्या लोकांमध्ये कॅन्सर उलटण्याची शक्यता कमी असते.

त्यांनी स्वत: अशा अनेक रुग्णांवर उपचार केले होते. त्यांना विशेषत्वाने आठवत असे, एक वैज्ञानिक जो मॅरेथॉन धावपटू होता. त्याला फुफ्फुसाचा कॅन्सर झाला आणि तो शरीरात पसरला देखील. जेमतेम दोन वर्षे जगणार हे ठाऊक असूनही त्याला शेवटच्या क्षणापर्यंत 'फिट' राहायचे होते. शस्त्रक्रिया करून त्याचे एक फुप्फुस काढले गेले. नंतर केमोथेरपी सुरू झाल्यावर थोडा हिंडू फिरू लागल्याबरोबर त्याने 'धावणे' सुरू केले. सुरुवातीला तो जेमतेम दोनशे मीटर धावू शके. हळूहळू त्याची क्षमता वाढत गेली ती इतकी की तो अर्धे मॅरेथॉन धावू लागला आणि महत्त्वाचे म्हणजे सात वर्षांनंतरही तो जिवंत आहे.

डॉ. बोईले यांना ठाऊक होते की व्यायाम हा अनेक प्रकारे शरीरक्रिया तंदुरुस्त ठेवण्यास मदत करतो. सर्वप्रथम तो चरबीच्या पेशी कमी करतो. कॅन्सरला मदत करणारी जी विषारी द्रव्ये शरीरात साठवली जातात. या विषारी द्रव्यांपासून व्यायामामुळे शरीर मुक्त होते.

शारीरिक व्यायामामुळे हार्मोन्सचाही समतोल राखला जातो. शरीरातील अतिरिक्त इस्ट्रोजेन व टेस्टोस्टेरॉन कमी होते. (ज्यांच्यामुळे गर्भपिशवी, बीजांडे, प्रोस्टेट यांचे

कॅन्सर होतात व वाढतात.) व्यायामाने रक्तातील साखर कमी होते व पर्यायाने इन्शुलिनचे व IGF चे देखील. शिवाय व्यायामाचा थेट परिणाम सायटोकाईन नावाच्या पदार्थावर होतो व त्याचे रक्तातले प्रमाण कमी होते. या सायटोकाईनमुळे पेशींना सूज येते आणि शेवटी व्यायामामुळे एकूणच शरीराची प्रतिकारशक्ती वाढते व तणावापासून शरीराचे रक्षण होते.

तणाव कमी करण्यासाठी व्यायामाचा निश्चित फायदा होतो हे मियामी विद्यापीठातील ला पेरियर यांनीही सिद्ध केले. एच.आय.व्ही. बाधित रुग्णांमध्ये त्यांना व्यायामामुळे खूपच सकारात्मक बदल आढळून आले.

हे सर्व ज्ञान, ही सर्व माहिती जॅकलीनवर उपचार करताना डॉ. बॉईलेंना कामी आली. त्यांना ठाऊक होते की व्यायाम करण्याचा सल्ला ऐकून तिला धक्काच बसेल. ते म्हणाले, 'जॅकलिन, आपण केमोथेरपी सुरू करू तेव्हाच व्यायामही सुरू करायचा आहे. मला ठाऊक आहे की हे थोडे कठीण आहे. पण हे करावेच लागेल.' त्यातही त्यांनी तिला एक कराटे क्लब सुचवला. (हा क्लब कॅन्सर रुग्णांच्या व्यायामात आधीपासूनच सहभागी होता.) जॅकलीनने लहानपणी जिमनॅस्टिक्स केले होते, पण कराटे वगैरे शिकण्याची तिने कधी कल्पनाही केली नव्हती. त्यातही सर्व कॅन्सर रुग्णासोबत व्यायाम करण्यास ती फारशी उत्सुक नव्हतीच.

'कराटे ऊर्जा'

पॅरिसच्या उपनगरातील त्या केंद्रात जॅकलीनला सर्वप्रथम जाणवला तो पांढऱ्या किमोनोमधल्या लोकांचा सळसळता उत्साह, तारुण्य. बहुतेक जण जेमतेम चाळिशीचे होते. केमोथेरपीमुळे डोक्यावरील केस गेलेली एक स्त्री सोडली तर बाकीच्यांच्या चेहऱ्यावर आजारपणाची एकही खूण नव्हती. आणि तिला एकदम जाणीव झाली की तिच्याकडे बघूनही कोणाला ती 'आजारी' वाटली नसती. व्यायामाला सुरुवात करण्यापूर्वी जपानी प्रथेप्रमाणे सर्व विद्यार्थी गुरुजींसमोर गुडघ्यांवर टेकले. या सर्व विद्यार्थ्यांना तिच्यासारखाच आजार होता, त्यांनी तसेच दुःख भोगले होते, ते तिच्यासारखेच त्या आजाराशी टक्कर देत होते आणि तिच्यासारखीच त्यांच्या मनात दुर्दम्य आशा होती. जॅकलीनचे मन हेलावले. तिला त्या क्षणी जाणवले, आपण योग्य ठिकाणी आलो आहोत.

त्यांचा तरुण शिक्षक पूर्वीचा युरोपियन चॅम्पियन होता. त्याने जॅकलीनला सांगितले की ती जरा वाकून जमिनीकडे बघत उभी आहे. आरशात बघताच तिला जाणवले की तो सांगतोय ते बरोबर आहे. दोन ऑपरेशननंतर ती मनानेच 'प्रौढ' झाली होती. सरावादरम्यान गुरुजींनी तिला शेजारी उभे राहून कराटेचे 'हात' दाखवले. आधी सावकाश, नंतर पूर्ण वेगात. त्या चपळ, सशक्त व वेगवान (brick, intense Je powerful) हालचाली करताना तो 'काई'असा पारंपरिक आवाज काढत होता. तो आवाजही अगदी गाभ्यातून आल्यासारखा. जॅकलीनच्या चेहऱ्यावर स्मित उमटले. हे आपले काम नाही. आयुष्यात ती कोणाशी लढली नव्हती. अगदी घरच्यांशीसुद्धा. पण या उपचारांच्या सुरुवातीपासूनच डॉ. बोईलेंचा तो आश्वासक आधार तिच्या सोबत होता. ते म्हणाले होते, 'हे अफलातून आहे. तू बघशील.' ते जे जे म्हणाले होते, ते आतापर्यंत तरी तंतोतंत खरे ठरत होते. तिने पोझ घेतली आणि हवेत एक काल्पनिक ठोसा लगावला. सोबत एक क्षीण हुंकार! जेमतेम ऐकू येईल असा तो हुंकार म्हणजे तिच्यासाठी एक मोठी झेप होती.

पहिले सत्र संपले तेव्हा ती घामाने डबडबली होती. अशक्य वाटणाऱ्या शरीराच्या हालचाली तिने केल्या होत्या. हातांनी, पायांनी हवेत ठोसे लगावले होते आणि मोठ्याने ओरडली होती. आणि तिला जाणीव झाली होती, तिच्यामधल्या... शक्तीची! तिच्या आतमध्ये असलेल्या, तिला जाणीव नसलेल्या या शक्तीच्या अनुभूतीने ती विस्मयचकित झाली होती.

केमोथेरपीचे सगळे सहा कोर्स चालू असताना तिने अगदी नेमाने या वर्गांना हजेरी लावली. दर आठवड्यात दोन वेळा. कधीकधी तिला इतके थकायला होत असे की मृत्यू समीप दिसे. कधी नुसत्या कल्पनेनेच मळमळायला होई. कधी नुसते उभे राहणे शक्य होत नसे. हे सगळे कसे निभावणार असे वाटे. पण तिने नेटाने सगळे चालू ठेवले. आज तिला जाणवते की हे चालू ठेवायला तिला तिच्या गटातल्या मित्रांनी मदत केली. शरीराची हालचाल आणि अगदी आतून काढलेला तो ओरडण्याचा आवाज, यांनी तिची शारीरिक शक्ती शाबूत ठेवली. कराटेच्या या सर्व सत्रांत तिला, आपण आपल्या शत्रूशी दोन हात करतो आहोत असे वाटे. दृश्य आणि अदृश्य सर्व शत्रूंशी, पुन्हा पुन्हा.

अनेक रुग्णांना केमोथेरपी दरम्यान किमान एक दोन वेळा प्रचंड थकवा जाणवतो. उपचार संपल्यावरही पंधरा-वीस दिवस ते अक्षरशः दिवस कंठत असतात. आजाराने आलेला थकवा या सगळ्यात भर घालत असतो. दहातल्या नऊ रुग्णांना या काळातल्या भयाण आठवणी नंतरही अनेक वर्षे सतावतात. या थकव्याला विश्रांतीचा काहीही फायदा होत नाही, ना झोपेचा काही परिणाम होतो. सगळे शरीर धातूचे असल्यासारखे जडशीळ होऊन राहते.

पूर्वी हार्ट ॲटॅक आल्यावर लोकांना काम न करण्याचा, झोपून राहण्याचा सल्ला देत असत. आपण 'हार्ट रुग्ण' आहोत ही सततची जाणीव त्यांना होत असे. बरे या विश्रांतीचा ना त्यांच्या शरीराला उपयोग होत असे ना त्यांच्या मन:शक्तीसाठी. आज हृदयविकाराच्या सर्व रुग्णांना लवकरात लवकर शक्य तितका जास्तीत जास्त व्यायाम करण्याचा सल्ला दिला जातो. कॅन्सरशास्त्र मात्र या बाबतीत अजून प्राथमिक

अवस्थेत आहे. मेयो क्लिनिकचे अमित सूद म्हणतात त्यानुसार, शारीरिक व्यायाम हा आजार किंवा उपचार यामुळे आलेला थकवा घालवण्याचा सर्वोत्तम उपाय आहे.

इशारा – काही व्यायाम घातक ठरू शकतात.

काही कॅन्सर शरीराच्या त्या अवयवांवर परिणाम करतात जे व्यायामाकरता सहसा वापरले जातात. (उदा. हाडात कॅन्सर पसरला असेल तर जॉगिंग करणे इ.) त्यामुळे रुग्णाने आपल्या डॉक्टरशी सल्लामसलत करूनच व्यायामाचा प्रकार ठरवायला हवा.

जॅकलीनने मात्र कराटे चालूच ठेवले. ती अजूनही ते करतेच आहे. तिच्या आजाराचे निदान झाल्यावर साडेचार वर्षांनी तिच्या डॉक्टरने तिला सांगितले की ती पूर्ण बरी झाली आहे. तिला ज्या प्रकारचा कॅन्सर होता ते बघता ही एक आश्चर्यकारक गोष्ट होती आणि एक प्रकारे रोगावर मिळवलेला हा विजय होता. तिच्यापुरते बोलायचे झाले तर तिचे शरीर आणि ती यांच्यात एक अनोखे नाते निर्माण झाले होते. प्रत्येक सत्रात तिला तिच्या शरीराचा नित्य नवा शोध लागत होता आणि तिच्या आतून, गाभ्यातून एक नवीनच शक्ती उदयास येत होती. आजाराला शरीरापासून दूर ठेवायचा तो एक मार्ग झाला होता. आजही, आठवड्यातून दोन वेळा ती पांढऱ्या किमोनोत लढायची पोझ घेते-ताठ उभी राहते-नजर स्थिर करते. जणू तिच्या त्या कॅन्सरच्या भुताला म्हणते, 'चल, ये समोर.'

आज पुराव्यानिशी सिद्ध झालेय की नियमित व्यायामामुळे कॅन्सर उलटण्याच्या शक्यतेत बरीच घट होते. स्तनाच्या कॅन्सरमध्ये तर ही घट ५०-६० टक्के असते. (संदर्भ : जर्नल ऑफ क्लिनिकल ऑन्कॉलॉजी या अत्यंत प्रतिष्ठित जर्नलमधील वेन्डी डिमार्क वानफ्रईडचे संपादकीय) ती संपादिका व्यायामाच्या प्रभावामुळे एवढी प्रभावित झाली की त्याची तुलना तिने केमोथेरपीतल्या सर्वांत प्रभावी अशा हर्सेप्टीन (Herceptin) या औषधाच्या प्रभावाशी केली. २००५ पासून उपलब्ध असलेले हर्सेप्टीन हे औषध म्हणजे स्तनाच्या कॅन्सरच्या उपचार पद्धतीमधील मैलाचा दगड समजले जाते.

इतरही काही पाहण्यांमध्ये व्यायामाची उपयुक्तता सिद्ध झाली आहे. प्रोस्टेटचा कॅन्सर, गुदद्वाराचा व मोठ्या आतड्याचा कॅन्सर, या सगळ्यात व्यायामामुळे इतका फायदा होतो, की ती व्यक्ती दगावण्याची शक्यता निम्म्यावर येते. असाच उपयोग बीजांडे/गर्भपिशवी, वृषण व फुप्फुसाच्या कॅन्सरमध्येही आढळून आला आहे.

मनःशक्तीमध्ये वाढ

‘मला शक्यच नाही... प्रयत्न करूनही काय फायदा... अरे, याचा काही उपयोग नाही...माझे नशिबच फुटके आहे... माझीच चूक असणार....मी आजारी पडून सगळ्यांनाच त्रासात ढकलतोय.... बाकीचे बरे होतील कदाचित, पण माझ्यात ही शक्तीच नाहीये... ना मनोबल, इच्छा आणि हिंमत आहे...’ असे निराशावादी विचार कॅन्सर रुग्णाच्या मनात अनेकदा येतात. त्या व्यक्तीबरोबरच इतरही त्यामुळे निराशेच्या खाईत जातात. कधी हे विचार इतके घट्ट होतात की नक्की आजार किती आहे आणि खरं काय आहे हेच कळेनासे होते.

फिलाडेल्फिया येथील मानसोपचारतज्ज्ञ आरोन बेक याने दाखवून दिले की वर सांगितलेली वाक्ये केवळ बोललात तरी मनात निराशा दाटून येते आणि याउलट असे विचार किंवा असे बोलणे टाळले तरी माणूस मानसिक दृष्ट्या सुदृढ होतो. आणि व्यायामामुळे नेमके हेच घडते. शारीरिक हालचाली दरम्यान खिन्न, उदासीन विचार क्वचितच येतात आणि आले तरी टिकत नाहीत. त्या व्यायामाच्या लयीत विरून जातात.

जॉगिंग करणारा माणूस हेच सांगेल. सलग २०-३० मिनिटे धावत राहिल्यावर मन सकारात्मक, अगदी सर्जनशील विचारांनी भरून जाते. आणि मग या धावणाऱ्यांना त्याचा छंद जडतो. यालाच इंग्रजीत ‘रनर्स हाय’ (runner's high) असे म्हणतात. एक प्रकारचे व्यसनच म्हणा हवे तर. चित्तवृत्ती प्रफुल्लीत करण्याचा व्यायामाचा हा गुण आता संशोधकांनीही मान्य केला आहे. आणि अमेरिकेच्या आरोग्य मंत्रालयाने शारीरिक व्यायामाला ‘नैराश्याच्या उपचारा’साठीची पहिली पसंती दिली आहे.

यशाची गुरुकिल्ली – काही सोप्या सूचना

अ) सावकाश व बेताने सुरुवात करा

नवे बूट आणले की किती जोरात आणि किती लांबवर धावू असे अनेकांना होते. असा काही जादूई वेग किंवा अंतर नसते. ती ‘लय’ सापडावी लागते. आणि त्याकरता आपल्या क्षमतेच्या मर्यादेपर्यंत सलग प्रयत्न करत राहणे हाच एक मार्ग असतो. यात मर्यादेपर्यंत करण्याला महत्त्व आहे. कारण त्यापलीकडे गेले की संपले. तसेच ‘करत राहण्याला’ ही तेवढेच महत्त्व आहे. कारण त्यामुळे तुमची क्षमता वाढत जाते आणि मर्यादित राहूनही तुम्ही अधिकाधिक धावू शकता, व्यायाम करू शकता. पण सुरुवात तुम्हाला सावकाश, हळूच करायला हवी. इतक्या वेगात पळा की तुम्ही बोलू शकाल, मात्र गाऊ शकणार नाही. इतका वेळ पळा की त्यानंतर तुम्हाला ताजेतवाने वाटेल.

व्यायाम कुठेही करा. सगळीकडे करा. खूप करण्याची आवश्यकता नाही मात्र त्याची सवय ही लागायलाच हवी. स्तनाचा कॅन्सर असणाऱ्या स्त्रियांच्या एका पाहणीत आढळून आले की दर आठवड्याला ४-५ तास नॉर्मल वेगात चालण्यानेही कॅन्सर उलटण्याचे प्रमाण कमी होते. तुम्ही कुठेही, केव्हाही चालू शकता. त्याकरता ग्राऊंडवरच जायला हवे असे थोडेच? माझ्या माहितीच्या काही रुग्णांनी कारच्या बदल्यात सायकल घेतली आहे. मीपण तेच केलेय. वेगळे काही न करता माझा रोज पाऊण-एक तास व्यायाम होतो आणि मला सुटीवर असल्यासारखे वाटते ते वेगळेच.

ब) सोपे व्यायाम करा

योगासने किंवा ताई-ची हे कोणालाही जमण्यासारखे व्यायाम आहेत. हळुवारपणे शरीराला उद्दीपीत करणारे हे व्यायाम किती उपयुक्त आहेत यावर पुरेसे संशोधन झाले नसले तरी आपले शरीर व त्यामधील ऊर्जा यांचा सुसंवाद घडवण्याचे काम ते नक्कीच करतात. त्यामुळे मनोधैर्य वाढते हे मात्र निश्चित सिद्ध झाले आहे.

क) गट बनवा/सामील व्हा

इतरांचे प्रोत्साहन आणि आधार यामुळे माणूस व्यायाम करत राहतो. विशेषत: पाऊस पडत असेल, टीव्हीवर छान कार्यक्रम असेल, मूड नसेल तर हा गट आपल्याला 'लायनीवर' आणण्यात मोठीच मदत करतो.

ड) मजा /मौज/गंमत वाटेल हे बघा

असा व्यायाम करा ज्यात तुम्हाला आनंद, मौज वाटेल. तरच तुम्ही ते करत राहाल. तुम्हाला पोहणे आवडत असेल तर रनिंग करण्यात अर्थ नाही.

इ) सिनेमा बघा!

आता हे तुम्हाला आश्चर्यकारक वाटेल, पण ट्रेडमिलवर चालताना किंवा घरातल्या सायकलवर व्यायाम करताना समोर दे दणादण सिनेमा लावला तर बरेच फायदे होतात. फिल्ममधल्या ॲक्शनमुळे तुम्हाला स्फुरण चढते आणि ते बघण्याच्या नादात वेळेचेही भान राहत नाही. एक नियम पाळायचा – व्यायाम थांबला की सिनेमा थांबवायचा. पुढे काय होते या उत्सुकतेपोटी दुसऱ्या दिवशी तुम्ही नक्की उत्साहाने व्यायामाला याल.

फ) व्यायामाचा 'डोस' ठरवा

व्यायाम हा कॅन्सरविरुद्ध लढायला मदत करतो हे ठीक. पण किती व्यायाम आवश्यक आहे हे कॅन्सरच्या प्रकारानुसार ठरते. उदा. स्तनाच्या कॅन्सरपेक्षा, आतड्याचा कॅन्सर असलेल्या व्यक्तीला दुप्पट व्यायाम करायला हवा आणि प्रोस्टेटचा कॅन्सर असलेल्या व्यक्तीला तिप्पट.

जीवनाची ऊर्जा

माझी केमोथेरपी तेरा महिने चालली. दर चार आठवड्यांनी मला ते औषध पाच दिवस रोज घ्यावे लागे. माझ्या सुदैवाने ते इतके कठोर, असह्य नव्हते. शिवाय मी उपचाराव्यतिरिक्त इतरही गोष्टी करत होतो. माझ्या उपचारादरम्यान मी शेवटपर्यंत काम करत होतो. सहकाऱ्यांनी त्या काळात मला फारच मदत केली. मी उशिरा कामावर जात असे आणि कामही खूप हेवी नसे. रात्री मी घरात, मिश्का या माझ्या जर्मन शेफर्ड कुत्र्याबरोबर वेगळ्या खोलीत झोपत असे. औषधामुळे सकाळी मला खूपच मळमळले किंवा मन भीतीने भरून गेले की मी बिछान्यातच उठून बसत असे. मिश्का त्याचे डोके माझ्या गुडघ्यांना घासत उभा राही. मी त्याला हळुवारपणे थोपटत राही. हळूहळू मला बरे वाटायला लागे. मग तो अर्ध मिटल्या डोळ्यांनी आळोखेपिळोखे देत असे. जणू 'योग' त्याला उपजतच येत होते!

मला वाटते, वर्षभर आम्ही दोघे सकाळी रनिंगला गेलो. रोज साधारण वीस मिनिटे. बर्फ असेल तेव्हा अंगाभोवती कपड्यांचे थरचे थर गुंडाळून, पाऊस असेल तेव्हा पावसाळी कोट घालून, उन्हात टी-शर्ट मध्ये आणि खूपच ऊन असेल तर डोक्याला रुमाल गुंडाळून. जेव्हा मी स्वत:करता पळत नसे, तेव्हा मिश्काकरता पळत असे. आम्ही एकाच वेगाने पळत असू, पण तो मला पुढे ओढे, कधी मला औषधामुळे अगदी गळून गेल्यासारखे वाटे, छातीत धडधड होई. पण पावलागणिक, श्वासागणिक मला अशी भावना होई की आपण आजारावर मात करतो आहोत. माझा आजार बरा करण्याची त्या औषधाची शक्ती मला जाणवते आहे असा माझा पक्का विश्वास होता. आम्ही तिघे मिळून आजाराशी सामना करत होतो – औषध, माझे शरीर आणि मी.

मी अतिशय सुदैवी होतो, की मला सोबत मिश्का होता. प्रत्येकालाच सोयीचा व्यायाम सहज गवसेल असे नाही. रोजच्या जीवनात नियमित व्यायामाचा अंतर्भाव करणे ही तशी अवघडच गोष्ट आहे. त्यातही आजारी माणसासाठी तर जास्तच अवघड. पण त्याचबरोबर हेही खरे की ही अत्यंत उपयुक्त गोष्ट आहे. स्वत:साठी करू शकतो अशी सगळ्यात महत्त्वाची आहे. शेवटी आजाराला शरण जाण्यापेक्षा जीवनाची ऊर्मी जिवंत ठेवणे महत्त्वाचे. नाही का?

१२.
बदल हवाच

कॅन्सरची सुरुवात विविध कारणांनी होत असली तरी जोपर्यंत त्याला सुपीक भूमी मिळत नाही, शरीरात हवे तसे वातावरण मिळत नाही, तोवर त्याची वाढ होत नाही, म्हणजे कॅन्सरचा उद्‌भव व प्रसार टाळण्यासाठी आपल्या स्व-भूमीत, (terrain) बदल करणे हा एकमेव मार्ग आहे. खरे म्हणजे कॅन्सरशी युद्ध, लढा हे शब्दप्रयोग योग्य नाहीत. आक्रमकाविरुद्ध लढण्याबरोबरच आपली मानसिकता बदलणे खूप महत्त्वाचे आहे. स्वत:चा दृष्टिकोन बदलणे आणि स्वत:चे शरीर व भोवतालची परिस्थिती याविषयीचे भान वाढवणे, प्रगल्भ करणे हे आपले उद्देश. आपले मार्गदर्शक तत्त्व असायला हवे. पण आपण खरोखर किती 'बदलू' शकतो?

डॉ. फेअर यांचा कायापालट

डॉ. बिल फेअर हा न्यूयॉर्कच्या स्लोन केटरींग या अतिशय प्रख्यात हॉस्पिटलच्या युरॉलॉजी विषयाचा विभागप्रमुख आहे. तो स्वत: प्रोस्टेट व किडनीच्या कॅन्सरचे तज्ज्ञ समजला जातो. त्याला स्वत:ला मोठ्या आतड्याचा कॅन्सर झाल्याचे लक्षात आले, तोवर तो शरीरात बराच पसरलेला होता. दोन ऑपरेशन झाली. केमोथेरपीच्या दरम्यान त्यानी आपले काम चालू ठेवले होते. नंतर त्याच्या लक्षात आले की कॅन्सरची गाठ पुन्हा अवतीर्ण झाली आहे. यावेळेस ती इतकी मोठी होती की त्याच्या सहकाऱ्यांनी सांगितले की ती बरी होण्याच्या पलीकडची (incurable) आहे. आता तो फार तर काही महिनेच जगू शकणार होते. बिल फेअर मानसिकदृष्ट्या उद्‌ध्वस्त झाला. त्याच्या पत्नीने पूर्वी सैनिकी हॉस्पिटलमध्ये नर्स म्हणून काम केलेले होते. सगळी परिस्थिती बघून तिने सूत्रे तिच्या हाती घेतली. ती त्याला म्हणाली 'तुझ्या 'स्व-भूमी' कडे लक्ष देण्याची गरज आहे.' रात्रंदिवस काम करणारा पण आता हतबल झालेल्या फेअरने बायकोच्या सांगण्यावरून ध्यान व योगाचा अवलंब केला. जाता येता हॉस्पिटल कँटीनमध्ये थोडेफार खाऊन भूक भागवणारा फेअर आता शाकाहारी झाला. पाश्चात्त्य वैद्यकाचा दादा असल्याने इतके दिवस तो सर्व पर्यायी उपचार पद्धतींना (alternative medicine) तुच्छ समजत असे. पण आता त्याने

वॉशिंग्टनमधल्या राष्ट्रीय आरोग्य संस्थेतल्या चायनीज मेडिसीन विभागातल्या संशोधकांना भेटण्याचे ठरवले. त्याच्याकरता असे करणे हे फारच अवघड होते, पण बायकोने अतिशय प्रेमाने व धीराने त्याला पटवून दिले की यात तोटा काहीच नाही. फारतर तू तुझी चिकित्सक दृष्टी वापर. तुला फायद्याचे तेवढे ठेव. बाकीचे सोडून दे. तुझ्या कुशाग्र बुद्धीला पटेल ते कर. फेअरला हे जड गेले. पण त्याने ऐकले. हळूहळू ध्यान, योगसाधना व संतुलित आहार यामुळे फेअर बदलू लागला. रुबाबदार, दरारा असणारा, तीनशेच्या वर संशोधन प्रबंध ज्याच्या नावावर आहेत, त्याच्या विषयात ज्याची अक्षरशः हुकूमशाही चाले, असा फेअर हळूहळू शांत होऊ लागला. सौम्य झाला, प्रेमळ, मैत्रीपूर्ण होऊ लागला. निवडक लोकांबरोबर वेळ घालवू लागला. त्याचे बोलणे लक्षपूर्वक ऐकू लागला. स्वतःचे मन, स्वतःचे शरीर, स्वतःचे अस्तित्व, आजूबाजूचे लोक यांच्याविषयी नव्याने झालेल्या जाणिवेने तो उत्साहित झाला. पहिल्यांदाच त्याच्या मनात या भावना उत्पन्न होत होत्या आणि मनोमन त्याला वाटू लागले त्याला तो स्वतः असाच हवा होता. तीन वर्षांनंतर त्याला या 'स्व-भूमी' सुधारणेच्या प्रयोगाबद्दल विचारले तेव्हा तो म्हणाला, 'मी डॉक्टरांच्या आडाख्यापेक्षा तीन वर्षे जास्त जगलो आहे. अर्थात त्यामुळे काही सिद्ध होत नाही हे एक संशोधक म्हणून मला मान्य आहे. हे फक्त नशीब असू शकते. पण एक गोष्ट नक्की – मी माझे आयुष्य लांबवले की नाही माहीत नाही, पण ते समृद्ध मात्र निश्चित केले.'

त्याचे संपूर्ण आयुष्य तो एका तणावाखाली वावरत होता. आयुष्यात हवे ते मिळवण्याची, सर्वोच्चपदी पोहोचण्याची महत्त्वाकांक्षा आणि त्याकरता वाटेल ते व इतर सर्व करण्याची तयारी. त्याला त्याचे काम आवडत असे पण त्याने स्वतःभोवती एक कोश बनवून घेतला होता. या कोशात त्याला सुरक्षित वाटे.

त्याच्या आजाराने त्याला आयुष्याकडे नव्याने बघण्याची संधी दिली. त्याला शांत, स्वस्थ, निरोगी, आरोग्यसंपन्न वाटू लागले. या सर्व गोष्टींची किंमत त्याला उमजू लागली. इतरांच्या मताला किंमत देण्यापेक्षा स्वतःला काय हवेय याकडे तो अधिक लक्ष द्यायला शिकला. बिल फेअरने त्याच्या शास्त्रीय दृष्टिकोनाचा त्याग केला नाही, ना त्याने डॉक्टर म्हणून असलेला उत्कटपणा सोडला. कॅन्सरच्या नेहमीच्या उपचाराचे महत्त्व त्याला मान्य होतेच. या पूरक पद्धतींचे योग्य मूल्यमापन व्हावे असेही तो म्हणे. मात्र दिवसेंदिवस तो अधिक सोशिक, प्रेमळ होत गेला. जीवनाच्या समृद्धतेला आणि गूढतेला खुल्या मनाने स्वीकारू लागला...

हळूहळू बिल फेअर नव्या उपचार पद्धतींचा पुरस्कर्ता होऊ लागला. यांचा समावेश उपचारात व अभ्यासक्रमात करावा असा प्रयत्न करू लागला. न्यूयॉर्कमधल्या

अनेक मोठ्या हॉस्पिटल प्रमुखांसाठी त्याने एक जेवण आयोजित केले व त्या जेवणादरम्यान त्यांची गाठ राल्फ मॉसशी घालून दिली. हा मॉस विज्ञान पत्रकार होता व कॅन्सरमधल्या पूरक उपचार पद्धतींचा खंदा पुरस्कर्ता. जेवणादरम्यान फेअर मॉसला म्हणाला, 'दहा वर्षांपूर्वी, आपण या लोकांना भेटू शकू असे तुला स्वप्नातही वाटले नसेल.' मॉस म्हणाला, 'यांचे सोड. दहा वर्षांपूर्वी मी तुला भेटू शकेन अशी कल्पनाही केली नसती!' बिल खरोखरच खूप बदलला होता.

हे बदलणे बिलकरता खूप अवघड व वेदनामय होते. पण त्याने हा बदल यशस्वीपणे केला. बदलाचा हा मार्ग सगळ्यांसाठी खुला आहे. बिल बदलू शकतो, तर आपण का नाही?

व्यक्तिमत्व बदल?

टोरोंटो विद्यापीठातला मानसशास्त्रज्ञ अलिस्टेअर कनिंगहॅम, (पीएच.डी.) हा गेली तीस वर्षे कॅन्सर रुग्णांच्या गटांसोबत काम करतो. तो त्यांना ध्यान (meditation), तणावमुक्ती, योगसाधना, चित्रीकरण या गोष्टी शिकवतो. बरेचदा त्याचेकडे उपचारापलीकडे गेलेले रुग्ण येतात. अशा अनेक रुग्णांचा पद्धतशीर अभ्यास करून त्याने मानसिकतेच्या कसोट्या शोधल्या आहेत ज्यायोगे तो सांगू शकतो की कोण रुग्ण आजारावर बराच काळ मात करेल. त्याच्या गटातले काही रुग्ण, डॉक्टरांनी सांगितलेल्या कालमर्यादेपेक्षा सात वर्षे अधिक जगले आहेत. हे रुग्ण ते आहेत जे शांतपणे विचारू शकतात – 'मी कोण आहे' आणि 'मला कुठे जायचे आहे?' त्याच्या एका रुग्णाने मांडलेले विचार –

माझे आयुष्य जसे आकार घेत होते, ते कॅन्सरने पार बदलून टाकले. आयुष्याची ध्येये बदलून टाकली... मी फक्त अधिकाधिक 'मोठा' होण्याच्या मागे लागलो होतो... त्याकरता माझ्या समाजात सर्वमान्य असलेल्या मार्गावरून जात होतो... आणि अचानक मला जेव्हा समजले की मी फार जगणार नाही तेव्हा आपल्याबरोबरच हे सर्व संपेल याची मला जाणीव झाली... आणि असे असेल तर आपण खरोखर कोण आहोत हा मला प्रश्न पडला. जणू माझ्या आयुष्याचे केंद्र सरकले होते... (आज) मला वाटते की मी आयुष्याची अधिक परिपूर्ण अनुभूती घेतोय...

जे येईल त्याचा स्वीकार करतोय आणि मजेत जगतोय... काही रुग्ण बळजबरीने कनिंगहॅमकडे आणले जात; काही जण केवळ करायचे म्हणून ते करत, तर काहींना इतरांना नाही म्हणता येत नाही म्हणून भिडस्तपणे किंवा नातलग दुखावले जाऊ नयेत म्हणून यावे लागे. पण जसजसे ते सच्च्या तत्त्वाच्या जवळ जाऊ लागत तसतशा या भावना कमी होत असत.

'मी सर्व नियम कटाक्षाने पाळत असे व सगळ्यांना खूश ठेवत असे... मला

वाटते कॅन्सरचे निदान होण्यापूर्वी होतो, त्यापेक्षा माझ्या अस्तित्वाविषयी मी अधिक समाधानी आहे. नक्कीच.

'आता मी 'नाही' म्हणतो, पण पूर्वी मी 'नाही' म्हणू शकत नसे, मला विचित्र वाटे. आता मी सहज म्हणू शकतो, आज नाही. मला जमणार नाही. मी पुढच्या वर्षी काम न करण्याचा निर्णय घेतला तेव्हा मला जराही अपराधी वाटले नाही. मला काय हवे हे जाऊदे... मी जे करतोय त्यात मी खूप आनंदी आहे. आणि या क्षणाला जे करावेसे वाटेल ते करण्यात खरी मजा आहे. सिनेमाला जावेसे वाटले तर सिनेमाला जाण्यात आणि चित्र काढावे वाटले तर चित्र काढण्यात. मग तुमची चित्रकला भले चांगली का नसेना...'

कनिंगहॅम म्हणतो की, या सगळ्यांनी काय केले असेल तर स्वत:मधली 'Type C personality' काढून टाकली. कुणीतरी ढकलल्यासारखे आयुष्य कंठणारे हे लोक अधिक स्वतंत्रपणे, अधिकारवाणीने जगू लागले.

हे लोक उपचारांना ज्या पद्धतीने सामोरे जातात, त्यातही बदल झालेला चटकन दिसून येतो. मी डॉ. डेव्हिड स्पिगेनला विचारले की त्यांच्या गटातल्या त्या तीन स्त्रियांमध्ये त्यांना वेगळे काय आढळले? या तिघी, कॅन्सर शरीरभर पसरलेला असूनही, दहा वर्षांहून अधिक जगल्या. त्या म्हणाल्या, त्यांनी वेगळे असे काही केले नाही. बरेचदा त्या शांत व गप्प असत. पण स्वत:करता काय करायचे व काय नाही करायचे याविषयी त्यांच्या स्पष्ट कल्पना होत्या. काही उपचार त्या करून घेत, तर काही नाकारत. त्यांच्यात आंतरिक शक्ती होती.

ही स्वातंत्र्याची व सजगपणाची मानसिकता इतर नैसर्गिक बाबीतही लागू पडते. मग ते जेवण असो, योगा वा मानसिक आधार. सर्व गोष्टी सगळ्यांना सर्व काळ उपयोगी पडतीलच असे नाही. कधी ध्यान कधी रोजनिशी तर कधी व्यायाम. 'मला आत्ता याची गरज आहे' याविषयी मनात गोंधळ नसावा.

पण हा बदल 'नाही म्हणायला शिकणे व हवे ते करणे' यापुरता मर्यादित नाही. अपेक्षेपेक्षा बराच अधिक काळ जगलेले रुग्ण बघितले तर लक्षात येते की त्यांची शक्ती वाढण्यास आणखी एक गुण कारणीभूत होता– कृतज्ञता. जणू आजवर अनोळखी असलेल्या भावनांशी त्यांची नव्याने ओळख झाली होती. एका रुग्णाने सांगितले की एके दिवशी रात्रीच्या जेवणाच्या वेळी त्याची पत्नी व मुलांमध्ये वादावादी/भांडण सुरू झाले. पूर्वी अशा वेळी तो भयंकर संतापत असे. पण आज त्याला त्या जेवणाच्या टेबलावरचे प्रेम दिसू लागले. ते भांडत होते कारण ते एकमेकांच्या मताला किंमत देत होते. एकमेकांवरचे प्रेम बघून त्याचे डोळे पाण्याने आणि मन समाधानाने भरून आले.

मला स्वत:लाही याचा अनुभव आला आहे. मी व ॲना विभक्त झालो होतो.

आमची घटस्फोट प्रक्रिया तीन वर्षे फरफटत, रखडत शेवटी नुकतीच संपली होती. पीट्सबर्गमधल्या त्या छोट्याशा फार्महाऊसमध्ये आम्ही पुन्हा बसलो होतो. बोलायला शब्द सुचत नव्हते. साचा, आमचा अकरा वर्षांचा मुलगा, वरच्या मजल्यावर खेळत होता. मला हे किचन, फायरप्लेस, बगीचा फार आवडत असे आणि माझी पत्नीसुद्धा! आणि एकाएकी शब्द आले – मी म्हणालो की आपला घटस्फोट रखडला कारण कुठेतरी माझ्या मनात तिच्याबद्दल प्रेम होते. मला ती हवी होती, मी रागाच्या भरात जे वागलो असेन ते बहुधा माझ्या वेदनांमुळे असेल. मी आमच्यामधे असलेल्या प्रेमाबद्दल कृतज्ञ होतो. ती विशेष बोलली नाही, पण तिच्या डोळ्यांतून अश्रू ओघळत होते. मी जायला निघालो तशी माझा हात हातात घेत ती म्हणाली, 'आय लव्ह यू टू' आम्ही वेगळे झालो होतो.

शेवटी कॅन्सरपासून संरक्षणासाठी मानसिकतेत करावयाचा सगळ्यात महत्त्वाचा बदल कोणता? तर थोर मानसिक व आध्यात्मिक परंपरांनी अधोरेखित केलेल्या मूल्यांच्या वाढीचा. जीवनशक्तीच्या (गाभ्याचे) पायाचे वर्णन करताना ॲरिस्टॉटलने 'एन्टेलेकी' विषयी सांगितले आहे. (बी पासून सुरू होणारी व संपूर्ण वृक्ष होईपर्यंत वाढणारी स्व-परिपूर्ती) कार्ल जुंग हा महान मानसशास्त्रज्ञ याला व्यक्तित्व विकासाची प्रक्रिया म्हणतो. माणसाचे इतर सर्वांपेक्षा सर्वस्वी भिन्न, स्वतःच्या वैशिष्ट्यपूर्ण क्षमतेच्या व्यक्तीमध्ये रूपांतर होणे ही ती प्रक्रिया. अब्राहम मास्लो याला 'Self-actualisation' म्हणतो. बहुतेक अध्यात्मिक परंपरा याला 'जागृती' असे नाव देतात. थोडक्यात काय, तर आपण स्वतःची मूल्ये ठरवायला हवीत आणि ती स्वतः आचरणात आणायला हवीत. म्हणजे आहे त्या आयुष्याबद्दल कृतज्ञतेची भावना जागृत होईल आणि आपले शरीर तिच्या डौलात न्हाऊन निघेल.

१३. निष्कर्ष

कॅन्सर व त्यापासून बचावाचे नैसर्गिक मार्ग यांच्या गूढ व अगम्य परिसरातला आपला फेरफटका पूर्ण झाला आहे. दिवसेंदिवस प्रदूषित होत असलेल्या पृथ्वीवर, आजारी पडू नये व पडल्यास सावरावे याकरता आपण काय करायला हवे? या पुस्तकात असलेल्या सर्व गोष्टी, ज्या मी स्वत:ही पाळतो, साधारणपणे तीन संक्षिप्त मुद्द्यांत सांगता येतील.

अ) स्व-भूमीचे (Terrain) महत्त्व.

ब) स्व-जागृतीचा परिणाम (awareness.)

क) नैसर्गिक शक्तींचा समन्वय.

अ) स्व-भूमीचे (Terrain) महत्त्व.

माझे तिबेटी मित्र आधुनिक वैद्यकाची उपयुक्तता मान्य करतात. विशेषत: आणीबाणीच्या वेळी, इमर्जन्सीमध्ये आधुनिक वैद्यकशास्त्र अनेकांचे जीव वाचवते. ॲपेंडिक्सचे ऑपरेशन असो वा न्यूमोनियात पेनिसिलीन देणे असो.

पण जुनाट आजारांमध्ये त्याला मर्यादा पडतात. आपण हृदयविकाराच्या झटक्याचे उदाहरण घेऊ. मृत्यूच्या दाढेत असलेला, श्वास घ्यायला त्रास होत असलेला रुग्ण हॉस्पिटलमध्ये येतो. छातीत असह्य वेदना होत असतात. अशा वेळी काय करायचे हे डॉक्टरांच्या टीमला अनेक वर्षांच्या अनुभवामुळे नीट ठाऊक असते. काही मिनिटांतच रुग्णाला ऑक्सिजन सुरू केला जातो. रक्तवाहिन्या प्रसरण पावण्यासाठी नायट्रोग्लिसरीन दिले जाते, हृदय ठोक्यांची गती मंद करण्यासाठी बीटा ब्लॅकर आणि रक्त गुठळ्या न व्हाव्या म्हणून ॲस्पिरीन अशी औषधे सुरू होतात. वेदनाशामक देण्यात येते आणि दहा मिनिटांच्या आत रुग्णाचा जीव वाचलेला असतो. तो शांतपणे श्वास घेऊ शकतो आणि वेदनामुक्त झाल्याने स्मितहास्यही करतो. ही आधुनिक वैद्यकाची किमया. पण हीच जादू सुरुवातीच्या यशानंतर ओसरते. कारण मूळ आजार म्हणजे अरुंद झालेल्या रक्तवाहिन्या, त्यांच्या अस्तरावरचे कोलेस्टेरॉलचे थर वगैरे गोष्टी आहे तशाच राहतात. अगदी ॲंजिओप्लास्टी

करून स्टेंट बसवला, तरी मूळ आजार राहतोच आणि तो वाढू शकतोच. म्हणजे पुन्हा त्रास होऊ नये याकरता 'स्व-भूमी' बदलणे आलेच. आहारात बदल, मानसिकता सुधारणे अणि व्यायाम.

कॅन्सरवाढीच्या प्रक्रियेविषयीचे अलीकडचे संशोधन अशाच निष्कर्षाप्रत येते. कॅन्सर हा जुनाट, क्रॉनिक आजार आहे. म्हणजे फक्त त्याचा शोध घेण्यासाठी सगळ्यांच्या तपासण्या करण्याने सर्व प्रश्न सुटणारे नाहीत. आपल्या शरीरामधली सुरक्षा यंत्रणा, बचाव प्रक्रिया अधिकाधिक सक्षम करणे हाच एक खात्रीशीर प्रतिबंधक उपाय आहे आणि उपचाराचाही भाग आहे. आहार व व्यायाम या नैसर्गिक क्रिया आहेत. म्हणजे एकीकडे त्या गाठ होण्यास प्रतिबंध करतात आणि त्याच वेळी शस्त्रक्रिया, केमोथेरपी, रेडिओथेरपी यांचे उपचारमूल्य वाढवतात. आजार उलटू नये असे वातावरण तयार करतात. कॅन्सर झालाय आणि उपचारांनी तो बरा झालाय असे लोक आपण प्रत्येकाने बघितलेले असतात. त्यांच्या शरीरातली बचाव यंत्रणा त्यांना आजारापासून सुरक्षित ठेवते.

रेने ड्यूबॉस हा विसाव्या शतकातला जीवशास्त्राचा एक मोठा विचारवंत गणला जातो. संपूर्ण आयुष्य त्याने न्यूयॉर्कच्या रॉकफेलर विद्यापीठात संशोधनात घालवले. तो पर्यावरणाचा कट्टर पुरस्कर्ता होता कारण सजीव प्राणी व पर्यावरण यांचे परस्परावलंबन त्याने अभ्यासले होते. त्याने एके ठिकाणी लिहिले, 'मला असे नेहमीच वाटत आले आहे की शास्त्रीय वैद्यक हे पुरेसे शास्त्रीय नाही. डॉक्टर व त्याचा रुग्ण जेव्हा त्याची मानसिक व शारीरिक ऊर्जा (forces) पूर्णपणे उपयोगात आणताना निसर्गाच्या 'हीलिंग पॉवर'चा पुरेपूर वापर करतील तेव्हाच हे वैद्यक खऱ्या अर्थाने शास्त्रशुद्ध, शास्त्रीय, शास्त्र आधारित होईल.'

या दृष्टीने बघितले तर आपण आधुनिक वैद्यकाच्या प्रचंड यशाचे एक प्रकारचे बळी आहोत. सर्जरी, रेडिओथेरपी या सर्व असामान्य गोष्टी आहेत, पण त्यांच्यामुळे आपले शरीराच्या नैसर्गिक हीलिंग पॉवरकडे दुर्लक्ष होते. पण, आपण हे बघितले आहे, की या दोन्ही गोष्टी एका वेळी साध्य करणे शक्य आहे.

ब) स्व-जागृतीचा परिणाम (Effect of awareness)

कॅन्सरविषयी नव्याने माहीत झालेल्या ज्ञानाचा उपयोग आपल्यामधील प्रत्येक जण करू शकेल. पण आधी आपल्यात 'जागृती' (awareness) व्हायला पाहिजे. स्वत:मधल्या जीवनाचे सौंदर्य व त्याचे मूल्य याची सर्वप्रथम जाणीव व्हायला हवी. त्याकडे आपण लक्ष द्यायला हवे व एखाद्या बाळाची घेतो तशी काळजी घ्यायला हवी. ही जाणीवच आपल्या शरीर क्रियांचे नुकसान होण्यापासून वाचवेल.

आपल्या आयुष्याचे सौंदर्य उमजायला आणि महत्त्व कळायला आपल्याला कॅन्सर

होण्याची गरज नाही. उलट जितके आपण आपल्या मूल्यांच्या निकट राहू व अस्तित्वाच्या सौंदर्याविषयी संवेदनशील राहू, तितके आपले आजारांपासून रक्षण होईल.

आपली जीवनशैली बदलल्याने नुसता आपल्यालाच फायदा होतो असे नाही. जेव्हा आपण म्हणतो की मी योग्य तऱ्हेने वाढवलेल्या प्राण्यांपासून मिळणारेच अन्न खाईन, तेव्हा आपण अशी एक साखळी सुरू करत असतो की जिचे परिणाम सभोवताली अधिक परिणामकारक रितीने होतात. म्हणजे आपल्या या जागृतीचा परिणाम नदीनाल्यांवरही होतो. आपण त्यांना कमी प्रदूषित करतो (शेतांमधून कमी कीटकनाशके आणि कृत्रिम खाद्यावर पोसलेल्या प्राण्यांचा कमी कचरा हे नदीपर्यंत पोहोचेल.) आपल्या जागृतीचा परिणाम त्या प्राण्यांवरही होईल जे आपल्याला दूध, अंडी व मांस देतात, कारण त्यांचे पोषण अधिक नैसर्गिकरित्या केले जाईल. म्हणजे एक प्रकारे जागतिक पातळीवर पृथ्वीचे, वातावरणाचे संतुलन होण्यास आपला हातभार लागेल.

या जागृतीच्या प्रभावक्षेत्रात आपण सगळे येत असलो, तरी त्याचा जास्त उपयोग समाजातल्या उपेक्षित व दरिद्री लोकांना येईल. (आणि सामाजिक विषमता काही प्रमाणात तरी घटेल.) कारण कॅन्सरचे प्रमाण याच लोकांमध्ये सगळ्यात जास्त आहे. हेच लोक सगळ्यात स्वस्त असे अन्न खातात. जे अर्थातच निकृष्ट असते. (ज्यात सर्वाधिक साखर व ओमेगा असतात) हे लोक असे व्यवसाय करतात ज्यामुळे त्यांचा निकटचा संपर्क कॅन्सरजनक पदार्थांशी येतो. यांची घरे प्रदूषित भागात (नाल्यांजवळ, कचरा डेपोजवळ, कारखान्यांजवळ) असतात. समाजातले उपेक्षित व दरिद्री हे आपल्या समृद्ध जीवनाने घेतलेले बळी आहेत; ज्यांना या वातावरणातल्या बदलाची सर्वाधिक गरज आहे.

क) नैसर्गिक शक्तींचा समन्वय

कॅन्सरपासून आपले संरक्षण करण्याकरता उपलब्ध असलेल्या सर्व मार्गांचा अवलंब करण्याची आवश्यकता नाही. आपले शरीर ही एक प्रचंड यंत्रणा आहे. ज्यात अनेक कार्ये परस्पर संवादी असतात व संपूर्ण यंत्रणेत एक प्रकारचे संतुलन असते. यातली एक गोष्ट बदलली की त्याचे परिणाम सगळीकडे होतात. म्हणजे सुरुवात कशी करायची हे आपल्या हातात असते : आहार, व्यायाम, मानसिक बदल, किंवा अशी कुठलीही गोष्ट ज्याने आपली मानसिकता बदलेल. प्रत्येक व्यक्ती ही एकमेवाद्वितीय, (unique) असते त्यामुळे तिचे प्रगतीचे मार्ग भिन्न असतात. सगळ्यात महत्त्वाचे काय तर जगण्याची दुर्दम्य इच्छा प्रज्वलित करणे. कोणी गाणे म्हणून, कोणी चित्र काढून तर कोणी रोजनिशी लिहून हे करू शकते.

असे लक्षात आले आहे की एका विभागातला बदल, प्रगती, जागृती ही

आपोआप शरीराच्या इतर भागात जागृती घडवून आणते. ध्यान किंवा योगा हे संपूर्ण शरीरावर परिणाम घडवतात. हळूहळू आपल्याला असंतुलित आहार आवडेनासा होतो; तंबाखूची चव/वास नको वाटतो, त्याचा श्वसनावर व हृदयगतीवर होणारा परिणाम अधिक जाणवू लागतो.

खोटी आशा?

पुस्तकाच्या शेवटी मला कबूल करायलाच हवे, की या पुस्तकाबाबात माझ्या डॉक्टर मित्रांच्या प्रतिक्रिया काय होतील याबद्दल मी चिंतीत आहे. कारण कॅन्सर तज्ज्ञांची मोठी विवंचना ही असते की 'खोटी आशा' न दाखवता उपचार कसे करता येतील. कारण खोटी वचने देऊन नंतर जर आपली फसवणूक झाल्यासारखे रुग्णाला वाटले तर त्याच्या मनाला प्रचंड वेदना होतात. एक भीती अशी पण आहे की नैसर्गिक उपचार पद्धतींवर प्रमाणाहून जास्त भरवसा वाटल्याने रुग्ण तपासण्या व केमोथेरपीकडे दुर्लक्ष करू शकतो. म्हणून बरेच डॉक्टर आधुनिक वैद्यक उपचारांव्यतिरिक्त इतर गोष्टींपासून दूरच राहतात. पण हा मार्गही अपूर्णच नाही का? म्हणजे 'आजारा'पूर्वी व नंतर कॅन्सरच्या विरुद्ध आपण सक्रिय काहीच करू शकत नाही का? यामुळे निराशाच पदरी पडेल हे मात्र नक्की.

आणि ही निराशा अनाठायी असेल. कारण शास्त्रीय पुराव्यानिशी हे सिद्ध झालेय की आपण बरेच काही करू शकतो. जागतिक कॅन्सर संशोधन निधीच्या एका अहवालामध्ये सांगितल्याप्रमाणे 'तत्वत:, बरेच कॅन्सर टाळता येऊ शकतात.' मी वैयक्तिकरित्या निराशा न जोपासता, इथे सांगितलेल्या सर्व पद्धतींचा अवलंब करतो. प्रत्येकाने जीवनशैली बदलावी हा माझा आग्रह नाही. प्रत्येक जण स्वत:बद्दल निर्णय घेण्यास समर्थ आहे. पण मी माझे अनुभव व माझ्या वाचनात आलेले मुद्दे सगळ्यांबरोबर शेअर करण्याचा प्रयत्न केला आहे.

आत्मज्ञानाचा प्रकाश

शेवटच्या रुटीन तपासणीच्या भेटीत माझा कॅन्सरतज्ज्ञ डॉक्टर मला म्हणाला, 'तुम्हाला सांगू की नको अशा द्विधा मनस्थितीत मी आहे. पण तुम्ही आलात ना की मला खूप बरे वाटते. ज्यांचे खूप चांगले चाललेय असे तुम्ही एक विरळ रुग्ण आहात.' मी आतून हादरलो. माझ्या डोक्यावर सतत टांगत्या असलेल्या तलवारीची त्याने मला आठवण करून दिली होती. आता माझ्या केसबद्दल या पुस्तकात लिहिल्याने मला अशी आठवण वारंवार होत राहणार.

माझ्या वैयक्तिक घटनाक्रमांबाबत लोकांच्या दोन प्रकारच्या प्रतिक्रिया असू शकतील एक : 'जर हा आज सुदृढ आहे, तर त्याचा कॅन्सर फारसा गंभीर नसणार.'

खरेच असे असते तर किती बरे झाले असते. कारण कॅन्सर उलटल्यावर पुन्हा ऑपरेशन केल्यावर व १३ महिने केमोथेरपी घेतल्यावरही माझा डॉक्टर म्हणाला होता की, 'आमच्या विश्लेषणानुसार तुमचा कॅन्सर आक्रमक आहे, पण तुमच्या शरीरात जरा मवाळपणे वागतोय.' कदाचित मी नशीबवान असेन. कदाचित मी दररोज जसा जगतो त्यामुळे असेल, मी हा वाद मिटवू शकत नाही. कारण माझी केस हा काही शास्त्रीय प्रयोग नाही.

पण दुसरी एक टिपिकल प्रतिक्रिया असणार – 'त्याचा सल्ला ऐकण्यापूर्वी एक वर्ष थांबा आणि बघा हा तोवर जिवंत राहतोय का.' त्यांना कोणीही मळलेल्या वाटेव्यतिरिक्त इतर मार्गाने गेलेले नको आहे. मी एक वर्ष, दोन वर्षे, किती वर्षे जगेन मला ठाऊक नाही. त्याचे बरोबर असेलही. पण एक नक्की की जे आयुष्य मी आज जगतोय त्याचा मला कधीही पश्चाताप होणार नाही. कारण आज मला असलेली माझ्या आरोग्याची व जीवनमूल्यांची जाणीव यामुळे माझे आयुष्य अधिक आनंदी व समृद्ध झाले आहे. या पुस्तकांच्या वाचकांना माझे एकच सांगणे आहे - तुम्ही निरोगी असा वा आजारी, तुम्हीही मनाची दारे या आत्मभानासाठी, जागृतीसाठी, शाश्वत ज्ञानासाठी सताड उघडाल अशी मला आशा आहे. ती तुम्ही उघडावीत व ज्ञानाच्या प्रकाशात तुम्ही न्हाऊन निघावे.

१४.
मोबाइल फोन : काळजी घ्या

मोबाइल फोन हे एक अतिउपयुक्त उपकरण आहे. माझे तर त्याच्याशिवाय पान हालत नाही. पण या अक्षरशः जादूई शक्तीच्या उपकरणाचे विद्युतचुंबकीय क्षेत्र हे धोकादायक असू शकते असे ताजी शास्त्रीय माहिती दर्शवते. आजवरच्या अनेक पाहण्यांत असा निष्कर्ष निघाला आहे की मोबाइल फोनचा वापर व कॅन्सर यांत काहीही संबंध नाही. पण यातल्या बऱ्याच पाहण्यांमध्ये अभ्यास केलेले लोक मोबाइल फोनचा वापर पाच वर्षांपेक्षा कमी काळाकरता करत होते. आपण तंबाखूचे उदाहरण घेऊ. जे लोक तंबाखूचे ५-१० वर्षे सेवन करतात, त्यांच्या शरीरावर त्याचे कोणतेही दुष्परिणाम दिसत नाहीत. मात्र १५ वर्षांच्या सेवनानंतर कॅन्सरची शक्यता झपाट्याने वाढत जाते. मोबाइल फोन धारकांच्या ज्या पाहणीत त्याचा वापर १० वर्षांहून अधिक काळाकरता आहे (रोज एक तासाहून अधिक) त्यांच्यात, ते फोन ज्या कानाशी लावतात त्या बाजूच्या ब्रेन कॅन्सरचे प्रमाण 'दुप्पट' असल्याचे आढळून आले आहे. डॉ. एलिझाबेथ कॉर्डिस यांनी 'इंटरफोन स्टडी' नावाची एक प्रचंड मोठी आंतरराष्ट्रीय पाहणी केली. त्याच्या २००८ साली प्रसिद्ध झालेल्या निष्कर्षात वरील गोष्ट अधोरेखित केली आहे. एका मुलाखतीत त्या म्हणाल्या, "जेव्हा आम्ही मेंदूच्या एकाच बाजूच्या (ज्या बाजूने मोबाइल फोन वापरला जातो) गाठींचा अभ्यास केला तेव्हा आढळले की, खूप काळ वापर असेल तर (कॅन्सरचा) धोका निश्चित अधिक असतो."

सर्व माहितीचे सार काढायचे म्हटले तर, अजूनही पुरेसा पुरावा उपलब्ध नाही की ज्याकरता आपण प्रतिबंधात्मक उपाय योजावेत. तंबाखू, ॲसबेसटॉस यांच्या बाबतीत पुरेसा पुरावा आहे. पण तरीही आजवरच्या उपलब्ध माहितीकडे बघता मी मोबाइल धारकांना, त्यातही ज्यांना कॅन्सर होऊन गेला आहे अथवा सध्या आहे त्यांना, सल्ला देईन की त्यांनी काही प्राथमिक काळजी घेणे गरजेचे आहे. मी स्वतः खालील काळजी सध्या घेतो.

१. बारा वर्षाखालील मुलांना शक्यतो मोबाइल वापरू देऊ नका. वाढीच्या वयात पेशींवर विद्युत चुंबकीय क्षेत्राचा परिणाम जास्त होतो.

२. फोनवर बोलताना फोनपासून लांब राहण्याचा प्रयत्न करा. दहा सेमी. अंतरावर विद्युत चुंबकीय क्षेत्र एक चतुर्थांश होते आणि तीन फुटांवर तर पन्नास पटींनी कमी होते. शक्य तेव्हा फोनचा स्पीकर (speaker) वापरा किंवा हेडसेट किंवा ब्ल्यूटूथ वापरा.

३. फोनवर बोलणाऱ्या माणसांपासून दूर रहा. शक्यतो बस, ट्रेन वा सबवेमध्ये फोन वापरू नका.

४. फोन सारखा शरीराजवळ (खिशात इ.) ठेवू नका. तो standby मोडवर असेल तरीही. रात्री झोपताना उशाशी ठेवू नका. गर्भवतींनी तर या गोष्टीकडे विशेष लक्ष द्यायला हवे.

५. मोबाइल संभाषणाचा काळ कमीत कमी कसा करता येईल ते बघा. वायर जोडलेल्या फोनवरून फोन करता आला तर जास्त चांगले. कारण कॉर्डलेस फोनसुद्धा मायक्रोवेव्ह तंत्रज्ञानच वापरतात.

६. फोन संभाषणादरम्यान फोन कानाला लावताना उजवीकडे/डावीकडे असा आलटून पालटून लावा. समोरच्याने फोन उचलल्यानंतरच फोन कानाशी न्या.

७. सिग्नल क्षीण असताना किंवा वेगवान वाहनात बसले असताना मोबाइलचा वापर टाळा. ट्रान्स्मिशन अँटेना शोधण्यासाठी मोबाइल यंत्राचा पॉवर आऊटपुट अधिकतम असतो.

८. कॉलऐवजी SMS ने काम झाले तर बरेच. एक्सपोजरचा कालावधी कमी होतो व फोन शरीरापासून दूर ठेवता येतो.

९. कमीत कमी SAR असलेला फोन निवडा (Specific absorption rate) हा सेलफोनने हवेत सोडलेल्या रेडिओ लहरी मोजतो. काही वेबसाईटवर फोनच्या विविध मॉडेलचे SAR उपलब्ध आहेत.